ஆலவாயன்

ஆலவாயன்
பெருமாள்முருகன் (பி. 1966)

படைப்புத் துறைகளில் இயங்கிவருபவர். அகராதியியல், பதிப்பியல், மூலபாடவியல் ஆகிய கல்விப்புலத் துறைகளிலும் ஈடுபாடுள்ளவர்.

2023ஆம் ஆண்டுக்கான 'பன்னாட்டுப் புக்கர் விருது' நெடும் பட்டியலில் 'பூக்குழி' நாவலின் ஆங்கில மொழிபெயர்ப்பு 'Pyre' இடம்பெற்றது. இவரது 'ஆளண்டாப் பட்சி' நாவலின் ஆங்கில மொழிபெயர்ப்பான 'Fire Bird' நூலுக்கு 2023ஆம் ஆண்டு ஜேசிபி இலக்கியப் பரிசு வழங்கப்பட்டது.

பெருமாள்முருகனின் பிற நூல்கள்
(காலச்சுவடு வெளியீடு)

நாவல்

- ஏறுவெயில்
- நிழல் முற்றம்
- கூளமாதாரி
- கங்கணம்
- ஆளண்டாப் பட்சி
- பூக்குழி
- மாதொருபாகன்
- அர்த்தநாரி
- பூனாச்சி அல்லது ஒரு வெள்ளாட்டின் கதை
- கழிமுகம்
- நெடுநேரம்

சிறுகதை

- பெருமாள்முருகன் சிறுகதைகள் (1988 – 2015)
- சேத்துமான் கதைகள்
- மாயம்
- வேல்!

கவிதைகள்

- மயானத்தில் நிற்கும் மரம்
- கோழையின் பாடல்கள்

கட்டுரைகள்

- துயரமும் துயர நிமித்தமும்
- கரித்தாள் தெரியவில்லையா தம்பீ . . .
- பதிப்புகள் மறுபதிப்புகள்
- வான்குருவியின் கூடு (தனிப்பாடல் அனுபவங்கள்)
- கெட்ட வார்த்தை பேசுவோம்
- ஆர். ஷண்முகசுந்தரத்தின் படைப்பாளுமை
- நிழல்முற்றத்து நினைவுகள்
- நிலமும் நிழலும்
- தோன்றாத் துணை
- மனதில் நிற்கும் மாணவர்கள்
- மயிர்தான் பிரச்சினையா
- அப்படியெல்லாம் மனசு புண்படக்கூடாது

பதிப்புகள்

- சாதியும் நானும் (அனுபவக் கட்டுரைகள்)
- கு.ப.ரா. சிறுகதைகள் (முழுத் தொகுப்பு)
- கருவளையும் கையும்

தொகுத்தவை

- உடைந்த மனோரதங்கள்
- பிரம்மாண்டமும் ஒச்சமும்
- பறவைகளும் வேடந்தாங்கலும் – மா. கிருஷ்ணன்
- உ.வே.சா. பன்முக ஆளுமையின் பேருருவம் (கட்டுரைகள்)
- தீட்டுத்துணி – சி.என். அண்ணாத்துரை (தேர்ந்தெடுத்த சிறுகதைகள்)
- கூடுசாலை – சி.சு. செல்லப்பா (கிளாசிக் சிறுகதைகள்)

பெருமாள்முருகன்

ஆலவாயன்

காலச்சுவடு பதிப்பகம்

அன்பார்ந்த வாசகருக்கு,

வணக்கம்.

காலச்சுவடு நூலை வாங்கியமைக்கு நன்றி.

நூலின் உள்ளடக்கம், உருவாக்கம், அட்டைப்படம் இன்ன பிற அம்சங்கள் பற்றிய உங்கள் கருத்துகளையும் ஆலோசனைகளையும் காலச்சுவடு வரவேற்கிறது. தகவல், எழுத்து, வாக்கியப் பிழைகள் தென்பட்டால் அவசியம் தெரிவித்து உதவுங்கள். நூல் தயாரிப்பில் கடும் குறைபாடு இருப்பின் மாற்றுப் பிரதி உங்களுக்குக் கிடைக்கக் காலச்சுவடு ஏற்பாடு செய்யும்.

மின்னஞ்சல்: publisher@kalachuvadu.com

காலச்சுவடு நாகர்கோவில் அலுவலகத்திற்குக் கடிதம் அனுப்பலாம்.

தங்கள்
எஸ்.ஆர். சுந்தரம் (கண்ணன்)
பதிப்பாளர் – நிர்வாக இயக்குநர்

ஆலவாயன் ❖ நாவல் ❖ ஆசிரியர்: பெருமாள்முருகன் ❖ © பெருமாள் முருகன் ❖ முதல் பதிப்பு: டிசம்பர் 2014, திருத்தப்பட்ட இரண்டாம் பதிப்பு: டிசம்பர் 2016, பத்தாம் பதிப்பு: ஆகஸ்ட் 2024 ❖ வெளியீடு: காலச்சுவடு பப்ளிகேஷன்ஸ் (பி) லிட்., 669 கே. பி. சாலை, நாகர்கோவில் 629001

aalavaayan ❖ Novel ❖ Author: PerumalMurugan ❖ © PerumalMurugan ❖ Language: Tamil ❖ First Edition: December 2014, Revised Second Edition: December 2016, Tenth Edition: August 2024 ❖ Size: Demy 1 x 8 ❖ Paper: 18.6 kg maplitho ❖ Pages: 192

Published by Kalachuvadu Publications Pvt. Ltd., 669 K.P. Road, Nagercoil 629001, India ❖ Phone: 91-4652-278525 ❖ e-mail: publications @kalachuvadu.com ❖ Printed at Mani Offset, Chennai 600077

ISBN: 978-93-82033-88-2

08/2024/S.No. 740, kcp 5267, 18.6 (10) 9ss

'பொன்னாயி' என்னும் பெயர் கொண்டவரும்
பேரன்பின் உருவமுமான
என்னருமை அத்தையின் நினைவுக்கு

முன்னுரை

நதி வாழ்ந்த காலம்

'மாதொருபாகன்' நாவலின் முடிவில் 'காளி' என்னவானான் என்னும் வினா அதை வாசித்த பலருக்கும் எழுந்திருக்கிறது. அதற்குக் கொஞ்சம் விடை சொல்லிப் பார்க்கலாம் என்னும் ஆவலில் இரண்டு நாவல்களை எழுதினேன். காளியை இந்த உலகிலிருந்து வெளியேற்றிப் பார்த்து எழுதிய நாவல் 'ஆலவாயன்.' இதில் பொன்னாவின் உலகம் எவ்வாறு விரிவடைகிறது அல்லது குறுகுகிறது என்பதைக் கற்பனை செய்யலாம் என்று நினைத்தேன். அதில் எந்த அளவு வெற்றி பெற்றேன் எனச் சொல்ல முடியவில்லை. ஆனால் என்னை அறியாமல் அவளது மாமியார் சீராயி பேருருக் கொண்டு எழுந்தாள். அவள் பேசுவதையும் செயல்படுவதையும் சமாளிப்பதையும் பார்வையாளனாக நின்று ரசித்தேன். பெண்களின் உலகுக்குள் கொஞ்சம் கூடுதல் சுதந்திரத்தோடு உலவியிருக்கிறேன்.

இதை எழுதிய பொழுது என் கை சறுக்கிக் கொண்டு ஓடிய காலம். தட்டுத் தடங்கல்களை இயல்பில் கடந்து தம் பாதையில் ஜோராக நடை போட்டுக் கடலுக்குச் சென்று சேரும் நதி வாழ்ந்த காலம். இனி அப்படி ஒரு காலம் வாய்க்குமா? சிற்றணைகளும் பேரணைகளும் என என் பாதையில் இப்போது பலவும் குறுக்கிடுகின்றன. கொஞ்ச நேரம் அல்லது வெகுகாலம் தேங்கிக் கிடக்க நேரலாம். திறப்புக்கு இனி வேறொரு கையும் தேவைப்படலாம். ஆகவே 'ஆலவாயன்' எனக்குப் பொக்கிஷமாகிறான்.

'ஆலவாயன்' நாவலின் இரண்டாம் பதிப்பு இது. பாத்திரங்களுக்கும் களத்திற்கும் அடையாளங்களை உருவாக்குவது அவை நம்மோடு நெருங்கி உறவாட வேண்டும் என்பதற்காகத்தான். ஆனால் எல்லாவகை அடையாளங்களும் நீக்கம் பெறும் காலம் அல்லது தமது நலன்களுக்கான அடையாளங்களைக் கட்டியமைக்கும் காலம் இது. அடையாளம் குறித்து மிகுதியாகப் பேசப்படுவதே நீங்குதலின், இழப்பின் கையறுநிலையோ என எண்ணுகிறேன். ஆகவே முதல் பதிப்புப் பிரதியில் சிற்சில திருத்தங்கள் செய்து இதை முழுமையான புனைவாக மாற்றியிருக்கிறேன். இது நாவல், புனைவு, முழுக்கற்பனை என்பதைச் சமூகத்திற்குத் தெரிவித்துக் கொள்கிறேன். இதில் வரும் பாலியல் குறித்த சொற்கள், சம்பவங்கள், கதைகள் யாவும் கற்பனையே. அவை நாவலின் கதைக்குத் தேவையெனக் கருதிப் புனைந்திருக்கிறேன். மனத்தடையின்றி வாசிக்கவும். ஏதேனும் தடை நேருமாயின் வாசிப்பதைத் தவிர்க்கவும். அது உங்களுக்கும் நல்லது; எனக்கும் நல்லது; எல்லோருக்கும் நல்லது. நன்றி.

நாமக்கல்   பெருமாள்முருகன்
26–11–16

ஆலவாயன்

1

பூவரச மரத்தை அண்ணாந்து பார்த்தாள் பொன்னாயி. பொழுது கிளம்பி இலைகளில் பட்டுச் சிதறித் தெரிந்தது. இளவெயிலில் தன்னைத் துலக்கிக் காட்டியது மரம். காளி செத்துப்போனபின் கொட்டாயிக்கு உள்ளிருந்து வெளியே வந்ததும் கண் மரத்திற்குத்தான் போகிறது. வழக்கம் போலப் பார்வை அந்த வாதிற்குத் தாவியது. வெட்டுப்பட்ட கையின் சிறுமிச்சம் கெட்டிப்பட்டுத் தோளிலிருந்து மழுங்கலோடு நீட்டிக்கொண்டிருப்பது போலத் தெரிந்தது. ரம்பத்தால் அறுத்த தழும்பு வட்டம். பக்கவாட்டில் கை போலவே அது நீண்டு வளர்ந் திருந்தது. சிறுபையன்கள் மரத்தில் ஏறினால் அந்த வாதைப் பற்றிக் கை மாற்றி மாற்றித் தொங்கியபடி முன்னும் பின்னும் நகர்வதும் பின் கையை விட்டுக் குதிப்பதும் ஒரு விளையாட்டு.

ஈட்டியென உடலை நீட்டி எம்பி ஒரே தாவலில் வாதைப் பிடித்துத் தொங்குவான் காளி. அங்கிருந்து எட்டிக் குதிப்பான். 'பிள்ள இல்லாத ஊட்டுல கெழவி துள்ளிக் குதிக்கறாளாம்' என்று அவள் கேலி செய்வாள். மரத்திலேயே அவனுக்குப் பிடித்த வாது அதுதான். 'பெரிய பாம்பு நீண்டு கெடக்கறாப்பல இருக்குது பாரு' என்பான். 'நெளிஞ்சுக்கிட்டுக் கடிக்க வந்தரப் போவுது' என்பாள். 'எத்தன கஷ்டங் குடுத்தாலும் மரம் தாங்கிக்கும். மனசனாலதான் சின்னக் கஷ்டத்தக்கூடத் தாங்கிக்க முடியறதில்ல பிள்ள' என்று மரத்தின் பக்கம்தான் பேசுவான். சொன்ன மாதிரி மரம் எல்லாவற்றையும் தாங்கி யிருக்கிறது. அவனால்தான் தாங்கிக்கொள்ள இயலவில்லை. என்னவோ மரத்தையும் அவனையும் பிரித்துப் பார்க்க அவளால் முடியவில்லை. அதனால்தான் மரத்தை வெட்டக் கூடாது என்று சொல்லிவிட்டாள்.

யார் யாரோ வந்து சொல்லிப் பார்த்தார்கள். மாமியார்கூட 'ஆளே போயிட்டான். மரமிருந்து என்னத்துக்குடி ஆவுது பிரசனத் தின்னவளே' என்று பேசினாள். 'மரத்துல நாணுக்கிட்டுச் செத்திட்டா அந்த மரத்த உட்டு வெச்சிருக்கக்கூடாது. அது இன்னம் இன்னமுன்னு காவு கேட்டுக்கிட்டே இருக்குமாயா' என்று அப்பன் வந்து ஆதரவாய்த் தலையை நீவிக்கொண்டு சொன்னார். 'மரத்துல வந்து உக்கோந்துக்கிட்டு ஆவி இங்கயே சுத்தும். சீக்கரத்துல மேலோகம் போவாது' என்றும் சொன்னார்கள். எதற்கும் அவள் மசியவில்லை. மரத்தில் ஏறியிருக்கும் சம்பவங்களில் அவன் நினைவுகள் நிறைந்திருப்பதை அவளையன்றி ஒருவரும் அறியவில்லை. அதனடியே கிடக்கும் கட்டில் எல்லாருக்கும் வெறும் கயிற்றுக்குவியல். அவளுக்கோ அவனோடு இணைந்திருந்த கணங்களின் சந்தோசப் பின்னல். வாதை வெட்டக்கூட அவள் சம்மதிக்கவில்லை. ஆனால் அதற்கேனும் ஒத்துக்கொண்டாக வேண்டி வந்தது. இல்லாவிட்டால் மரத்தைக் காப்பாற்ற முடியாது.

ஒட்டி வளர்ந்து உயரே சென்ற வாதும் இதுவும் இணை என்பதால் ஒட்ட அறுக்க வாகில்லை. கொஞ்சம் விட்டு அறுத்தார்கள். வெட்டிய வாதில் ஒரு கொம்பைத் துண்டித்துக் கொண்டுபோய் காட்டு மூலை ஒன்றில் நட்டாள். மாலை மசங்கிய நேரத்தில் பின்னாலேயே அம்மா கத்திக்கொண்டு ஓடிவரச் சுடுகாட்டுக்குப் போய் அவனை எரித்த சாம்பலை மடி நிறைய அள்ளிவந்தாள். அதில் ஒருகை கொம்பை நட்ட குழியில் போட்டு மூடினாள். மிச்சமிருந்த சாம்பலை எல்லாம் காடு முழுக்கத் தூவினாள். அதற்குள் தேடிக்கொண்டு காட்டுப்பக்கம் வந்த மாமியார் 'செத்தவன் நெனப்புல மரத்த நட்டுவெச்சா எந்திரிச்சா வந்தரப் போறான். இவுளுக்குக் கிறுக்குப் புடிச்சிருக்குது. ஒருபூவரசு இருந்து நம்மள படுத்தற பாடு போதும். காடெல்லாம் பூவரசா ஆவோணுமா' என்று பேசினாள். கொம்பைப் பிடுங்கி எங்கோ எறிந்துவிட்டாள் சீராயி.

மரத்த நட்டு வெச்சா மரத்த நட்டு வெச்சா
மாண்டவன் எந்திரிச்சு மளமளன்னு வருவானா
சீராயி மவன்நான்னு சிறப்பத் தருவானா
கொம்ப நட்டு வெச்சா கொம்ப நட்டு வெச்சா
செத்தவன் எந்திரிச்சு சரசரன்னு வருவானா
பொன்னாயி புருசன்னு பூரிப்பத் தருவானா

என்று பாடினாள். அவள் நினைத்தபோதெல்லாம் ஒப்பாரி வைக்கிறாள். நடுராத்திரியில் அவள் குரல் மேலெழுந்து அழுகையோடு ஊரெல்லாம் போய்ச் சேர்கிறது. யாராவது

மறுநாள் வந்து 'பாடித்தான் கரைக்கோணும். அத்தாப் பெரிய உருவத்த மனசுலருந்து லேசாத் தூக்கிப் போட்ற முடியுமா?' என்று பேசி ஆறுதல் சொல்லிப் போகிறார்கள். சில சமயம் எரிச்சலாக இருந்தபோதும் பொன்னா எதுவும் சொல்வதில்லை. தனக்குப் புருசனை இழந்த துயரம். அவளுக்கோ புருசனும் போய்ப் போர்த்தி வளர்த்த மகனும் போய் இரண்டு துயரம்.

அன்றைக்குப் பொன்னாவுக்குத் தகவல் தெரிந்து ஓடி வருவதற்குள் மரத்திலிருந்து கயிற்றை வெட்டிச் சவத்தைக் கீழே இறக்கிக் கட்டிலில் போட்டு வெள்ளை வேட்டியால் முழுக்க மூடியிருந்தார்கள். அவளைப் பலரும் தடுக்கத் தடுக்கத் திமிறிக்கொண்டு ஓடிப் போய் மூடியிருந்த வேட்டியை இழுத்து முகத்தைப் பார்த்தாள். அது காளியல்ல. வேறு யாரோ, என்னவோ. கண்கள் பிதுங்கிக் கோரமாக அவளை நோக்கின. பற்கள் கிட்டித்து நாக்கு வெளியே நீண்டிருந்தது. கடிபட்ட நாக்கின் உறைந்த ரத்தச் சுவடுகள். உதடுகள் பிளந்து வீங்கிக் கிடந்தன. சதைகள் வெவ்வேறு இடங்களுக்குப் பெயர்ந்து கோணலாகிப் போன முகம். குடுமி அவிழ்ந்திருந்தது. இத்தனை கோரத்தை அவள் கண்டதேயில்லை. அதுவும் அவள் ஆசையோடு சுவைத்த முகம். 'அய்யோ' என்று கத்தியவள் அப்படியே மயங்கிப்போனாள்.

பண்டிதகாரிச்சி வந்து மூர்ச்சை தெளிவித்து எழுந்தபோது சவத்தை எடுக்கும் நிலை. காட்டிலேயே குழி வெட்டி வைக்கும்படி கத்தினாள். அவள் அண்ணன் முத்து வந்து 'அதெல்லாம் வேண்டாம் பிள்ள. காட்டுப்பக்கம் போவயில எல்லாம் அவன் நெனப்பாவே இருக்கும்' என்றான். அவன் கழுத்தில் போட்டிருந்த துண்டை இருபுறமும் குஞ்சி இழுத்துக்கொண்டு 'எஞ்சாமியத் தொலச்சுப்புட்டயே ... நீ நல்லா இருப்பியா ... நீ நல்லா இருப்பியா' என்று அவனை முகத்திலும் நெஞ்சிலும் ஆவேசத்தோடு குத்தினாள். யார்யாரோ வந்து அவளைப் பிய்த்து எடுத்து முத்துவை விடுவித்தார்கள். 'எஞ்சாமியத் தொலச்சுப்புட்டயே' என்னும் குரல் பெருகி அவன் நெஞ்சில் அடித்துக்கொண்டே இருந்தது. அவன் பொங்கிப் பொங்கி அழுதுகொண்டு மரம் போல அப்படியே நின்றான்.

அவள் பேச்சுக்கு யாரும் மதிப்புக் கொடுக்கவில்லை. சுடுகாட்டுக்குக் கொண்டுபோய் எரித்து முடித்துவிட்டார்கள். 'எல்லாம் வாந்து முடிச்சு அக்கடான்னு போன கட்டயா குளுக்குளுன்னு மண்ணுல எறக்கறதுக்கு? வாழ வாழ வம்பாடாப் போய்ட்டான். துள்ளத் துடிக்கச் செத்தவன எரிச்சாத்தான் நல்லது' என்று பிறகு அவளுக்குப் பலபேரும் ஆறுதல் சொன்னார்கள். ஆனாலும் அவளால் சும்மா இருக்க முடியவில்லை. பூவரசங்

கொம்பை நட்டு அதைச் சீராயி பிடுங்கிவிட்டாலும் அங்கே போட்ட அவன் சாம்பலின் மேல் ஒழுங்குக்கல் ஒன்றைத் தேடி எடுத்து நட்டு வைத்தாள். சுடுகாட்டில் கொண்டுபோய் எரித்துவிட்டால் அவனை நினைவையும் எரித்துவிட முடியுமா. பூவரசங் கொம்பைப் பிடுங்கிப் போட்டுவிட்டால் வேறு ஒன்றுமே இல்லையா? காடெங்கும் கிடக்கும் கற்களில் அவன் முகம் தெரிவதை யாரால் மாற்ற முடியும்?

காட்டுப்பக்கம் போகும்போதெல்லாம் கல்லைப் பார்ப்பாள். 'என்னய இப்பிடித் தவிக்க உட்டுட்டுப் போயிட்டியே, இது உனக்கே நல்லாருக்குதா' என்று கேட்பாள். 'அட ஒரு வார்த்த இப்பிடின்னு சொல்லியிருந்தா நாம் போயிச் சேந்திருப்பனே. நீ ஏஞ்சாமி சாவோணும்? நீ என்ன பண்ணுன? உனக்குப் புடிச்சாப்பல ஒரு கொழந்தயப் பெத்துத் தரலாமின்னு நாந்தான கெட்டழிஞ்சு போயிட்டன். எல்லாத்தயும் உங்கிட்ட வாயுட்டுக் கேப்பனே, இதக் கேக்காத போயிட்டனே. கேப்பாரு பேச்சக் கேட்டு உன் நெனப்பும் அதுதான்னு நெனச்சிட்டனே. அட சாமி, இப்பிடிப் போனயே இன்னமே நீ எனக்கு வேண்டாமின்னு தள்ளி வெச்சிருக்கலாமே. இன்னொருத்தியக் கட்டிக்கறன்னு சொல்லிச் சொல்லி என்னய அழுவ உடுவியே, அப்படியே நெசமாவே இன்னொருத்தியக் கட்டிக் கூட்டியாந்து பொழச்சிருக்கலாமே. எதுக்கும் வழியில்லாத இப்பிடிச் சாவலாமா? என்னயும் கூட்டிக்கிட்டுப் போயிரு. நீ தொங்குன வாத வெட்டிட்டாலும் பூவரச மரத்துல இன்னம் வாதா இல்ல? உங்காலப் புடிச்சிக்கிட்டு நீ போன எடத்துக்கு நானும் வந்தர்றன்' என்று அந்தக் கல்லைப் பார்த்துப் பேசுவாள்.

அப்போதெல்லாம் அவளுக்குப் பின்னாலேயே ஆட்கள் திரிந்துகொண்டிருந்தனர். இப்படி என்னவாவது யோசிப்பாள் என்று சீராயும் வீட்டாரும் அவளை ஒரு நிமிசம் நீங்குவ தில்லை. வெளிக்காட்டுக்குப் போனால்கூடப் பின்னாலேயே வந்து நின்றுகொள்வார்கள். ராத்திரி படுக்கும்போது கூடவே படுப்பார்கள். 'ரோசம் இருக்க வேண்டீதுதான். உசுர மாச்சுக்கற அளவுக்கு அப்பிடி என்ன ரோசம்? ஊருல ஒலகத்துல தெனம் ஒருத்தனத் தேடிப் போறவெல்லாம் இருக்கறா. அவ புரசனெல்லாம் என்னாட்டாம் ஆருன்னு நிமித்திக்கிட்டுத் திரியறான். இவனாட்டம் எங்கயும் கண்டதில்லயாயா' என்று அவள் அம்மா வல்லாயி பேசினாள். அவளைச் சமாதானப்படுத்த இந்தப் பேச்சு. எல்லாரும் சேர்ந்து திட்டமிட்டுக் காளியைக் கொன்றுவிட்டு இப்போது அவன் மேலேயே திருப்புகிறார்கள்.

சாங்கியம் எல்லாம் முடிந்து அவளைப் பிறந்த வீட்டுக்கே கூட்டிப் போய்விடுவதாக அப்பன் கேட்டார். சீராயி ஒன்றும்

சொல்லாமல் அழுதாள். எல்லாரும் மௌனமாக இருந்தார்கள். ஒருவழியாகத் தேறி 'நாந்தான் ஒண்டியாக் கெடந்து சாவோணும். எந்தலயெழுத்து அப்பிடி. அவ அங்க வந்தான்னா அண்ணங் கொழந்த மூஞ்சியப் பாத்தாச்சும் தேக்கம் தேறுவா. மவராசராக் கூட்டிக்கிட்டுப் போங்கப்பா' என்று வாக்குச் சொன்னாள். காளியின் பங்காளி முறையாகும் சிலரும் அவளைக் கூட்டிப் போக ஆதரவு தெரிவித்தனர். 'பிள்ளயா குட்டியா? இன்னமே அவளுக்குப் பொறந்த ஊடுதான். அதுதான வழமொற' என்றார்கள். 'அவ சீவனத்துக்கு என்ன பண்றது? இந்தக் காட்டுல எதோ முடிஞ்சதப் பாடுபட்டுக்கிட்டு இங்கயே கெழவிக்குத் தொணையா இருக்கட்டும். கெழவியப் பாக்கவும் ஒராளு வேணுமில்ல' என்றும் சிலர் சொன்னார்கள்.

அவன் பங்காளி முறைக்காரர்கள் அதற்குள் பலவிதமாகப் பேச்சைக் கிளப்பிவிட்டிருந்தனர். அவளுக்கு ஊரில் பனங்காட்டுக் செவத்தானோடு ரொம்ப நாளாகத் தொடர்பு இருந்ததாகவும் இப்போது அதைக் காளி கண்ணால் பார்த்துவிட்டான் எனவும் அந்தக் கேவலம் தாங்க முடியாமல்தான் இந்த முடிவுக்கு வந்திருக்கிறான் என்றும் பேச்சு கிளம்பியிருந்தது. தட்டிக் கேட்ட காளியை அடித்துக் கொண்டுவந்து மரத்தில் தூக்கிக் கட்டியவன் முத்துதான் என்றும் சொன்னார்கள். குழந்தையில்லாத சொத்தை முத்து கைக்கொள்ளத் திட்டம் போட்டுவிட்டான் என்றார்கள். கேட்டவர்களிடம் எல்லாம் எதுவும் பேசாமல் கமுக்கச் சிரிப்புச் சிரித்தானாம் செவத்தான். அப்போது எங்கே இருப்பது என்னும் பிரச்சினையே அவளுக்குத் தோன்றவில்லை. எங்கும் இருக்கக் கூடாது என்றே நினைத்தாள். அவனோடு போய்ச் சேர்ந்துவிடுவதே சரி. அவனில்லாத உலகத்தில் இனி என்ன வேலை? எல்லாம் அவன்தான் என்று இருந்தாளே, ஒரு கணம் நினைத்துப் பார்க்காமல் போய்விட்டானே.

உட்கார்ந்த இடத்தில் அப்படியே கண்ணீர் வடிய இருந்தாள். அவளை எழுப்பி இரண்டு வாய் சாப்பிட வைப்பதற்குள் வல்லாயிக்குப் போதும் போதும் என்றாகிவிடும். அம்மாவும் இடைவிடாமல் ஏதாவது பேசிக்கொண்டேயிருந்தாள். அவளுக்குள் அம்மாவின் வார்த்தைகள் இறங்கவே இல்லை. அவள் இனி எங்கே இருப்பது என்று கவலைப்பட்டு எல்லாரும் பேசிக்கொண்டிருந்தபோது கோடு பார்க்கப் போனார்கள். பெரிய காரியம் நடந்து எல்லாம் முடிந்தபின் கரட்டுக்குப் போய் சாமி கும்பிட்டு வந்த பிறகே அவரவர் வேலையைப் பார்க்கலாம். ஒருவேளை அடப்பு இருந்தால் அது முடியும்வரை கரட்டுக்குப் போகவும் கூடாது. நல்ல காரியம் அது இது என்று நாலுபக்கம் போகவும் கூடாது.

புளியங்கொட்டை குலுக்கிக் கோடு பார்த்த பூங்காட்டுப் பெரிய மீசைப் பாட்டார் 'மூனு மாசத்துக்கு அடப்பு. நாலுதரம் பாத்துட்டன். திக்கஜமாட்டம் இருந்த ஆளு ஆவி அத்தன சீக்கிரம் அடங்குமா? செத்த நாள்லருந்து மூனு மாசம் எண்ணிக்கங்க. அதுக்கப்பறம் கரட்டுக்குப் போயிக் கும்புட்டுட்டு நம்ம ஊர்க் கோயிலுக்கு ஒரு அவுசியம் பண்ணிட்டு அப்பறம் எதுனாலும் செய்யுங்கப்பா' என்று சொல்லிவிட்டார். ஊரில் மீசைப் பாட்டாரின் கோட்டை மீறுவதில்லை. எதற்கும் இருக்கட்டும் என்று பொன்னாவின் அப்பன் தலையூர்ச் சாமியாடியிடம் போய்ப் பார்த்தார். சாமியாடி எருக்கம்பூவில் குறி பார்ப்பவர். பூவைக் கையில் அள்ளித் தரையில் வீசுவார். நிற்கும் பூக்கள், வீழும் பூக்கள் ஆகியவற்றைக் கொண்டு குறி சொல்வார். அவரும் மூன்று மாச அடப்பு என்றுதான் சொன்னார். அத்தோடு 'பாதியில போன உசிரு. ஆய் ஆய்னு வரும் பாத்துக்கங்க. இன்னொரு உசுரக் கொண்டுக்கிட்டுப் போனாத்தான் அடங்கும். பக்குவமாப் பிள்ளயப் பாத்துக்கங்க' என்றும் சொல்லிவிட்டார்.

அடப்பு நீங்கும்வரை பொன்னா அங்கேதான் இருந்தாக வேண்டும். வளவுக்குள் போய் வீட்டில் இருக்கலாம் என்றால் பொன்னா ஒத்துக்கொள்ளவில்லை. தொண்டுப்பட்டியிலேயே இருக்கப் பிரியப்பட்டாள். அதுவும் நல்லதாகப் போயிற்று. ஆடு மாடுகளைப் பார்த்துக்கொள்ளவும் முடிந்தது. மூன்று மாதம் வரைக்கும் அம்மாவும் அவளுடன் இருந்தாள். முதலில் ஊருக்குள் இருக்கும் வீட்டுக்குப் போய்ச் சோறாக்கிக் கொண்டுவந்த வல்லாயி அப்புறம் ஒவ்வொரு சாமானாகத் தொண்டுப்பட்டிக்கே எடுத்துவந்து இங்கேயே ஆக்கினாள். சீராயிக்கு வேலை செய்யாமல் இருக்க முடியாது. எதையாவது செய்துகொண்டே இருப்பாள். பொன்னா ஒன்றையும் செய்யவில்லை. அவளுக்குத் தன்னிலை தெரியவில்லை. மாமியாரும் அம்மாவும் கண்கொத்திப் பாம்பு போல அவளைக் கவனித்துக்கொண்டே இருந்தார்கள்.

தொண்டுப்பட்டிக்குள் ஏதாவது ஓரிடத்தில் உட்கார்ந்து கிடப்பாள். அதற்குள் இருப்பதைக் காளியின் மடியிலும் மார்பிலும் கிடப்பதைப் போல உணர்ந்தாள். அவ்வப்போது பூவரச மர வாதுக்குப் பார்வை போகும். வெட்டுப்பட்ட கிளை சட்டெனு வளர்ந்து பழைய மாதிரி நிற்கும். அதில் வடக்கயிறு தொங்கிச் சுருக்கு தெரியும். அடுத்த கணம் காளியின் சவம் நீளும். கட்டிலில் கடைசியாகக் கிடத்தியிருந்த கோரத்தை எடுத்து நிறுத்திய வடிவம். அவிழ்ந்த குடுமி நீண்டு அது மட்டும் சில சமயம் காற்றில் பறக்கும். கொஞ்சநேரத்துக்கு மேல் அதைப் பார்க்க முடியாது. பயமும் ஆக்ரோசமும்

சேர அழுகை வந்துவிடும். அவன் செத்ததைவிட இப்படிக் கோரக்காட்சி கொடுத்துப் போனதுதான் பெரிய தண்டனை என்று தோன்றும். தினமும் பார்த்துப் பார்த்துப் பழகி அப்புறம் அந்தக் கோரத்துடன் இயலபாகப் பேசத் தொடங்கிவிட்டாள். மரத்தின் பக்கம் பார்வையைத் திருப்பக் கூடாது என்று முடிவு செய்துகொண்டு மொடாவில் இருந்த நீரை அள்ளி முகத்தில் அடித்துக்கொண்டாள். சாம்பலைத் தொட்டுப் பல் துலக்கினாள். வாய் ஓங்கரித்துக்கொண்டு வந்தது.

இந்த ஓங்கரிப்புத்தான் பொன்னாவைப் பிடித்து வைத்திருக்கிறது.

O

2

வெள்ளைப் புடவையில் பொன்னாவைப் பார்க்க முடியவில்லை. அவளுக்குத் தெரியாமல் மூக்கைச் சிந்திக்கொண்டிருந்தாள் அம்மா. சீராயிக்குத் தன் வாழ்க்கையைப் போலவே மருமகள் வாழ்க்கையும் ஆகிவிட்டதே என்று தீரா வருத்தம். தனக்காவது ஒத்தைக்கு ஒருமகன் இருந்து இதுநாள் வரைக்கும் வாழ ஒரு பிடிப்பைக் கொடுத்திருந்தான். அவளுக்கு அதுவும் இல்லை. பொன்னா ஏதாவது ஒரு கட்டிலில் கந்தைத் துணி மூட்டை போலப் படுத்துக் கிடப்பாள். இல்லாவிட்டால் மரத்தைப் பார்த்தபடி கல்லில் சாய்ந்து உட்கார்ந்திருப்பாள். அவள் அம்மா நேரா நேரத்துக்கு வட்டலில் சோற்றைப் போட்டுக் கொண்டு வந்து நீட்டிக் கட்டாயப்படுத்திச் சாப்பிட வைப்பாள். குழந்தைக்காவது அடித்துப் பிடித்துத் திணித்துவிடலாம். இவளை என்ன செய்வது?

அவர்கள் இருவரும் இல்லாவிட்டால் மாடு கன்றுகளையும் ஆடுகளையும் காப்பாற்றி வைத்திருக்க முடியாது. எல்லாவற்றையும் விற்றுவிடலாம் என்றுதான் எண்ணமிட்டார்கள். அடைப்பு முடிந்து கரட்டுக்குப் போய் வந்துதான் பார்க்க வேண்டும் என்று முத்துவும் அப்பனும் காத்திருந்தார்கள். அப்பன் இரண்டு நாளுக்கு ஒருமுறை இரவு தங்கிவிட்டுச் செல்வார். கொஞ்சம் கள்ளை இறக்கிக்கொண்டிருப்பார். பொன்னாவைப் பார்த்துக் கொஞ்சநேரம் அழுவார். அப்புறம் அப்படியே தூங்கிப்போவார். ஒவ்வொரு முறை 'பொன்னு உன்னய இந்தக் கோலத்துல பாக்கவா தோள்ல தூக்கி வளத்தன். ரதியும் மம்முதனுமாட்டம் ரண்டு பேரும் எப்பிடி இருந்தீங்க. கொழந்த இல்லாட்டியும் எனக்கு நிய்யி உனக்கு நானுன்னு இருந்திருப்பீங்க. அதுக்குள்ள நாங்கெல்லாஞ் சேந்து அதயும் கெடுத்துப்புட்டமாயா. எப்பிடியோ

புரசனும் பொண்டாட்டியும் இப்பிடி இருக்கறாங்களேன்னு ஊருக் கண்ணே பட்டுப் போச்சு. என்னோட ராசாத்தி இருந்த காலமெல்லாம் சந்தோசமா இருந்தீங்க. அத நெனச்சுக்கிட்டே காலத்தக் கடத்தீராயா. உனக்கு ஒரு கொறையும் இல்லாத நாம் பாத்துக்கிறன்' என்று ஏதேதோ பேசுவார்.

'நொந்து கெடக்கற பிள்ளகிட்ட என்ன பேசறதுன்னு தெரியாதா மனசனுக்கு. பேசாத தூங்கு' என்று வல்லாயி அதட்டுவாள். முத்து வாரம் ஒருமுறை வருவான். அவன் நெஞ்சில் குத்தி அழுத பிறகு இதுவரைக்கும் ஒரு வார்த்தை பேசவில்லை. 'எஞ்சாமியத் தொலச்சுப்புட்டயே' என்னும் பொன்னாவின் குரல் அவன் காதுகளில் அப்படியே தங்கிவிட்டது. அது எந்த நேரத்தில் அவனை எழுப்பும் என்று தெரியாது. காளியின் சாவு தன்னால்தான் என்று குமைந்து கிடந்தான். முடிந்தவரை அவனுக்குத் தெரியாமல் இதைச் செய்துவிட நினைத்தான். அன்றைக்கு விடிகாலையில் எழுந்திருந்தால் காளியைச் சாக விட்டிருக்க மாட்டான். எதையாவது சொல்லி நிறுத்தியிருப்பான். போதை மீறிப் படுத்துத் தூங்கிவிட்டோமே. இன்னும் கொஞ்சம் எச்சரிக்கையாக இருந்திருந்தால் அவனைக் காப்பாற்றி இருக்கலாமே என்று நினைத்துத் தான் செய்த தப்பால் எல்லாம் கெட்டு இப்படி உயிரும் போய்விட்டதே என்று அவன் குமையாத நேரமில்லை. குழந்தை இல்லாமல் இருவரும் படுகிற துன்பத்தைப் பார்க்கச் சகிக்காமல்தான் இந்த ஏற்பாட்டுக்கு அவன் உடன்பட்டான். பொன்னா தங்கச்சி. அவள் மேல் பாசம். ஆனால் காளிதான் அவனுக்கு நெருக்கம். இருவரும் காடுமேடெல்லாம் திரிந்தவர்கள். எல்லாவற்றையும் விட்டுவிட்டுத் தொண்டுப்பட்டியே கதி என்று அவன் ஆனதைத் தாங்கிக்கொள்ள முடியவில்லை. முத்து வந்தால் அம்மாவிடம் மட்டும் இரண்டு வார்த்தை பேசிவிட்டுப் பூவரசடியில் கட்டிலைப் போட்டுப் படுத்துக்கொள்வான். தூங்குவானோ மாட்டானோ தெரியவில்லை. விடிகாலையில் சீக்கிரமாகவே எழுந்து யாருக்கும் சொல்லாமலே போய்விடுவான். அவன் முகத்தைப் பொன்னாவுக்குக் காட்டுவதே இல்லை.

முதல் மாதத்தில் சொந்தங்களில் ஒவ்வொருவர் வந்து இரவில் தங்கியிருந்து பேசிப் போனார்கள். இழவு நடந்த வீட்டில் எல்லாரும் இயல்பாகும்வரை இப்படி வந்திருந்து பேசிப் போவது வழக்கம். எல்லாக் கஷ்டங்களையும் பேச்சில் கரைத்துக்கொள்வார்கள். சீராயிக்கு அத்தை முறையாகும் கிழவி ஒருத்தி சின்னூரிலிருந்து வந்து மூன்று நாட்கள் தங்கியிருந்தார். எண்பதைக் கடந்த வயது. லேசாகக் கூன் விழுந்த மாதிரி நடந்ததைத் தவிர ஒரு சுணக்கம் இல்லை. அவருக்குக் கோழித்

தூக்கம்தான். கண்ணை மூடினால் ஒருகணம் வாயைத் திறந்து குறட்டை வரும். அடுத்த கணம் விழித்துக்கொள்வார். இரவும் பகலும் ஓயாத பேச்சுத்தான். சீராயிக்கு அந்தக் கிழவி வந்திருந்தது தன் சிறுவயதுக் கதைகளைப் பேசவும் வாய்த்தது. காளி நாணுக்கிட்டமைக்குக் குழந்தை இல்லாத காரணத்தைத்தான் எல்லாருக்கும் சொல்லியிருந்தார்கள்.

சீராயி கேட்போரிடம் இப்படிச் சொல்வாள்: 'கொழந்த யில்லயின்னு செய்யாத வேண்டுதல இல்ல, பாக்காத பண்டுதமில்ல. எந்தச் சாமியும் கண்ணுத் தொறந்து பாக்கல. அதே வெசனந்தான் அவனுக்கு. இன்னம் ஒருவருசம் ரண்டு வருசம் பாத்துட்டு இன்னொரு கலியாணம் செஞ்சு வெக்கலாமின்னுதான் நெனச்சிருந்தம். அதுக்குள்ள அன்னைக்கு மாமியோட்டுக்குப் போனான். பெருநோம்பி, சாவக்கோழி அடிக்கறம், சாப்புட்டு வரலாமின்னு வந்து நோம்பிக்குக் கூப்புட்டுப் போயிருந்தாங்க. எங்க போனாலும் சனம் கொழந்த இல்லியா இல்லியான்னு கேக்குதுன்னு நல்லது பொல்லாததுன்னு ஒன்னுக்கும் எங்கயும் போவ மாட்டான். அவளும் அப்படித்தான். நாந்தான் நாளைக்குச் செத்துப் போனா எடுத்துப் போடவாச்சும் நாலு பேரு வேணுமின்னு நல்லதுக்குப் போவாட்டியும் எழவு காங்கப் போயிட்டு வருவன்.

'அன்னைக்கும் வேற எங்கயும் போவுல, மாமியோட்டுக்குத் தான போனான். அதும் நோம்பிக்குக்கூட ரண்டு வருசமா அங்கயும் போறத நிறுத்தீட்டானே. மச்சனன் இவனுக்குச் சின்ன வயசுலருந்து நெருங்குன சேக்காளி. அவன் வந்து எங்கூட்டுக்குக்கூட வர்லீன்னா எப்பிடி மாப்ளன்னு கெஞ்சாத கொறையாக் கூப்படமுடி, செரி, இந்த வருசம் வாரமுன்னு போனான். போனவன் அப்பிடியே நேரா ஊட்டுக்குப் போயிருந்தா ஆவாதா. நடுவுல சின்ன வயசு சினேகக்காரங்களப் பாத்திருக்கறான். எல்லாரும் கரட்டூருக்காரப் பசவ. அவுங்களோட சேந்துக்கிட்டு எங்கயோ சாராயம் இருக்குதுன்னு குடிக்கப் போயிருக்கறான். அவனுக்குத்தான் சேக்காளிங்க ஏகப்பட்ட பேராச்சே. என்னமோ பேசிக்கிட்டு இருந்தப்ப வாய்வார்த்த தடிச்சிப் போச்சு. எவனோ ஒருநாயி பிள்ளப் பெக்கச் சமுத் தில்லாதவன் எல்லாம் வாயத் தொறந்து பேசப்படாதுன்னு சொன்னானாமா. பேச்சுப் பராக்குல நாலுநாயி நாலயும் சொல்லும். இப்பக்கூடத்தான் மல்ற எடத்துலயும் பேழ்ற எடத்துலயும் வெட்டிப் பேச்சுப் பேசற நாய்வ என்னென்னமோ பேசுதாமா. நாய் வாயக் கட்ட முடியுமா? அது சரக்குன்னு சத்தம் கேட்டா வள்ளுனு ஒலைக்கத்தான் செய்யும். அதுக்கெல்லாம் ரோசம் பாத்தா ஆவுமா?

‘போத வேகத்துல மாமியோட்டுக்குப் போறதக் கூட மறந்துட்டு நேரா இங்க வந்தவன் பூவரச மரத்தடியில தலய நட்டுக்கிட்டு உக்காந்துக்கிட்டான். ரண்டு பேரும் இல்லியே, மாடு கன்னுவளுக்குத் தீனி போட்டுட்டுச் சாணி ரண்டு கூடையானா அள்ளிப் போட்டுட்டுப் போலாமின்னு அந்நேரத்திக்கி நா வந்தன். உக்காந்திருந்தவனப் பாத்து ஏண்டா சாமின்னு கேட்டன். இனுக்குப்புனுக்குன்னு பேசலியே. வாயப் புடுங்க என்னென்னமோ கேட்டதுக்கப்பறம் இதச் சொன்னான். அட சாமீ, நம்பளத்தான் எல்லாச் சனமும் பேசுதே. இந்தச் சனத்துக்குப் பேசறதுக்கு நாமதேன் ஆளா இருக்கறமே. இது என்ன புதுசா. உட்டுத் தள்ளு. சமுத்திருக்கறவனுக்குப் பிள்ள இல்ல, சமுத்தில்லாதவனுக்கு நசநசன்னு பொறக்குது. ஆண்டவன் பொறப்புல எத நாம கண்டம் அப்பிடின்னு நல்ல விதமாச் சொன்னன். அப்பிடியே கேட்டுக்கிட்டான். செரி நீ போயிப் படுத்துக்கடா கன்னு, மாட்டயெல்லாம் நாம் பாத்துக்கறமின்னு சொன்னன். செரின்னானே. நானும் நம்பிக்கையா இருந்துட்டன். இன்னங் கொஞ்சநேரம் பேசிக்கிட்டு இருந்திருந்தா அவன் போக்குத் தெரிஞ்சிருக்கும். அதுக்குள்ள எனக்கு வேல நெனப்பு வந்துருச்சி. வேலய நெனச்சுக்கிட்டு எம்பையன அநியாயமாத் தொலச்சுப்புட்டனே.

‘அந்தப்பக்கம் சாணி அள்ளிக்கிட்டு இருக்கறன். இந்தப் பக்கம் கவுத்தப் போட்டிருக்கறான். மசமசன்னு இருட்டுல எனக்கு ஒன்னுந் தெரீல. இந்தப் பூவரசங் கொம்புலதான் நாணுக்கிட்டான். கண்ண மூடித் தொறக்கற நேரந்தான். என்னமோ சரக்குன்னாப்பல சத்தம் கேட்டுதுன்னு வந்து பாக்கறன். ஆளக் காணாம். கொட்டாயிக்குள்ள போயிக் காளீப்பா காளீப்பான்னு கூப்புட்டுப் பாத்தன். அப்பிடித்தான் கூப்புடுவன். எங்க கொலசாமி பேரத்தான அவனுக்கு வெச்சம். அதனால கன்னு பொன்னு சாமீன்னுதான் கூப்பிடுவன். காளீப்பான்னா சாமி பேர நாலுதரம் சொன்னாப்பல ஆவுமேன்னு சொல்லுவன். கூப்பட்ட கொரலுக்கு மறுபேச்சு வல்லயே. என்னமோ ஏதோன்னு நெனப்பு ஓடுச்சு. அப்பவும் இப்பிடிப் பண்ணிக்குவான்னு நெனைக்கல. ஆளு அவுங்கப்பனாட்டம் மொரட்டாளு. தெகிரியம் எச்சு. செரி, மறுக்காவும் குடிக்கப் போயிட்டானாட்டம் இருக்குதுன்னு நெனச்சன்.

‘இந்தக் குடிக்கற சனியந்தான் அவனுக்குக் குருவலம். கள்ளுத்தான் குடிப்பான். சாராயமோ மரமேறி மல்லோம்பான். எப்பவாச்சுந்தான் அந்தக் கருமாந்தரத்த வாயில வெப்பான். இப்பக் கள்ளுத் தருணமாச்சே, அதான் மறுக்காவும் கௌம்பீட்டான், அப்பிடியே மாமியோட்டுக்குப் போயிக் கறி

தின்னூட்டு வருவானோ என்னமோன்னு வெளிய வந்தன். கொட்டாயி இடிக்குமுன்னு கொஞ்சம் அண்ணாந்தம் பாத்துக்க, பூவரச மரத்துல காலுத் தொங்குது. அட அப்பா குடியக் கெடுத்துப்புட்டியேன்னு ஓடியாரன். எனக்கு எட்டுல. வெளிய வந்து சத்தம் போட்டு நாலுபேரக் கூட்டியாரதுக்குள்ள ஆவி அடங்கிப் போச்சு. நம்ப சனம் காட்டுக்குள்ள திக்காலுக்கொன்னா இருக்குது. பக்கத்துல இருந்து வெரசா சனம் வந்திருந்தா ஆளக் காப்பாத்தி இருக்கலாமோ என்னமோ. அவனுக்கு அவ்வளவுதான் காலமுன்னு தலயில எழுதியிருக்குது. அந்த ஆவி அடங்கறதுக்குள்ள என்னென்ன நெனச்சுதோ எப்பிடியெல்லாம் துடிச்சுதோ. இப்படிப் பாதியில போய்ச் சேரறதுக்கா மாருலயும் தோள்லயும் போட்டுப் போட்டு வளத்தன்? காத்துக்கும் மழைக்கும் காட்டாத, வெயிலுக்கும் வேசைக்கும் போவாத மடியில கட்டி வளத்தனே எஞ்சாமிய ... இப்பிடி உட்டுட்டுப் போயிட்டானே.'

யார் கேட்டாலும் இதை அப்படியே சொல் பிசகாமல் சொன்னாள் சீராயி. சொல்லிச் சொல்லி மனப்பாடம் ஆகிவிட்டது. சின்னூருக் கிழவிதான் வாய் விட்டுக் கேட்டாள். 'அட பிள்ள மாரா ... நீ இப்பிடிச் சொல்ற. ஊரு அப்படியா பேசுது? பொண்டாட்டிக்காரி ராங்கி. அவதான் என்னமோ சொல்லீட்டாங்குது. அவளுக்குத் தொடுப்பு இருக்குது அப்டீங்குது. அவதான் சாவடிச்சுப்புட்டான்னு சொல்லாத சனமில்ல போ. எங்காது படவே சனம் பேசுது. ரண்டு வாரமா சந்த சாரியெல்லாம் இதுதான் பேச்சாமா.'

'எனக்கு இரவது முப்பது வருசம் மூத்த கெழ்டு நீ. உனக்குத் தெரியாதா ஊரு ஒன்னுன்னா மூனுங்கும், ஒன்னுமில்லாதத நாலுங்கும். ஒவ்வொரு ஊட்டுல இருக்கற விசயத்த ஆராயா பூந்து பாத்தா? எம் மருமவ ராங்கிதான். அவனாட்டமே சொல்லுப் பொறுக்க மாட்டா. அவன் எதையும் கேட்டுக்கிட்டு மனசுல வெச்சுக்குவான். ஊமக் கோட்டானாட்டம் உக்கோந்திருப்பான். இவ அப்பிடி இல்ல. எதுனாலும் நேருக்கு நேராக் கேட்டிருவா. மத்தபடி அவ தங்கமாயா. அவ மேல ஒரு சொல்லுச் சொன்னா நாக்கு அவிஞ்சு போயிரும். அவனக் கொன்னுட்டு அவ பொறந்த ஊட்டுக்குப் போயி ஆசுவச்சோறு திங்க நெனைப்பாளா? சொல்றவங்களக் காட்டு. சீவக்கட்டையில மொத்தி உடறன்' என்று சீராயி ஆவேசமாகச் சொன்னாள்.

காளியின் மாமன் வீடு இப்போது அதிகம் நெருக்கம் காட்டினார்கள். இரண்டு மாமன் பெண்டாட்டிகளும் ஓரிரவு வந்திருந்தார்கள். வரும் யாரிடமும் பொன்னா ஏதும்

பேசுவதில்லை. அவர்களாகப் பேசினால் தலையைக் குனிந்தபடி கேட்டுக்கொண்டாள். வாசலில் பேச்சுக் கேட்டிருந்தது. மல்லுவதற்காக வெளியே வந்தாள் பொன்னா. அவள் காதில் விழ வேண்டும் என்பதற்காகவோ என்னவோ 'அவுங்கவுங்க செய்யற வென சும்மா உடுமா? ஆட்டுக்கு வால அளந்துதான வெச்சிருக்கறான் ஆண்டவன்' என்றாள் இரண்டாவது மாமன் பொண்டாட்டி. பொன்னாவுக்கு அவள் ஜாடைப்பேச்சு நன்றாகப் புரிந்தது. முந்தி மாதிரி இருந்தால் 'ஆட்டுக்கு வால அளந்து வெச்சிருக்கறான். எருமைக்கு ஏன் நீளமா வெச்சிருக்கிறான்? மல்லையும் சாணியையும் கொழப்பித் தம்மேல தானே அடிச்சிக்கத்தான்' என்று சொல்லியிருப்பாள். எதுவும் பேசாமல் உள்ளே வந்து அழுதாள்.'நான் வென புடிச்சவளா? சொல்லு நீ, இப்பிடிக் கண்டவகிட்ட வார்த்த வாங்க வெச்சிட்டுப் போயிட்டயே, இது ஞாயமா சொல்லு?' என்று காளியை நோக்கிக் கேட்டாள். என்ன கேட்டாலும் பதிலா சொல்லுவான்? ஒரு கோணச் சிரிப்பு சிரிப்பான். அவ்வளவுதான்.

அவனுடைய இரண்டாவது மாமன் பெண்டாட்டி ராக்காசிக்குப் பொன்னா மேல் இத்தனை கோபமிருக்கக் காரணம் சந்தையில் நடந்த விஷயம் ஒன்றுதான். சந்தையில் ஒருமுறை இருவரும் சந்தித்துக்கொள்ள நேர்ந்தது. கோழி முட்டை இருபதைக் கொண்டு சென்றிருந்தாள் பொன்னா. ஒருமுட்டைக்கு விலை ஆறுகாசு. விற்றால் ஒரு ரூபாயும் இருபது காசும் கிடைக்கும். அது சந்தைச் செலவுக்கு ஆகும் என்றிருந்தாள். முட்டையை விலைக்குக் கொடுக்கப் போகிறாள் என்று தெரிந்ததும் ராக்காசி சொன்னாள், 'எங்கூட்ல கோழீவெல்லாம் நோவு வந்து அத்துப் போச்சு. மருந்துக்குக்கூட மொட்டே இல்ல. அவியப்பன் சந்தைல மொட்டுக் கெடச்சா வாங்கிட்டு வான்னு சொன்னாங்க.' பொன்னா விற்கக் கொண்டு வந்த முட்டைகளைத் தனக்குக் கொடுக்க வேண்டும் என்பதை நேரடியாகக் கேட்காமல் இப்படித் தெரிவித்தாள். நேரடியாகக் கேட்டால் நான்கைந்து முட்டைகளைக் கொடுத்துவிட்டுச் சந்தைச் செலவைக் குறைத்துக் கொண்டிருப்பாள். தனக்கு என்னவோ பங்கிருப்பது போலப் பாவனையுடன் கேட்டது பொன்னாவுக்குப் பிடிக்கவில்லை. 'மொட்டுக்கு ஆறுகாசு கெடைக்கும். நீங்க வேண்ணா அஞ்சு காசு குடுத்திட்டு வெச்சுக்கங்க' என்றாள். அவள் முகம் சுண்டிப் போய்விட்டது.

யார் யாரிடமோ சொன்னாளாம், 'பிள்ள இல்லாத சொத்து, நாலு மொட்டுக்கூடக் குடுக்க மாட்டீங்கறா. நாளைக்கு இவ நாறிக் கெடக்கறப்ப ஆரு வந்து பாக்கப் போறா?' அதற்குப் பொன்னா சொல்லிவிட்டாள், 'எனக்கென்ன பிள்ளயில்லாத

சொத்து. கூர மேல சோத்தப் போட்டா ஆயரங் காக்கா வந்து உக்கோரும். அவ பொச்சுப் பீய அள்ள அவ பெத்ததுவளே வராது.' அது எப்பவோ நடந்த விஷயம். இன்னும் மனதில் வைத்திருந்து இப்போது காட்டுகிறாள். காலம் வினை பிடித்தவர்களை எல்லாம் நன்றாக வைத்திருக்கிறது. வினை இல்லாதவர்களைத்தான் கொடுமை செய்கிறது.

பொன்னாவின் நங்கை பூவாயி ஒருநாள் வந்தாள். அவளுக்குக் கிழடுகளிடம் பேச ஒன்றுமில்லை. பொன்னாவோடு தான் இருந்தாள். இரவு அவளோடே படுத்துக்கொண்டாள். நங்கையுடனும் பொன்னாவுக்குப் பேச்சு நின்றுபோய் எவ்வளவோ நாளாகிவிட்டது. பிறந்த வீட்டுக்குப் பொன்னா போனால் நங்கை அவள் பிறந்த வீட்டுக்குப் போய்விடுவாள். எப்போதோ வாயிருக்காமல் கேட்டுவிட்ட வார்த்தை ஒன்று இப்படிப் பிளவை உண்டாக்கிவிட்டது. பூவாயி மாசமாக இருந்தபோது ‘உனக்குப் புடிச்சதச் சொல்லு நங்க, நாஞ் செஞ்சு குடுக்கறன்' என்று கேட்டாள் பொன்னா. அவளுக்கு முன்பே கலியாணமாகியும் இன்னும் பிள்ளை பெறாத பொன்னா கையால் செய்ததைச் சாப்பிடலாமா என்று தயங்கினாளோ என்னவோ. ‘அதெல்லாம் ஒன்னும் வேண்டாம். நானென்ன நாக்குச் செத்தா கெடக்கறன். வேணுமின்னாச் செஞ்சு போட எங்கூட்லயும் ஆளு இருக்குது' என்று சொன்னாள் அவள்.

பொன்னாவுக்குக் கோபம் வந்துவிட்டது. ‘உங்கூட்ல ஆளு இல்லாதயா இருப்பாங்க? ஆளு இருந்தா அங்கயே பிள்ளயும் வாங்கியிருக்கலாமுல்ல. ஏன் எங்கண்ணனத் தேடி வந்த?' என்று பொன்னா சிரித்தபடியே கேலியாகக் கேட்டாள். ஆனால் பொன்னாவின் வார்த்தை நின்றுவிட்டது. நங்கை என்ன சொன்னாள் என்று யாருக்கும் தெரியாது. ‘எங்கூட்லருந்து வந்து கட்டிச்சோறு கட்டிப் போட்டுக் கெவுருதயாக் கூட்டிக்கிட்டுப் போவாங்கன்னு சொன்னன். அதுக்கு சோறு மட்டும் அங்கருந்து வேணுமா, அப்பப் பிள்ளயும் உங்கண்ணந் தம்பிகிட்டயே வாங்கிக்கறதுதான, எங்கண்ணன எதுக்குக் கட்டிக்கிட்டன்னு கேக்கறா' என்று எல்லாரிடமும் சொல்லிவிட்டாள். ‘ஈருசுருக்காரிய ஒரு வார்த்த சொல்ல எப்பிடித்தான் வாய் வருதோ இவுளுக்கு. பெத்துப் பொழச்சிருந்தான்னா அரும தெரியும்' என்று பொன்னாவைக் குற்றம் சொல்லிப் பேசினார்கள். ‘ஆமா எனக்குத்தான் வார்த்த வருது. அவ ஊமை. அவளுக்கு வார்த்த வராது' என்று மட்டும் சொல்லி மௌனமானாள்.

அவள் பையனுக்கே இப்போது ஏழெட்டு வருசமிருக்கும். இப்போது அவளுக்கும் பொறுப்பும் பொறுமையும் வந்து

சேர்ந்திருக்கின்றன. இங்கு வந்து இரவு தங்கியபோது அவள் பொறுப்பானவளாகப் பேசினாள். 'இங்க பாரு பொன்னா, என்னமோ நடந்தது நடந்திருச்சு. உங்கண்ணனும் அங்க பிதுமாறு கெட்டாப்பலதான் அலஞ்சிக்கிட்டுக் கெடக்குது. நாள் முழுக்கக் குடிதான். தங்கச்சி ஊட்டத்தான் கூடப்போட்டுட்ட, என்னூட்டயும் கூடப்போட்றாதன்னு சொன்னதுக்கு அழுவுது. நியயே இப்பிடிச் சொன்னா எப்பிடி, நான் நல்லதுதான நெனச்சன். இப்பிடி ஆவுமுன்னு தெரிஞ்சிருந்தா இந்தக் காரியத்துல எறங்கியிருப்பனான்னு கதறுது' என்றாள். உடனே பொன்னா 'அதான் உத்தமன் உம்புருசன்னு சொல்லச் சொல்லி உன்னய அனுப்பி வெச்சானா?' என்றாள் சட்டென்று. ஆனால் நங்கைக்குக் கோபமே வரவில்லை.

'எங்கிட்டயே மூஞ்சி குடுத்துப் பேச மாட்டீங்கறா, நீ போயி எதுனா சொன்னா இன்னம் கோவிச்சுக்குவா, போவாதன்னுதான் சொல்லிச்சு. எனக்குத்தான் மனசு கேக்காத வந்துட்டன். நான் உன்னய ஒன்னும் சொல்லுல. ஆரு மேல தப்புன்னு இப்ப நெனச்சு என்ன பண்றது? இப்பிடியா ஒரு மனசன் உசுர மாச்சுக்குவான்னு கண்டம்? நோம்பில ஆயரம் நடக்குது, இப்பிடியிருந்தா வருசத்திக்கி ஆயரம் பொணமல்ல உழுவோணும். உம்மேல அப்பிடிப் பிரியம் அந்தாளுக்கு. எதும் அளவோட இருந்திருந்தாப் பிரச்சினயில்ல. செரி உடு, உங்கஷ்டத்த நான் வாங்கிக்கவும் முடியாது, அதுக்குப் பொணையா இன்னொன்னக் குடுக்கவும் முடியாது. இனி உம் பிரியம் போல இருன்னு சொல்லத்தான் வந்தன். அங்க வந்து இருக்கறதுன்னாலும் செரி, என்னய நெனச்சு என்ன சொல்லுவாளோன்னு கவலப்படாத. எனக்கு நீ வந்து இருந்தா இன்னொரு தொண. எம் பையனுக்கு வெளையாட இன்னொரு பிள்ள வந்திருக்கறான்னு நெனச்சுக்குவன்.

'உனக்கு இங்கயே இருக்கலாமின்னு பட்டாலும் இரு, நாங்க அப்பப்ப வந்து பாத்துட்டுப் போறம். எப்பவும் உன்னய உட்ரமாட்டம். உஞ்சொத்து மேல எத்தனையோ பேருக்குக் கண்ணு இருக்குது. எனக்கு அந்த நெனப்பெல்லாம் இல்ல. நான் ஒரே பையன வெச்சிருக்கறன். தொணைக்கு இன்னொன்னு வேணுமின்னு நானும் கேக்காத சாமியில்ல. அப்பத்தான் உங்கஷ்டம் எனக்குப் புரிஞ்சுது. ஒன்ன வெச்சிருக்கற என்னயவே ஓரியப் பெத்து வெச்சிருக்கறான்னு பேசுது. உன்னய என்னென்ன பேசியிருக்கும். அது ஒன்னுக்கும் இருக்கற சொத்துப் போதும். நாங்க பாடுபட்டு வவுத்துக்குத் தின்னுக்கறம். உங்கண்ணன உனக்குத் தெரியுமில்ல, சந்து பொந்து கண்ட எடத்துல படுத்துக் கெடந்துட்டு எந்திருச்சு வர்ற ஆளு. அங்கயும் இங்கயும் மாத்தி

மாத்தி இருந்துக்கிட்டாலுஞ் செரி. அவுங்க சொல்றாங்க இவுங்க சொல்றாங்கன்னு எதையும் கேக்காத. உனக்குச் செரின்னு படறதச் செய்யு. ஆனா உசுர மாச்சுக்கலாமுன்னு மாத்தரம் நெனச்சராத. போனவன மட்டும் நெனைக்காத. எங்களயும் கொஞ்சம் நெனச்சுப் பாரு. நீயும் போயிட்டா நாங்க சந்தோசமாவா இருப்பம்? இப்பவே உங்கண்ணன நெனச்சா எனக்குப் பயமா இருக்குது. எதுனா ஒன்னுனா அப்பறம் அவரு என்னாவறது? நாங்கெல்லாம் காலத்திக்கும் உன்ன நெனச்சு நெனச்சுச் சாவோணும். அந்த நெலமைக்கு மட்டும் எங்கள வெச்சராத பொன்னா' என்று அவள் பேசினாள்.

பேசப் பேச மனம் உடைந்து 'நங்க' என்று அழுதுகொண்டு அவள் மடியில் தலை கவிழ்ந்துகொண்டாள் பொன்னா. ஆதரவாய்த் தலையை நீவிவிட்டாள் பூவாயி. கஷ்டம் வரும்போதுதான் யார் யார் நமக்கு இருக்கிறார்கள் என்பது தெரிய வருகிறது. கஷ்டம் ஆதரவைக் காட்டித் தருகிறது. வருடும் கைகளின் இதத்தை உணர்த்துகிறது. சொற்களின் மதிப்பைப் புரிய வைக்கிறது. இடைவெளிகளைக் குறைக்கிறது. வருசக்கணக்காய்ப் பேசாமல் இருந்தவள் பூவாயி. இப்போது அம்மாவிடம்கூடக் கிடைக்காத ஆறுதலை அவளிடம் பெற்றாள் பொன்னா. அன்றைக்குத்தான் அண்ணனைப் பற்றிக் கொஞ்சம் யோசிக்கத் தொடங்கினாள். இந்த ஏற்பாடு காளிக்குத் தெரியாது என்பதை மட்டும் அவன் சொல்லியிருந்தால் போதும். அவனைச் சம்மதிக்கச் செய்ய முடியாது என்று நினைத்திருக்கிறான். எப்படியாவது சம்மதம் பெற்றிருக்கலாம், இல்லாவிட்டால் ஏற்பாட்டையே விட்டிருக்கலாம்.

இதிலே முத்துவுக்கு மட்டுமல்ல, அம்மாவுக்கும் மாமியாருக்கும் பங்கிருக்கும். அண்ணனை முழுதுமாக அவளால் மன்னிக்க முடியவில்லை. இருந்தாலும் சேக்காளியையும் தங்கச்சி புருசனையும் ஒருசேர இழந்துவிட்ட துயரோடு அதற்குத் தான் காரணமாகிவிட்டோம் என்னும் குற்றவுணர்ச்சியும் இருக்கும். இந்த ஏற்பாட்டைத் தொடங்கியதே அம்மாவும் மாமியாரும்தான். அவர்கள் திட்டத்திற்கு அண்ணன் கருவியாகிப் போனான். யோசிக்கையில் கோபம் முழுக்க அவர்கள் இருவரின் மேலும் திரும்பியது. எல்லாம் செய்துவிட்டு இப்போது வருகிற ஆட்களிடம் பரிதாபமாகப் பேசுவதைப் பார்க்க வேண்டுமே. வயதாக ஆக எல்லாமே சாதாரணச் சம்பவமாகத் தோன்றத் தொடங்கிவிடுகிறது. கஷ்ட நஷ்டங்களைக் கண்டு கண்டு எல்லாமே கதையாக வடிவம் பெறுகிறது. மனம் மரத்துப் போகிறது.

காளியின் இறப்பு அதற்குள் அவர்களுக்குக் கதையாகி விட்டது. ஒவ்வொருவரிடமும் விவரிப்பதைப் பார்க்க வேண்டும். அன்றைக்குக் காலையில் எழுந்து பீப் பேழப் போனது வரைக்கும் சொல்லிவிட்டார்கள். 'கன்னுக்குட்டி இருந்திருப்பால கத்துச்சு. அப்பவே எனக்குப் பகீர்னுது' என்கிறாள் சீராயி. அவள் சொன்னது எதுவும் உண்மையில்லை. உண்மையாக மாற்றி அதை நம்பவும் தொடங்கிவிட்ட மாதிரி தெரிந்தது. வல்லாயி அதை அப்படியே திருப்பிச் சொல்கிறாள். விசாரிக்க யாராவது வரும்போது சீராயி இல்லை என்றால் சம்பவத்தைச் சொல்லும் பொறுப்பு வல்லாயிக்கு வந்துவிடுகிறது. ஒரு வார்த்தை பிசகுவதில்லை. குரல்தான் வித்தியாசம். அவர்களைப் பார்க்கும்போது அண்ணன் பாவம் என்று தோன்றுகிறது. அதனால் நங்கையிடம் அண்ணனைக் கவனித்துப் பார்த்துக் கொள்ளச் சொல்லிவிட்டாள். அவள் சொன்னது போல இன்னொரு குடும்பத்தைக் குலைத்த பாவமும் சேர வேண்டாம். காளியின் மரத்தில் தொங்கிய கோலத்தை முதலில் பார்த்தவள் சீராயிதான்.

ஆனால் அவள் சொல்படி எதுவும் நடக்கவில்லை.

○

3

கரட்டூர் நோம்பி மக்களுக்கு மூன்று மாதம். மாசி பிறந்ததும் நோம்பித் தயாரிப்பு தொடங்கிவிடும். பங்குனி, சித்திரை வரைக்கும் தூரிகளும் கடைகளும் இருக்கும் ஆனால் நோம்பி நிகழ்ச்சிகள் என்னவோ இருபத்திரண்டு நாட்கள்தான். பெருவாரியான மக்களுக்கு இருபத்து மூன்றாம் நாள் கறிநாள். சாமி கரடிறங்கி வரும் நாளும் கரடேறும் நாளும் முக்கியமானவை. சாமி பார்க்கப் பெருங்கூட்டம் திரளும். இரண்டு இரவுகளில் கரடேறும் இரவு பெருநோம்பி.

அன்று காலையிலிருந்தே கூட்டம் வந்து சேரும். நடந்தும் வண்டிகளிலும் வரும் மக்கள். குடும்பம் குடும்பமாய். வளவு வளவாய். ஊர் ஊராய். எத்தனை வகைக் கூட்டம். எல்லா வழிகளிலும் தண்ணீர்ப் பந்தல்கள். ஊரின் குடியிருப்பைச் சுற்றியுள்ள நிலங்கள் குறையாகத்தான் கிடக்கும். மழை கொட்டியிருந்தாலும்கூட வெறும் புழுதி உழவு போடுவதோடு நிறுத்திவிடுவார்கள். நோம்பிக்கு வந்து சேரும் மாட்டு வண்டிகள் நிலங்கள் எங்கும் நிற்கும். நோம்பிக்கு நிலத்தை விடுவது புண்ணியம். வேலி போட்டு யாரையும் உள்ளே விடாமல் ஒருவருசம் தடுத்த காட்டுக்காரன் வயிறு வீங்கிப் பெருநோம்பியன்றைக்கே செத்துப் போன கதையுண்டு. அதனால் சுற்று வட்டாரக் காடுகளில் எங்கும் வேலியைப் பார்க்கவே முடியாது. ‘சாமிக்கு வேலி போட்டுத் தடுக்க மனசன் நெனைக்கலாமா?’ என்பார்கள். கிணறு இருப்பவர்கள் கயிறும் குடமும் போட்டு வைத்திருப்பார்கள். பக்கத்திலேயெ பெரிய மொடாவும் இருக்கும். மொடா நீர் குறையக் குறைய யாராவது சேந்தி ஊற்றி நிறைப்பார்கள்.

கண்ணை ஓட்டிப் பார்த்தால் வண்டி மாட்டுச் சந்தையோ என்று தோன்றும். மக்கள் பெரும்

போவனிகளில் கட்டுச்சோறு கட்டி வருவார்கள். சாப்பாட்டுக் கடைகளும் நடக்கும். எட்டுத் தெருக்களிலும் மண்டபங்களிலும் கலை நிகழ்ச்சிகளுக்குப் பஞ்சமிருக்காது. அவரவர் விருப்பப்படி தேர்வு செய்து பார்க்கலாம். எல்லாவற்றையும் பார்க்க விரும்புவோர் அங்கே கொஞ்சநேரம், இங்கே கொஞ்சநேரம். கொண்டாட்டத்தின் உச்சத்தில் வரைமுறைகள் எல்லாம் தகர்ந்து போகும். அந்த இரவே சாட்சி. இருள் எல்லா முகங்களுக்கும் திரை போட்டுவிடுகிறது. ஆதி மனிதன் இந்தத் நோம்பிக் கொண்டாட்டத்தில் உயிர் பெறுகிறான்.

இரண்டாம் திருமணம் வேண்டாம் என்று கட்டாய மாக மறுத்ததால் காளியிடம் சொல்லிப் பொன்னாவைப் பெருநோம்பிக்கு அனுப்பலாம் என்று அவன் அம்மாதான் சொன்னாள். அவன் ஒத்துக்கொள்ளவில்லை. இரண்டாண்டு இழுபறிக்குப் பிறகு அந்த ஆண்டு அவனுக்குத் தெரியாமல், ஆனால் அவன் ஒத்துக்கொண்டு விட்டதாகச் சொல்லிப் பொன்னாவை அனுப்பி வைத்தார்கள். அந்த ஏற்பாட்டைத் தாமதமாக அறிந்த காளி தன் தொண்டுப்பட்டிக்குத் திரும்பி வந்தான். எல்லாரும் தன்னைத் திட்டமிட்டு ஏமாற்றி விட்டதாக அவன் உணர்ந்தான்.

பொன்னா அந்த இரவில் இன்னொருவனோடு இருக்கப் போனாள் என்பதை அவனால் ஏற்றுக்கொள்ள முடியவில்லை. அவனோடு பின்னிப் பிணைந்து வாழ்ந்தவள். அவள் உடலில் தன் வாசம் தவிர இன்னொரு வாசம் ஏறுவதை அவன் ஒப்பவேயில்லை. அவனோடு கலந்த உடம்பு. அவன் வாசத்தைப் பன்னிரண்டு ஆண்டுகளாகச் சேர்த்துக்கொண்டிருக்கும் உடம்பு. அதன் ஒவ்வொரு துளியும் தனக்கே சொந்தம் என்று நினைத்தான். தன் உடலைவிடப் பொன்னாவின் உடலையே அவன் நன்கு அறிவான். வாயில் பன்னீர் வாசம் என்பான். கிச்சத்தில் சோற்றுக்கற்றாழை நாற்றம். மாரில் ஆட்டுப்பால் மொச்சை. உயிர்நிலையில் ஆவாரம்பூ மணம். அவள் உடலை வாசனைகளின் கூட்டு என அறிந்து வைத்திருந்தான். 'செரி, பேச்சு?' என்பாள். 'ரத்த வீச்சம்' என்பான். உடனே அவளுக்குக் கோபம் வரும். 'எல்லாரும் சொல்றாப்பல நிய்யும் சொல்ற. அப்பிடியா கத்திக் கொதர்றாப்பலயா பேசறன் நான்?' என்று அழுவாள். 'ஆட்டு ரத்தத்தைப் பொரிச்சுப் பாரு. அப்பிடி வாசம் இழுக்கும். அதச் சொன்னன்' என்று சமாதானத்திற்கு வருவான். அவள் உடலின் ஒவ்வொரு மணத்திலும் தன் மணத்தையும் கலந்து இரண்டு உடல்களையும் ஒரே வாசனையின் பிரதிகளாய் மாற்றிவிட முயன்றுகொண்டிருந்தவன் அவன். இன்னொரு

வாசம் அதிலேறினால் களங்கம். எதனாலும் போக்கிவிட முடியாத களங்கம். களங்கத்தின்மேல் தன்கை படாது என்று மனதில் உறுதியாகச் சொல்லிக்கொண்டான். எல்லா ஆண்களும் சாமிதான். இந்தக் காளியின் உடலிலும் அந்தச் சாமி வந்து குடிகொள்ளட்டும். எத்தனை வேண்டுதலை வைத்தும் இந்த உடலில் வந்து ஏறாத சாமி என்ன சாமி?

ஊரில் எங்கெங்கோ எத்தனையோ இப்படி நடந்து குழந்தை பிறந்ததாக எல்லாரும் சொன்னபோதும் அவன் மனதுக்குச் சரியெனப் படவில்லை. பொன்னாவைத் தனக்கே உரியவள் என்று நினைத்திருந்தான். ஆனால் அவனை மீறிப் பொன்னா பெருநோம்பிக்குப் போய்விட்டதைப் பெரும் ஏமாற்றமாக உணர்ந்தான். தானே போ என்று சொல்லியிருந்தாலும் அவள் போக மாட்டேன் என்று சொல்ல வேண்டும் என்பது அவன் எதிர்பார்ப்பு. ஆனால் போய்விட்டாள். அவளுக்குக் காலமெல்லாம் நினைத்திருக்கும்படி தண்டனை தர நினைத்தவன் தொண்டுப்பட்டிப் பூவரசில் நாணுக்கிட்டான். தன் சாவு அவளுக்கு நிரந்தரத் தண்டனையாக இருக்கும் என நினைத்தான். ஒவ்வொரு நாளும் தன்னை நினைத்து அவள் அழ வேண்டும். இப்படிச் செய்தது தப்பு என்று உணர்ந்தபடியே இருக்க வேண்டும். அந்த இரவில் காளியும் தூங்கவில்லை. பொன்னாவும் தூங்கவில்லை. சீராயிகூடத் தூங்கவில்லை. நிலா உச்சிக்கு வரும்வரை அவள் தொண்டுபட்டியில் இருந்தாள். இடம் மாறிப் படுத்தால் தூக்கம் வருவதில்லை. மாடுகளுக்கு இரண்டாம் முறை தீனி போட்டுவிட்டு வீட்டுக்குப் போய்ப் படுத்தாலாவது கண் மூடுமா என்று நினைத்துக் கிளம்பினாள்.

அவள் வாய் ‘தேவாத்தா ... எம் மருமவளுக்கு ஒரு நல்ல வழியக் காட்டாயா’ என்று சொல்லியபடி இருந்தது. வீட்டுக்குப் போய் கட்டிலில் படுத்தபடி வெறுமனே புரண்டுகொண்டிருந்தாள். தொண்டுப்பட்டியிலேயே படுத்திருந்திருக்கலாம். எவனாவது திருடன் வந்து கோழியைப் பிடிப்பானோ, ஆடு மாட்டைப் பிடித்துப் போவானோ என்று மனம் யோசித்துக்கொண்டிருந்தது. பொன்னாவையும் நினைத்து ‘நல்லது நடக்க வேண்டும்’ என்று இடைவிடாமல் வேண்டிக்கொண்டிருந்தது. மருமகளுக்கு வேண்டிய வாய் மகனை நினைக்காமல் விட்டுவிட்டதே. அதுதான் சாமிக்குப் பொறுக்கவில்லை போல. மகன் தொண்டுப்பட்டிக்கு வந்ததெல்லாம் அவளுக்குத் தெரியவில்லை. அவன் மாமனார் வீட்டில்தான் இருப்பதாக நினைத்திருந்தவள் சீராயி மசமசவென்று இருட்டு இருக்கும்போது எழுந்து தொண்டுப்பட்டிக்கு வந்தாள். மாடுகளுக்குத் தீனி போடவும் சாணி அள்ளிக் கொட்டவும் வேலை இருந்தது. அவனிருந்தால் அவள் வர வேண்டியதில்லை.

எல்லா வேலைகளையும் பச்செனை விடிவதற்குள் முடித்து வைத்திருப்பான்.

வந்தவள் தொண்டுப்பட்டிப் படல் திறந்திருந்ததைக் கண்டாள். நாய் குரைத்துக்கொண்டிருந்தது. ராத்திரியில் ஆள் இல்லை என்பதைத் தெரிந்துகொண்டு திருடன் எவனாவது வந்துவிட்டானோ. ஆடு மாடு போனாலும் போகிறது. காளிக்குப் பதில் சொல்ல முடியாது. வயதான காலத்தில் தொண்டுப்பட்டியில் படுத்தால் என்ன? குமரிப்பிள்ளை போலப் பயப்படலாமா என்று பலவிதமாகக் கேட்டுவிடுவான். நேற்றுப் பகலில் கிளம்பும்போதே என்னென்ன செய்ய வேண்டும் என்று சொல்லியிருந்தான். 'தெரியாதவகிட்டச் சொல்லு சாமி. ஒன்னொன்னயும் உனக்குச் சொல்லிக் குடுத்தவ நானு. இப்ப எனக்கே பாடம் சொல்லறயா' என்றாள். அந்த அளவு ஆடு மாட்டு மேலும் தொண்டுப்பட்டி மேலும் அவனுக்கு அக்கறை.

சீராயி பதறிப்போய் உள்ளே ஓடி ஆடு மாடுகளைப் பார்த்தாள். எல்லாம் இருந்தன. கொட்டாயிக்குள் பார்த்தாள். வைத்த பொருள் வைத்த இடத்திலிருந்து அசையவில்லை. நாய் அவளைப் பார்த்துக் குரைத்துக்கொண்டு ஓடி வந்தது. 'ச்சுடாய்' என்று முடுக்கினாள். ராத்திரியில் போகும்போது படலை நன்றாகச் சாத்திக் கட்டிவிட்டுப் போன மாதிரிதான் நினைவிருந்தது. இப்போதெல்லாம் ஒன்றைச் செய்யாமலே செய்துவிட்டதாய்த் தோன்றுகிறது. எப்போதோ செய்த வேலையின் நினைவு இப்போது செய்ததாய்க் காட்டுகிறது. இப்படியுமா ஒரு குடியானச்சி மறப்பாள் என்று தன்னையே திட்டிக்கொண்டு அவள் சாணியை எடுத்துவிட்டுத் தீனி போடலாம் என்று அந்த வேலையில் முனைந்தாள். குப்பைக்குழி தொண்டுப்பட்டியின் பின்பக்கம் இருந்ததால் வாரி அங்கே கொண்டுபோய்க் கொட்டினாள்.

நாய் குரைத்தபடி முன்னால் ஓடுவதும் அவளை நோக்கி வருவதுமாக இருந்தது. 'என்னத்தக் கண்டுக்கிட்டு இப்பிடி ஒலைக்கற? பேசாத இருக்க முடியலியா. வெடிஞ்சு பொழுது கௌம்பப் போவுது, இப்பத்தான் திரடன் வர்றானா, புடிக்கப் போற நீ' என்று குனிந்தபடியே கத்தினாள். ஆனால் நாய் தன் குரைப்பை விடவில்லை. முன்னால் ஓடி ஒருமுறை குரைப்பதும் பின்னர் அவளிடம் ஓடி வந்து புடவையைப் பிடித்து இழுப்பது போலக் குரைப்பதும் ரொம்பவும் வித்தியாசமாய் இருந்தது. 'அட பாம்பக்கீது கண்டுக்கிட்டயா? எதுக்கு இப்பிடி ஒலைக்கற?' என்று சொன்னவள் அதன் பின்னாலேயே போனாள். நாய் பூவரசைப் பார்த்து அண்ணாந்து குரைப்பதைக் கண்டதும்

அங்கே பார்த்தவள் கண்ணுக்கு வெள்ளை வெளேரென்று வேட்டி தெரிந்தது.

முதலில் அவளுக்கு என்னவென்றே புரியவில்லை. வேட்டி ஏதும் காற்றில் பறந்துபோய் வாதில் மாட்டிக்கொண்டதோ என்று நினைத்தாள். ஆனால் பெருத்த உடலோடு வேட்டி தொங்குவதைச் சட்டென உணர்ந்தாள். வார்த்தைகளும் வரவில்லை. வாய் உதறிப் பேபே என்று கத்தியது. கயிற்றில் ஆடிய உருவம் திரும்பி முகம் காட்டியதும்தான் அது காளி என்று கண்டுகொண்டாள். 'அய்யோ எஞ்சாமி' என்று குரலெடுத்தவள் வேகமாக வெளியே ஓடிப் பார்த்தாள். நிழல் படர்ந்த வெளிச்சத்தில் இட்டேரி மேல் சிலர் நடமாட்டம் தெரிந்தது. 'அய்யோ ஓடியாங்களே, எஞ் சாமீ தொங்கறானே' என்று கத்தினாள். அவள் பெருங்குரல் ஊருக்கே கேட்டிருக்கும். குரல் கேட்டு ஆட்கள் ஓடி வந்தார்கள். கொட்டாயிக்குள் கிடந்த அரிவாளைத் தேடி எடுத்துக்கொண்டு வந்து கண்ணான் மரத்தில் ஏறினான். கயிற்றை வாதோடு சேர்த்து வெட்டினான். அவனுக்குத் தெரிந்துவிட்டது, ஆள் உயிரோடு இல்லை.

அவிழ்ந்த குடுமி புறங்கழுத்தில் விரிந்து கயிற்றுச் சுருக்கை மறைத்திருந்தது. உயிருக்கு உத்தரவாதம் இல்லை என்று தெரிந்தாலும் அவசரமாக வெட்டினான். வடக்கயிறு. பெரிய பெரிய பிணிகள் சேர்ந்து இரண்டு கைக்கும் அடங்காத மொத்தம். அரிவாள் கூரில்லை. சோளத்தட்டு வெட்டி மழுங்கிப் போயிருந்தது. வாதின் இருபக்கமும் கால்களைப் போட்டு உட்கார்ந்துகொண்டு அரிவாளைப் பலமாக ஓங்கிக் கயிற்றில் போட்டான். அவனுக்கும் பதற்றமாக இருந்தது. கயிறு இளக இளகக் காளி கீழே இறங்கினான். கீழே நின்றிருந்த ராசானும் செல்லனும் காலைப் பிடித்து மெல்லக் கீழே விட்டார்கள். பெரும்பாரத்தைத் தாங்கி இறக்குவது போலிருந்தது. இறங்க இறங்க ஒரே நாற்றம். அப்போது அதைக் கவனிக்கவில்லை. இறக்கிப் போட்டு அழுந்திக் கிடந்த கழுத்துக் கயிற்றை இழுத்துத் தளர்த்தி மூக்கில் கை வைத்துப் பார்த்தார்கள். ஒன்றும் இல்லை. நெஞ்சுக்கூட்டில் கொஞ்சம் வெதுவெதுப்பு இருந்தது. 'இப்பத்தான் ஆளு முடிஞ்சிருக்கறான்' என்றான் செல்லன்.

அதைக் கேட்டதும் 'எஞ்சாமி என்னய அனாதயா உட்டுட்டு உங்கப்பனாட்டமே போயிட்டயே' என்று கத்தினாள் சீராயி. அவளைப் பக்கத்தில் விடாமல் இரண்டு பேர் தொண்டுப்பட்டிக்கு வெளியே இழுத்துப் போனார்கள். பக்கத்தில் வந்து பார்த்த சிலர் 'அய்யோ' என்று கத்திக்கொண்டு ஓடினார்கள். 'கொழந்த குட்டிவள பாக்க உட்ராதீங்கப்பா' என்று யாரோ கத்தினார்கள்.

மரத்திலிருந்து கால் நடுங்க இறங்கி வந்த கண்ணான் ஓடிப் போய்ப் படலைச் சாத்தி உள்பக்கம் கட்டுப் போட்டான். அதற்குள் ஆளாளுக்குத் தகவல் தெரிந்து கூட்டம் சேர்ந்துவிட்டது. செல்லன் மேலும் ராசான் மேலும் பீ நாற்றம். உயிர் போகத் துடித்த துடிப்பில் பீ வெளித் தள்ளியிருந்தது. மாணி பெருத்து வேட்டிக்கு மேல் முட்டிக்கொண்டு நின்றது. இருவரும் ஓடித் தாழியில் கிடந்த தண்ணீரில் கழுவிக்கொண்டார்கள். குடத்தில் இருந்த தண்ணீரைக் கொண்டு வந்து காளியின் மேல் ஊற்றிக் கழுவித் தூக்கில் கிடந்த வேறொரு வேட்டியை எடுத்துச் சுற்றினார்கள். என்றாலும் விறைத்திருந்த மாணியை ஒன்றும் செய்ய முடியவில்லை. அதன் மேல் துணிகளைப் போட்டுத்தான் மூட முடிந்தது. கிட்டித்த பற்களை விடுவித்து நாக்கை உள்ளே தள்ளவும் விழிகளை மூடவும் இயலவில்லை. 'நாணுக்கிட்டவன் பொணத்தப் பாக்கற கொடும மாதிரி ஒலகத்துல எதும் கெடையாதுடா சாமீ. ஆருக்கும் மூஞ்சியக் காட்ட வேண்டாம். முழுசா மூடியிருங்கடா' என்று பெரியசாமி சொன்ன பிறகுதான் அதைச் செய்தார்கள்.

அதற்குள் காடு மேட்டுக்குள் புகுந்தோடிய வேலு அடையூர் வந்திருந்தான். பொன்னாவும் அப்பனும் அம்மாவும் கரட்டூரிலிருந்து முதக்கோழி கூப்பிடும் நேரத்தில்தான் வந்து வண்டியை அவிழ்த்து மாடுகளைக் கட்டிவிட்டுப் படுத்திருந்தார்கள். வீட்டில் யாருமில்லை. முத்துவோடு சாராயம் குடிக்க ராத்திரியே போயிருந்தான் காளி. இருவரும் போதை தெளிந்து காலையில்தான் வருவார்கள் என்று நினைத்துக் கொண்டு தூங்கப் போய்விட்டார்கள். வேலு வந்து 'முத்து டேய் முத்து... உம் மச்சான் நாணுக்கிட்டாண்டா' என்று கத்திய சத்தம் கேட்டுத் திண்ணையில் படுத்திருந்த பொன்னாவின் அப்பன் எழுந்தார். கதவைத் தட்டினார். வெளியே வந்த பொன்னா சேதி கேட்டதும் அப்படியே இறங்கி ஓடினாள். தொடங்கியதுதான் தெரிந்தது. அந்த நேரத்தில் நினைப்பு என்ன ஓடியது என்றுகூடத் தெரியவில்லை.

பொன்னாவின் ஓட்டம் தொண்டுப்பட்டி வந்துதான் நின்றது.

4

நங்கை வந்து போனபிறகு பொன்னா கொஞ்சம் தெளிச்சியுடன் இருந்தாள். அவளுடைய வேலைகளை அவளே செய்துகொள்கிற அளவுக்கு மாற்றம். பொழுது கிளம்பும் முன் எழுந்து மாடு கன்றுகளின் முகத்தில் விழித்தாள். தின்ற வட்டிலைக் கழுவி வைத்தாள். சொம்புத் தண்ணீரைத் தானே எடுத்துக் குடித்தாள். முன்பெல்லாம் யாராவது விசாரிக்க வந்து அவளிடம் பேசப் போனால் படுத்துக் கிடந்த இடத்திலிருந்து அப்படியே எழுந்து உட்கார்வாள். மாராப்பு சரிந்து கிடக்கும். கிழவிகள் அசட்டையாக இருப்பதைப் போல முலைகள் தெரிய உட்கார்ந்திருப்பாள். அவளுக்குத் தன்னுணர்வே இருக்காது. பேசுபவர்களுக்குச் சங்கடமாக இருக்கும். அவள் அம்மாவோ மாமியாரோ ஓடிப் போய் மாராப்பை நன்றாக இழுத்துவிடுவார்கள். இப்போது அப்படியில்லை. மாராப்பில் கவனம் வந்துவிட்டது. தலையைச் சீவவில்லை என்றாலும் அள்ளி முடிந்துகொள்கிறாள்.

பொழுது நெற்றிக்கு வந்திருந்த காலை நேரத்தில் மாடு ஒன்றைக் காட்டுக்குள் மேய்ச்சலுக்குக் கட்டி வரலாம் என்று நினைத்த அம்மா அவளையும் கூப்பிட்டுப் பார்ப்போமே என்று 'பொன்னா வர்றயா' என்றாள். எங்கே என்பது போலப் பார்த்தாள் பொன்னா. இன்னும் வார்த்தைகள் வரவில்லை. ஊரே வாய்த் துடுக்கு என்று அஞ்சுமளவு பேசியவளா இவள்? சொன்னதும் எழுந்துகொண்டாள். மாட்டுக்குப் பின்னால் மெதுவாக நடந்தாள். பிள்ளை இனித் தேறிவிடுவாள் என்று அம்மாவுக்குத் தோன்றியது. பொன்னாவுக்குத் தன் காட்டையே புதிதாகப் பார்ப்பது போலிருந்தது. ஒவ்வொரு இடத்திலும் காளி இருந்தான். எத்தனை காளிகள். கிணற்றில் தண்ணீர் குறைந்துவிட்டது என்று தென்னைகளுக்கு

வாரம் ஒருமுறை வேரை நனைக்குமளவு மட்டும் பாய்ச்சிக் கொண்டிருந்தான். ஆனால் தென்னையைச் சுற்றியும் பெரும் பாத்தியளவு அகலமும் முழங்கால் ஆழமும் இருக்கும்படி மண் அணைத்துக் கட்டியிருந்தான். விழும் மழைநீர் ஓடிவந்து தென்னைகளுக்குத் தேங்கும் வகையில் ஓட்டமான வாய்க்கால். அவன் போனபிறகு பெய்த மழை தென்னையைக் குளிரச் செய்திருப்பதை குழிச்சுவடு உணர்த்தியது.

இரண்டு வருசங்களுக்கு முன்னால் ஒரே ஒரு பாத்தி கத்தரி நட்டான். பத்துச் செடிகள் இருக்கும். ஒரு செடிக்கும் இன்னொரு செடிக்கும் இடையே அகலக் கால் வைத்து ஓர் ஆள் தாராளமாக நடக்கலாம். 'எதுக்கு மாமா இப்பிடி எடம் உட்டு நடச் சொல்ற? பொசுங்குபொசுங்குன்னு நாலு பறித் தண்ணி எறச்சு வீணா மண்ணே குடிச்சுட்டுப் போறதுக்கா?' என்று கேட்டாள் பொன்னா. 'நாஞ் சொல்றாப்பல நடு பிள்ள' என்றானே தவிர எதையும் சொல்லவில்லை. ஏற்றத்தில் மாடுகளைப் பூட்டப் போய்விட்டான். 'உன்னயப் பெத்ததுக்கு உங்கொம்மா ஒரு ஊமக்கோட்டானப் பெத்திருக்கலாம்' என்று அவனுக்குக் கேட்கும்படி கத்திச் சொன்னாள். 'எனக்குஞ் சேத்துப் பேசட்டுமின்னுதான் உன்னயக் கட்டியிருக்கறன்' என்றான். அவள் எதுவும் சொல்லவில்லை. எண்ணி நட்டாள். பதின்மூன்று செடிகள். இரண்டு செடிகள் பூநாத்து. கண்ணுக்கே தெரியவில்லை. இது தழையவா போகிறது, இருந்தாலும் தூக்கி எறிய வேண்டாம் என்று நட்டு வைத்தாள்.

அதற்குள் ஏற்றத்தைப் பூட்டி ஒருபறி இறைத்துவிட்டான். தூரத்தில் நட்டால் வாய்க்காலே தண்ணீரைக் குடித்துவிடும் என்று கிணற்றுக்குப் பக்கத்தில்தான் பாத்தி பிடித்திருந்தான். என்றாலும் மூன்று பறித் தண்ணீரை வாய்க்கால் குடித்துவிடும். பாத்திக்கு மூன்று பறி வேண்டும். அந்த எண்ணத்தில் மாடுகளை ஓட்டிக்கொண்டிருந்தவனைப் போய்க் குடுமியை இழுத்துப் பிடித்துக்கொண்டாள். பாதி வாரியில் மாடுகள் நின்றன. வெறும்பறி பாதிக் கிணற்றில் தொங்கியது. 'என்ன சொன்ன மாமா, நான் வாயாடியா? ஊராரு சொல்லலாம், உத்தாரு சொல்லலாம், உங்கொம்மா சொல்லலாம், எங்கம்மா சொல்லலாம், இட்டேரியில போற நாயும் சொல்லலாம், நரியுஞ் சொல்லலாம். நீ எப்பிடிச் சொல்லலாம்?' என்று குடுமியை இழுத்தாள்.

வலி பொறுக்காமல் தலையை அவள் பக்கம் சாய்த்துக்கொண்டே மாடுகளையும் அசையாமல் பிடித்திருந்தான். அப்போதும் அவன் குறும்பு போகவில்லை. 'அவுங்கெல்லாம்

நெசத்தப் பேசலாம், நா மட்டும் பொய்தான் பேசோணுங்கறயா?' என்று சிரித்தான். 'அப்ப நான் வாயாடியா?' என்று பற்களைக் கடித்துக்கொண்டு கன்னத்தில் ஓங்கி அறைந்தாள். 'இங்க பாரு, இப்பிடியெல்லாம் பண்ணுனீன்னா எனக்குந் தெரியும் என்ன பண்ணோனும்னு, பாத்துக்க' என்றான். 'என்ன பண்ணுவியாம்?' என்றவள் கேட்கும் முன் சட்டென இடது கையால் அவள் மாரை எட்டிப் பிடித்தான். அவள் கைகள் சட்டென மாராப்புக்கு ஓடி வந்தன. அந்த இடைவெளியில் மாடுகளுக்கு இடையே புகுந்துகொண்டான்.

மண்வெட்டி போல அகண்டும் சொரசொரத்தும் இருக்கும் அவன் கை இப்படித்தான். வெளியில் எங்காவது போகும்போது கைக்கு விலங்கு போட்டுத்தான் கூட்டிப் போக வேண்டும் என்பாள். அன்றைக்கு நட்ட கத்தரிச் செடிகளில் பதின்மூன்றும் தழைந்து காய்த்தன. செடி ஏறி வரும்போதுதான் அவளுக்குத் தெரிந்தது. அது பூனைத்தலைக் கத்தரி. பரட்டைத் தலையைப் பரப்பி விரித்துப் பாத்தியையே நிறைத்து நின்றன செடிகள். ஒரு காய் இருந்தால் நான்கு பேர் கொண்ட குடும்பமே சாப்பிடலாம். கத்தரியில் என்னென்ன வகைக் குழம்பு செய்ய முடியுமோ எல்லாம் செய்தாள். அம்மா வீட்டுக்குப் பெருமையாகக் கொண்டு போய்க் கொடுத்தாள். அப்பவும் காய்கள் நிறைந்திருந்தன. அந்தக் காயை விற்கவே வியாழச் சந்தைக்குப் போனாள். ஒரு வருசம் காய்த்து முடித்ததும் மேல் கோல்களை எல்லாம் நார் பிய்யாமல் ஒடித்துவிட்டு மீண்டும் தண்ணீர் விட்டான். செடிகள் முன்னை விடவும் நன்றாகத் தழைந்து வந்தன. சாணியைப் பொடியாக்கித் தூவிவிட்டுக் களைக்கொத்தால் கிளறிவிட்டான். அடேங்கப்பா, எத்தனை பாவனை.

மூன்றாவது வருசமாக இப்போது அந்தச் செடிகள் நிற்கின்றன. பாவனை பார்க்கக் கை இல்லாமல் சோர்ந்திருக்கின்றன. செடிப்பக்கம் உட்கார்ந்துகொண்டு 'நீ போயிக் கட்டீட்டு வாம்மா' என்று சொல்லியனுப்பினாள். அவளையும் கிணற்றையும் பார்த்தபடியே அம்மா வேகமாகப் போனாள். கத்தரிச் செடியின் சிம்புகளைத் தடவினாள். முழங்கும் கணுவும் சேர்ந்து அவன் கைகளையே தடவுவது போலத் தோன்றியது. கன்னத்தில் வைத்தாள். அவன் கைகள்தான். சட்டென மாராப்பை விலக்கிக் கத்தரிச் சிம்புகளைத் தன் மாரில் தேய்த்தாள். மண்வெட்டி போல அகண்டும் சொரசொரத்தும் இருக்கும் அவன் கைகள் மாரைத் தடவின. இதமாக நெஞ்சை நிமிர்த்திக் கொடுத்தாள். இன்னும் இன்னும் என்றிருந்தது. செடிகளுக்குள் நுழைந்து போய்க்கொண்டேயிருந்தாள். அவனுக்குத்தான் எத்தனை கைகள். அம்மா ஓடி வந்தாள். 'அட பிள்ள உனக்கென்ன

கிறுக்கா புடிச்சிருக்குது' என்று கத்தரிக்குள் இருந்து அவளை இழுத்து வெளியே கொண்டு வந்தாள். பொன்னா வெடித்துத் தன் மாரில் அறைந்துகொண்டு அழுதாள். அறை ஒவ்வொன்றும் பளார்பளார் என்று விழுந்தது. மார் கன்றிப் போயிற்று. அவள் கைகளைப் பற்றிச் சேர்த்து இழுத்துக்கொண்டு 'வேண்டாங் கண்ணு வேண்டாங் கண்ணு' என்று அம்மாவும் அழுதாள்.

ஓய்ந்து அப்படியே கீழே சாய்ந்த பொன்னாவை அணைத்து மெதுவாக உட்கார்ந்து தன் மடியில் சாய்த்துக்கொண்டாள் அம்மா. அப்போதும் பொன்னாவுக்கு அழுகை அடங்கவில்லை. 'பொன்னாட்டம் வளக்கோனுமின்னு உங்கொப்பன் பொன்னான்னு பேரு வெச்சானே, இப்பிடி ஒடம்பெல்லாம் புண்ணாப் போச்சே, இதுக்காயா உன்னயப் பெத்து வளத்தம்' என்று தலையில் அடித்து அழுத சத்தம் கேட்டு மாமியார் என்னவோ ஏதோ என்று ஓடி வந்தாள். இரண்டு பேருக்கும் எப்போதும் கிணற்றுப் பக்கம் ஒரு கண் இருக்கத்தான் செய்தது. இப்போது அப்படி எதுவும் ஆகிவிட்டதோ என்று சீராயி பதறினாள். இருவரும் கத்தரிச் செடியிடம் உட்கார்ந்து அழுவதைப் பார்த்து 'என்னாச்சுக்கா' என்றாள். 'உம் மருமவ பண்ணிக்கிட்ட கொடுமயப் பாரு. கத்திரிக்குள்ள போயி மாருலயே அடிச்சிக்கிறா' என்று பொன்னாவின் மாரை விலக்கிக் காட்டினாள். முழங்குகளும் கணுக்களும் பட்டுக் கிழித்த காயங்களில் ரத்தப் பொட்டுக்கள் தெரிந்தன. சிராய்ப்புகள் ஏராளம். மார்கள் இரண்டும் கன்றிச் சிவந்திருந்தன. 'அட சண்டாளப் பாவி, நீ ஒருநொடியில போயிட்ட, இந்தச் சீவன எப்பிடீடா காப்பாத்துவன். இத நெனச்சுப் பாத்தயா, உனக்கு என்னமா இருந்தா இவொ. இப்பத்தான் கலியாணம் ஆன சின்னஞ்சிறுசுவளாட்டம் வெளையாடாதீங்கடா, கண்ணுப் பட்டுரும்னு சொல்லுவனே' என்று சொன்ன சீராயின் கண்களையும் கட்டுப்படுத்த முடியவில்லை.

கிணற்றுப் பக்கம் போய் அங்கே வாய்க்காலில் படர்ந்திருந்த கிணற்றுப்பூடுத் தழையைக் கை கொள்ளுமளவு அரித்துக் கொண்டு வந்தாள். தண்ணீர் போதாமல் வாடலோடு இருந்த தழைகள். கை நிறையக் கிள்ளி எடுத்து இரண்டு கைகளிலும் சேர்த்துக் கசக்கி வந்த சாற்றைப் பொன்னாவின் மாரின் மேல் விட்டாள் சீராயி. சிவப்பு மறைந்து முழுக்கப் பச்சை படர்ந்தது. அவள் அம்மா சாற்றைப் பரவலாகத் தேய்த்தாள். இப்போது லேசாக எரிச்சல் தெரிந்தது. மீதமிருந்த தழைகளையும் எடுத்துக்கொண்டு அவளைக் கைத் தாங்கலாகத் தூக்கினார்கள். அவள் தானாகவே வேகமாக எழுந்துகொண்டாள். முந்தானையால் கண்ணீரைத் துடைத்துக்கொண்டு மாராப்பை நன்றாகப்

போட்டுக்கொண்டாள். அவர்களின் சத்தம் கேட்டுப் பக்கத்துக் காடுகரைகளில் இருந்த நான்கைந்து பேர் ஓடி வந்துவிட்டார்கள். அம்மாவோடு பொன்னாவை அனுப்பிவிட்டுச் சீராயி அவர்களுக்குத் தகுமானம் சொன்னாள்.

'போனவன் போயிச் சேந்துட்டான். இவ படற கொடுமயத் தாங்க முடியில. ஒரு வாய்ச் சோறு எடுத்துத் திங்க மாட்டீங்கறா. ஒடம்புல ஒரு சத்தும் இல்ல. கொட்டாயிலயே அடஞ்சு கெடக்கறாளேன்னு அவியம்மா மாடு கட்டப் போறன் வான்னு கூட்டிக்கிட்டு வந்தா. மாட்டக் கட்டிப்புட்டு வர்றதுக்குள்ள இவத்த கத்திரிக் காட்டுக்கிட்ட நின்னவ நெவாச் சிக்காத மயங்கிக் கீழ உழுந்திட்டா. கத்திரியில இருக்கற மொழங்கு முள்ளு மாதிரியாச்சே. மாரெல்லாம் காயம்' என்று விலாவாரியாகச் சொல்லிக்கொண்டிருந்தாள்.

அம்மாவோடு நன்றாகவே நடந்து வந்த பொன்னா 'அம்மா ஊருக்குப் போயி அண்ணனப் பொழுதிருக்க வரச் சொல்லு. கத்திரிக்காட்டுக்குத் தண்ணி உடோனும்' என்றாள். 'வாய்க்கால்லாம் செதுக்காத கெடக்குது, கத்திரிப் பாத்தி முழுக்கப் பில்லேறி அடம்பா நிக்குது. எப்பிடி அதுக்குத் தண்ணி பாய்ச்சறது. ஆளே போயிட்டான், அவன் வெச்ச கத்திரி போனாப் போவுது உடு பொன்னா' என்றாள் அம்மா.

'இங்க பாரு, நீ போயிச் சொல்லீட்டு வரலீன்னா நாம் போறன். இல்லீனா நானே மாட்டப் புடிச்சாந்து ஏத்தக் கட்டீருவன். எனக்கு எறைக்கத் தெரியாதுன்னு நெனச்சுக்கிட்டயா, எல்லாம் உம் மருமவன் சொல்லிக் குடுத்திருக்கறான். எனக்கு முன்னால போய்ச் சேந்துருவமுன்னு தெரிஞ்சுதான் எல்லாத்தயும் எனக்குஞ் சொல்லி வெச்சிருக்கறான்' என்று தீர்மானமாகச் சொன்னாள்.

பொன்னாவின் இறுகிய முகமும் ஆவேசமும் பயமுறுத்தின.

❍

5

அம்மாவைக் கட்டாயப்படுத்தி ஊருக்கு அனுப்பிவிட்டுக் கொத்தையும் மண்வெட்டியையும் எடுத்துக்கொண்டு காட்டுக்குள் போனாள் பொன்னா. சீராயி என்ன சொல்லியும் கேட்கவில்லை. 'ஒடம்புல என்ன சத்திருக்குது. ரண்டு மாசமா ஒன்னயுந் திங்காத கெடந்தியே பொன்னா. நாஞ் சொல்றதக் கேளு. நான் வேண்ணாப் போயி வெட்டறன். இன்னங் கொஞ்சம் நாளைக்கு நீ ஊட்டோட இராயா' என்று எவ்வளவு நயந்து சொல்லியும் அவள் பதிலே பேசவில்லை. நேற்று பால்மாட்டுக்கு ஆகும் என்று மணற்காட்டுக்குப் போய் ஒரு கத்தை புல் கொண்டு வந்தாள் சீராயி. இரண்டு மழை பெய்ததில் காடு முழுக்கப் புல்லேறிக் கிடந்தது. யார் வேண்டுமானாலும் வந்து பிடுங்கிக் கொள்ளலாம் என்று சொல்லிவிட்டார்கள். கடலைக்காட்டைப் பார்க்கப் பார்க்க ஆசையாக இருந்தது. இந்தப் பொழப்பத்தவன் இப்பிடி அந்தரமாக விட்டுப் போகாமல் இருந்திருந்தால் நம்முடைய காடு முழுக்கவும் இப்படிக் கடலையும் சோளமுமாகப் பச்சைப் பசேல் என்று வெள்ளாமை பொங்கி நிற்கும் என்று நினைத்தாள்.

இரண்டு சின்ன அணப்புகளில் காயும் கசம்பும் போட்டு வைப்பான். வீட்டுச் செலவுக்குப் போக அது கைச்செலவுக்கும் சம்பாதித்துக் கொடுத்துவிடும். என்னதான் இருந்தாலும் ஒரு ஆம்பிளை இருந்து பண்ணயம் பார்க்கிற மாதிரி ஆகுமா? புருசன் செத்த பிறகு சின்னக் குழந்தையை வைத்துக்கொண்டு என்ன பண்ணயம் பார்க்க முடிந்தது. அவன் தலையெடுத்த பிறகே காடு காடாயிற்று. இப்போது பொன்னா ஒருத்தியும் அப்படித்தான் கஷ்டப்பட வேண்டும். சின்னப் பையனாகக் காளி ஒருத்தன் இருந்தான். இவள் ஒண்டியாக எப்படிக் காலம் கழிப்பாள்? காளியைப்

ஆலவாயன்

பற்றிய யோசனையைவிடப் பொன்னாவைப் பற்றி யோசிப்பதே அதிகமாக இருந்தது. செத்தவர்களுக்கு ஒரு பிரச்சினையும் இல்லை, இருப்பவர்களுக்குத்தான் எல்லாப் பிரச்சினைகளும். செத்தவனுக்கு அந்த நேரக் கஷ்டத்தோடு எல்லாம் முடிந்து போகிறது. இருப்பவர்களுக்கு ஒவ்வொரு நாளையும் ஓட்டுவது பெரும்பாடு. செத்தவனின் பிரச்சினையையும் சேர்த்துப் பார்க்க வேண்டும். சோற்றுக் கவலை மட்டும்தான் என்றால் எல்லா உயிர்களையும் போல எப்படியாவது பார்த்துக்கொள்ளலாம். அதைத் தாண்டி மனுசப் பிறவிக்குத்தான் எத்தனை கவலைகள்.

யோசித்தபடி பிடுங்கிய புல் தூக்கத்தக்க அளவு ஒரு கத்தை ஆனவுடன் காட்டுக்குள் திக்காலுக்கு ஒன்றாய் முளைத்துப் படர்ந்திருந்த கல்குமிட்டி கண்ணுக்குப் பட்டது. குமிட்டியைக்கூடக் கண்டுபிடித்துவிடலாம். கல்குமிட்டி லேசில் கண்ணுக்குச் சிக்காது. பூப் பூத்த பிறகுதான் கொஞ்சம் கண்ணுக்குப் படும். அதுவும் மற்ற புல்பூண்டோடு சேர்த்துத் தன்னை மறைத்துக்கொள்ளும். ஒவ்வொன்றாக உற்றுப் பார்த்துக் கண்டுபிடிக்க வேண்டும். அப்படித் தேடிப் பிடுங்கி வந்தாள். தேடித் தேடிக் கண்டடைவதன் ருசியே தனி. இரவில் வங்காட்டுப் பவுனாயிப் பாட்டி வந்திருந்தார். சீராயின் மாமியார் வகையில் சொந்தம். எங்காவது காணும்போது அக்கறையாகவும் ஆசையாகவும் விசாரிப்பார்.

‘அறியாப்பையன் இப்பிடியா பண்ணீட்டுப் போவான்? சோத்துக்குச் செத்ததெல்லாம் பொழைக்கல. அன்னாடம் காடுகரைக்குப் போயிக் கையில கூலி வாங்கித் தவசம் கொண்டாந்தாத்தான் சோறுன்னு இருக்கற ஏழபாழ எத்தன. கொழந்த இல்லாட்டி என்ன போவுது? எம் மாமமூட்டுக்கு அந்தக் காலத்திலயே கொழந்த இல்ல. மூனேக்கரா காடு இருந்தது. இருக்கற வெரைக்கும் பாடுபட்டுத் தின்னாங்க. அப்பறம் பாத்தா, காட்ட ஊருக் கோயிலுக்குன்னு எழுதிப் பத்தரம் பண்ணிப்புட்டாங்க. இன்னைக்கு எங்கூருக் கோயிலுக் காடு எங்க மாமமூட்டுக் காடுதான் பிள்ள. எங்கம்மா தனக்குத்தான் எழுதி வெப்பாங்கன்னு ஆச ஆசயா நெனச்சிருந்தா. எங்கப்பன் பண்ணுன கோளாறு வேல புடிக்காத மாமன் கோயிலுக்கு எழுதி வெச்சிருச்சி. இப்ப என்ன கெட்டுப் போயிருச்சு’ என்று பாட்டி பாடுபழமை பேசிக்கொண்டிருந்தார்.

பாட்டிக்கு எத்தனையோ தெரிந்திருந்தன. அவர் பேச்சைக் கேட்டுக்கொண்டே பொஞ்சம்பந்திகள் இரண்டு பேரும் கல்குமிட்டி இலைகளைப் பறித்தார்கள். சிறுசிறு இலைகள் அங்கொன்றும் இங்கொன்றுமாக இருக்கும். பார்த்துப் பார்த்துப்

பறிக்க வேண்டும். பறித்து ஈரத்துணியில் சுற்றி மொடா மேல் வைத்திருந்தாள் சீராயி. பாட்டியின் பேச்சைக் கேட்டபடியே தூங்கிப்போனார்கள். பாட்டி பச்பச்சென்று விடிவதற்குள் கிளம்பிவிட்டார்.

'எல்லாரும் காடுகரைன்னு ஓடிப் போயிருவாங்க. ஊட்டுக்கு ஆளுன்னு நாந்தான் இருப்பன். ஒன்னுஞ் செய்யலீன்னாலும் இருப்புன்னு ஒன்னு வேணுமில்ல. ஊட்டக் காத்துக்கிட்டுக் கெடக்கற உசிரு நானு. ஒருநாளும் போயி ஒருத்தரு ஊட்டுலயும் ராத்தங்கல் போட்டதில்ல. எங்கப்பனோட சின்னாயா பேரன் இப்பிடிப் பண்ணிக்கிட்டான்னு தெரிஞ்சதுல இருந்து ஒருக்கா வந்து எட்டிப் பாத்துட்டுப் போனாப் பரவால்லன்னு இருந்திச்சு. அதான் மொல்ல மொல்ல வந்தன். இப்பவே போனா வெய்ய வரதுக்குள்ள ஊரு போயிச் சேந்திருவனாயா. போனவன் போயிட்டான், இருக்கறவுங்க எதயும் நெனைக்காத நல்லா இருங்காயா. அடி பிள்ள பொன்னா, நம்முசுரு அந்தச் சாமி குடுத்தது. அது அவனுக்கு வேணுங்கறப்ப அவனே எடுத்துக்குவான். வலுவந்தத்துல போக்கிக்க நம்புளுக்கு ஆக்கினை இல்ல பாத்துக்க' என்று சொல்லியபடி ஒரு வாய் நீத்தண்ணியைத் தூக்கிக் குடித்துவிட்டுப் போனார்.

களிக் கிளறிக் கல்குமிட்டி கடைகிறதாகச் சொல்லியும் நிற்கவில்லை. பாட்டி போனபிறகுதான் கல்குமிட்டியைக் கடைந்தாள். நெய் மணந்தது. அடப்பு நீங்கும் வரைக்கும் தாளிக்கக் கூடாது. ஒரு தாளிப்பு மட்டும் போட்டால் குமிட்டி மணம் நாலு காடு தாண்டியும் வீசும். இந்தக் குமிட்டி மணம் எல்லாக் கவலையையும் மறக்கடித்துவிட்டதே என்று நினைத்துக் கொண்டிருந்தபோதுதான் பொன்னாவின் சத்தம் காட்டுக்குள்ளிருந்து கேட்டது. கூட்டி வந்து ஒருவாய்க் களி தின்ன வைப்பதற்குள் போதும் போதும் என்றாகிவிட்டது. கிறுக்கச்சியாட்டம் 'அண்ணனப் போயிக் கூட்டியா . . . போ போ' என்று இடைவிடாமல் துரத்திக்கொண்டேயிருந்தாள். 'பொன்னா உனக்கென்னாச்சு. உங்கொம்மா ஒருவாய் களி தின்னுட்டுப் போவுட்டும். பொழுதோட ஏத்தக் கட்ட ஆளு வந்தாப் போதுமில்ல, வந்திரும். இல்லீனா நானே எறச்சு உடறன் புடி' என்று சத்தம் போட்டுப் பொன்னாவையும் களி தின்ன வைத்தாள். குமிட்டியும் தெரியாது, தொய்யலும் தெரியாது. எதுவானாலும் பூவரச மரத்தை வெறித்துப் பார்த்தபடி அப்படியே போட்டுப் போட்டு விழுங்க வேண்டியதுதான்.

அதைத் தின்று முடித்ததும் கழுவிய கையை முந்தானையில் துடைத்துக்கொண்டு கிளம்பிவிட்டாள். இப்படிச் செய்வாள்

என்று சீராயி எதிர்பார்க்கவில்லை. காட்டைப் போய்ப் பார்த்ததும் காளியின் நினைப்பு வந்திருக்கும். சரி, செய்ய முடிகிறவரைக்கும் செய்யட்டும் என்று விட்டுவிட்டாள். அவள் கண்ணுக்குத் தெரிகிற மாதிரி தன் வேலைகளையும் வைத்துக்கொண்டாள் அவள். பொன்னா முதலில் கத்திரிப் பாத்திக்குப் போனாள். காளி செய்த மாதிரியே மேல் பக்கம் நீண்டு காய்ந்திருந்த கோல்களை எல்லாம் கையால் ஒடித்து வெளியே போட்டாள். இலைகள் பழுத்தும் ஒன்றிரண்டு காய்கள் நலங்கிப் புழுப் பிடித்திருந்ததையும் எல்லாம் இணுங்கிக் குட்டானாகப் போட்டாள். அடித்தண்டையும் மேலே வாதுகளென நீண்டிருந்த குச்சிகளில் தடிமனாக இருந்தவற்றையும் விட்டுவிட்டு மற்றவற்றை உடைத்தாள். இப்போது பார்க்க நல்லையன் மாமாவின் கிராப்புத் தலை போலச் செடிகள் தெரிந்தன.

அப்படித் தோன்றியதும் அவளுக்குச் சிரிப்புக்கூட லேசாக வந்தது. காளி போன பிறகு அவர் வந்தாரா என்பதுகூட அவளுக்குத் தெரியவில்லை. எத்தனையோ பேர் வரவும் போகவும் இருந்தார்கள். அவளிடம் வந்து பேசவும் செய்தார்கள். எல்லாரையும் மலங்க மலங்கப் பார்த்தாள். ஒருவர் முகமும் அவள் மனதில் பதியவில்லை. எந்தச் சொல்லும் காதில் ஏறவில்லை. மாமனும் வந்து போயிருக்கலாம். அவரோடு காளிக்கு ரொம்ப நெருக்கம். இருந்தென்ன. அவரிடம் இருந்து எதையும் காளி தெரிந்துகொள்ளவில்லை. இந்த விஷயம் தெரிந்தால் மாமன் என்ன சொல்வார்? பாத்தியில் நீண்டிருந்த களைச் செடிகளைக் கையால் இழுத்துப் பிடுங்கினாள். மண் ரொம்பவும் இறுகவில்லை. தரையோடு ஒட்டிய புற்கள் மாத்திரம் தெரிந்தன.

அப்படியே விட்டுவிட்டுத் தொண்டுப்பட்டிக்கு வந்தாள். தலையில் மண்டைக்கட்டு கட்டியிருந்தாள். அதைப் பார்க்கவும் சீராயிக்குச் சந்தோசமாக இருந்தது. இனிமேல் கொஞ்சம் கொஞ்சமாகத் தேறிவிடக் கூடும். வேலை செய்வதில் பொன்னா கெட்டி. எப்பேர்ப்பட்ட ஆட்களுக்கும் சளைத்தவளல்ல. வேலையில் ஈடுபட்டால் எல்லாத் துயரமும் வடிந்துபோகும். வந்தவள் ஒருசொம்புத் தண்ணீரை மொண்டு அண்ணாந்து குடித்தாள். இத்தனை நாட்களுக்குப் பிறகு பொன்னா தாகத்தோடு தண்ணீர் குடிப்பதைக் காணச் சந்தோசமாயிருந்தது. கொறக்கூடை ஒன்றை எடுத்துப் போய்க் குப்பைக்குழியில் கிடந்த காய்ந்த சாணிகளைப் பொறுக்கிக் கூடைக்குள் போட்டாள். கூடை நிறைந்ததும் தூக்கித் தலையில் வைத்துக்கொண்டு கிளம்பினாள்.

அவள் பார்வை பூவரசுக்குப் போகிறதா என்று சீராயி கவனித்தாள். பூவரசையே பார்த்தபடி நடந்ததாகவே தெரிந்தது.

அந்தப் பார்வையை மட்டும் மாற்றிவிட்டால் போதும். ஆனால் சொல்ல முடியாது. கத்தரியைப் பார்த்ததும் அவன் நினைவு வந்து கதறிய மாதிரி ஏதாவது செய்வாள். இன்னும் கொஞ்ச நாளைக்குக் கவனமாக இருக்க வேண்டும். பூவரசை வெட்டி எறிந்திருக்க வேண்டும். இது வந்து தொண்டுப்பட்டியில் உட்கார்ந்துகொண்டு எல்லாவற்றையும் பார்த்துக்கொண்டிருக்கிறது. எத்தனை தலைமுறையைப் பார்த்திருக்குமோ. அதில் கை வைத்தால் தன் உயிரில் கை வைக்கிற மாதிரி அல்லவா நினைக்கிறாள். அவன் தொங்கிய வாதை வெட்டியபோது கதறிய கதறல் கொஞ்சமா? வெட்ட வந்த சின்னான் 'சாமீ... பண்ணாடிச்சி கத்தறதப் பாத்தா எனக்குக் கொல நடுங்குதுங்க. பேசாத உட்றலாங்க' என்றான். 'அது இருந்தா இன்னங் கத்துவா. நீ காத அடச்சுக்கிட்டுச் சட்டுனு வெட்டிப் போட்டுட்டு எறங்கு' என்று அவள் அப்பன் சொன்னார். கையில் கூர் வாய் கொண்ட ரம்பத்தையும் கொண்டு வந்திருந்தான். அதனால் சீக்கிரத்தில் அறுத்து எறிந்துவிட்டான். அப்படி இந்த மரத்திற்கும் என்றைக்கு நேரம் வருமோ.

ஆடுகளை ஓட்டிப் போவது போலப் பொன்னாவின் பின்னாலேயே அவள் போனாள். பாத்திக்குள் வரச்சாணியைக் கொட்டி மண்வெட்டிக் காம்பால் தட்டிப் பொடியாக்கினாள். பாத்தி முழுதுக்கும் சாணிப்பொடியை இறைத்துவிட்டுக் கொத்தை எடுத்துக் கிளற ஆரம்பித்தாள். கெட்டிப்பட்டிருந்த மண். சில இடங்களில் ஓங்கி ஓங்கி வெட்டினாள். ஒருதண்ணீர் விட்ட பிறகு வெட்டினால் பூப் போல வரும். அதுவரைக்கும் அவளுக்குப் பொறுமையில்லை. உடலில் வலு இல்லை என்றாலும் மனதில் வலு இருந்தது. மறுபடியும் ஏதாவது கத்திரிச் சிம்பால் கீறிக்கொள்வாளோ என்று பயந்தாள். வேர்வையை வழித்து எறிந்தும் முந்தானையால் துடைத்துக்கொண்டும் வேலை செய்தாள். பொழுது நன்றாகக் காய்ந்தது. போதும் என்று கூப்பிடலாமா? சீராயிக்கு என்ன செய்வதென்று யோசனை வரவில்லை. நல்லவேளையாக அந்தச் சமயத்தில் அவள் அம்மா வந்து சேர்ந்தாள்.

கத்தரிப் பாத்தியிடம் போய் 'பொன்னு இத்தன நாளூ சும்மா கெடந்துட்டு இப்ப இப்பிடி வேல செஞ்சா ஒடம்புக்கு வந்திருமாயா. இருக்கற கஷ்டம் போதாதுன்னு இது வேறயா. இத்தன வேலய செஞ்சயே, செரி போதும் வா. இன்னமே என்ன வாய்க்காச் சீவறதுதான். உங்கண்ணன் வந்து ஏத்தப் பூட்டறதுக்குள்ள சீவிரலாம். வாயா' என்று தன்மையாக அழைத்தாள். அம்மாவின் சொல்லுக்குக் கட்டுப்பட்டுப் பொன்னா எதுவும் பேசாமல் வந்தாள். கூடையை மட்டும்

எடுத்துக்கொண்டு மண்வெட்டியையும் கொத்தையும் கிணற்றோரம் இருந்த பாலமரத்து வாதில் மாட்டினாள். அங்கேதான் காளி வைப்பான். பாலமரம் காய்களால் நிறைந்திருந்தது. வளையம் வளையமாகத் தொங்கிய காய்கள். பொன்னாவை முன்னால் விட்டு அம்மா பின்னால் நடந்தாள். தொண்டுப்பட்டிக்குப் போனதும் கை கால் கழுவிக்கொண்டு சட்டியைப் போய்ப் பார்த்தாள் பொன்னா. களி உருண்டை தோண்டிப் போட்டிருந்தது. ஒரு உருண்டையை எடுத்துக் குண்டாவில் போட்டுக் குழம்பை ஊற்றினாள். 'இதென்ன பண்ண நக்கிரியா?' என்றாள். 'இல்லீம்மா. கல்லுக்குமிட்டி. கடலக்காட்டுல கெடந்ததுன்னு உங்கொத்ததான் தேடித் தேடிப் புடிங்கியாந்தா' என்றாள் அம்மா. ஒன்றும் சொல்லாமல் தின்று கை கழுவிவிட்டுக் கொட்டாய்க் கட்டிலில் படுத்தாள் பொன்னா. கொஞ்ச நேரத்தில் அவள் மூச்சு சீராகக் கேட்டது.

சத்தம் இல்லாமல் அம்மா மெல்ல உள்ளே வந்து பார்த்தாள். ஆழ்ந்த தூக்கம். இப்படி அவள் தூங்கி எத்தனை நாளாயிற்று என்று நினைக்கக் கண் கலங்கியது. இனி எல்லாம் சரியாகிவிடும் என்று ஒருவகையாக மனதில் தோன்றியது. வெளியே சீராயி ஆடுகளை அதட்டும் சத்தம் கேட்டது. ஓடிப் போய் 'சத்தம் போடாத. பொன்னா தூங்கறா' என்று குசுகுசுப்பாய்ச் சொன்னாள். 'அப்படியா' என்று குரலை இறக்கிக் கேட்டாள் சீராயி.

பூவரசின் இலைச் சந்துகளில் நுழைந்த வெளிச்சம் பரவியது.

○

6

பொன்னா தூங்காமல் விழித்துக்கொண்டே இருப்பதால் எந்த நேரத்திலும் ஏமாற்றிவிடுவாள் என்று இருவரும் ஆள் மாற்றி மாற்றி விழித் திருப்பார்கள். அதற்காகவே இரவிலும் ஏதாவது வேலை வைத்துக்கொள்வார்கள். மாடுகளுக்குத் தீனி போட வெகுநேரம் எடுத்துக்கொள்வார்கள். 'கொஞ்ச நேரம் கண்ண மூடறனக்கா. நீயும் தூங்கீராத' என்று சொல்லிச் சீராயி படுப்பாள். வயதான காலத்தில் என்ன பெரிய தூக்கம். கண்ணை மூடுவதும் தெரியாது. விழித்து எழுவதும் தெரியாது. அவளை உள்ளே படுக்கச் சொல்லி இருவரும் கொட்டாயின் முன்னால் ஆளுக்கொரு கட்டிலில் கிடப்பார்கள். வீட்டிலிருந்த கட்டில்களும் தொண்டுப்பட்டிக்கு வந்துவிட்டன. யாராவது வரும்போது அவர்களுக்கும் கட்டில் வேண்டும். பொன்னா பக்கம் கொஞ்சம் அசைவு தெரிந்தாலும் போதும். சடக்கென ஒருவர் எழுந்து உட்கார்ந்து கொள்வது வழக்கமாயிற்று. அவள் வெளியே போனால் நாயும் பின்னால் போகும். அதற்குப் பின் இவர்கள்.

இரண்டு பேருக்கும் பேசிக்கொள்ள நிறைய இருந்தது. பொன்னாளின் அப்பனை அண்ணா என்றும் அம்மாவை நங்கை என்று முறை வைத்துச் சீராயி அழைப்பாள். நங்கை என்றாலும் 'அக்கா' என்றுதான் விளிப்பு. அவர்களுக்குள் ஒருபோதும் மனஸ்தாபம் வந்ததில்லை. என்றாலும் நெருங்கிப் பேசிக்கொள்ளச் சந்தர்ப்பங்கள் அபூர்வமாகவே அமைந்தன. இந்த இரண்டு மாதங்களும் அவர்கள் பேசித் தீர்த்தார்கள். இரண்டு வருசத்துக்கு முன்னால் இதே மாதிரி ஒருராத்திரி வல்லாயி வந்தாள். சீராயிதான் சொல்லிவிட்டிருந்தாள். அன்றைக்கு இரவு வீட்டுத் தாவாரத்தில் படுத்துக்கொண்டு

பெருநோம்பிக்குப் பொன்னாவைக் கூட்டிப் போவது பற்றிப் பேசினார்கள். அதுதான் எல்லாவற்றுக்கும் தொடக்கம்.

'அக்கா... நாம எதுக்கு இதப் பேசுனம் கருமத்த. இந்தப் பேச்ச எடுக்காத இருந்திருந்தா இப்பிடியே கொமஞ்சுக்கிட்டுனாச்சும் ரண்டும் சந்தோசமா இருந்திருக்கும். இப்ப அநியாயமா ஒருசுரு போனதும் இல்லாத இவள ராத்திரிப் பவலாக் காத்துக்கிட்டுக் கெடக்கறம்' என்று ஓரிரவில் பேச்சைத் தொடங்கினாள் சீராயி.

'இவியப்பனும் அப்பிடித்தான் என்னயப் பேசறாரு. பொம்பளைவ கூடிப் பேசுனா எங்கயாச்சும் குடும்பம் உருப்படுமான்னு வேற எகத்தாளம். இவியளும் ஒன்னுஞ் செய்ய மாட்டாங்க. நம்பளையும் ஒன்னுஞ் செய்ய உடமாட்டாங்க. நாம நல்லத நெனச்சம். இப்பிடியா வந்து முடியோணும். முத்தண்ணன் படற கஷ்டத்தயும் பாக்க முடியில சீரா. மருமவ வேற எங்குடும்பத்தயும் தொலச்சுப்புடுவியாட்டம் இருக்குதுன்னு பேசறா போ' என வல்லாயி கவலைப்பட்டாள்.

'ஏக்கா, இந்தக் காளீப்பங்கிட்ட நானும் படிச்சுப் படிச்சுச் சொன்னனக்கா. ஊருல இது மாதிரி எத்தனையோ சனம் இருக்குதுன்னு. அவம் புத்தியில ஏறுல. நாங்கண்டனா இப்பிடி நெனைப்பான்னு. இது என்ன புத்தி, அப்பிடி என்ன அரிசியமா இவகிட்ட மட்டும் இருக்குது, இவனுக்கு மட்டுந்தான் தொறக்கோணுமாம். அவ அவ சோளக்காட்டுலயும் கம்மங் காட்டுலயும் புல்லுப் புடுங்கறாப்பல போயிட்டு சொம்புத் தண்ணியில கொழாயத் தொறந்து கழுவிக்கிட்டு வந்தர்றா. நாமென்ன அப்பிடியா செய்யச் சொன்னம். நோம்பிக்கு ஒருநாளைக்கு அனுப்புடான்னா, இவனுக்கு ஏறிக்கிட்டு நின்னுருச்சி. இவங்கிட்ட இந்த விசியத்தச் சொல்லாதயே நாம செஞ்சிருக்கோணும். அப்பவும் இந்தக் கழதமுண்ட என்ன சொல்லியிருப்பாளோ. அவனுக்குக் கொஞ்சமும் உட்டவ இல்ல இவ' என்று தன் கோபம் முழுவதையும் கொட்டினாள் சீராயி.

'அதில்ல மாரா... ரண்டயும் ஒன்னோட ஒன்னு இப்பிடிப் பொணையல் போட்டுக்கிட்டுக் கெடக்கறாப்பல உட்ருக்கக் கூடாது. அததுவ வாய் தொறந்து பேசறதுக்குள்ள நாலஞ்சு பெத்துப் போட்டுருதுவ. ராத்திரிலதான் ஒன்ன ஒன்னு தொட்டுக்க முடியுது. இதுவ அப்பிடியா? பெருநோம்பியன்னைக்கு நானும் ரண்டும் பேச உடாத என்னென்னவோ பண்ணிப் பாக்கறன். அதான் இங்கயாட்டமே அங்கொரு பூவரச மரத்தக் கொண்டாந்து நட்டிருக்கறானே உம்மவன். அதுக்கடிய படுத்துக்கிட்டு அவன்

இவளக் கொஞ்சறதும் இவ அவனப் பாத்துச் சிரிக்கறதும் கூத்து வாசி போ. உட்டா ரண்டும் அங்கயே ஒன்னோட ஒன்னு பொணையல் போட்டுக்குமாட்டம். இத்தனைக்கும் மட்ட மத்தியானம் பாத்துக்க. அதுல வென வந்து சேந்திருச்சு. அவள ஆருக்கும் உட்டுக் குடுக்க மனசு வல்ல. ஒரே ஒரு தரம்னாலும் தம் பொண்டாட்டின்னு கெவுருதி வந்திருச்சு. என்ன சொல்ற சீரா' என்று விலாவாரியாகச் சொன்னாள் வல்லாயி.

'நீ சொல்றதுதானக்கா. எங்கம்மா காலத்துல எல்லாம் ஒருத்தமூட்டுக்குக் கழத்த நீட்டிப் போயிட்டா அந்த ஊட்டுல இருக்கற எல்லா நாய்க்கும் முந்தான விரிக்கோணுமாம். எங்கப்பன் அவியப்பன அண்ணான்னுதான் கூப்புடுவாரு. இதென்ன அப்பன அண்ணான்னு கூப்படறயின்னு கேட்டிருக்கறன். அவரு சிரிச்சிக்கிட்டே 'எங்க ரண்டு பேருத்துக்கும் ஒரப்பந்தான்' அப்பிமூன்னு சொல்வாரு. எனக்கு அப்பச் சின்ன வயசு, ஒன்னும் புரியில. கொஞ்சம் பெரிசானதுக்கு அப்பறம் பாட்டியாதான் புரியறாப்பல சொன்னா. பாட்டியா வந்து எங்க தாத்தனோட பத்து வயசு பெரியவ. எங்க தாத்தனுக்கு அஞ்சாறு வயசு இருக்கறப்பப் பாஞ்சு வயசுலருந்த பாட்டியக் கட்டி வெச்சுட்டாங்க. அத்த பிள்ளையும் மாமன் பையனும். அதான் சொந்தம் உட்டுப் போயரக் கூடாதுன்னு இந்த ஏற்பாடு. பாஞ்சு வயசுப் பிள்ள பிரசன இக்கத்துல தூக்கி வெச்சுக்கிட்டுப் போவாளாம். ராத்திரியானா சின்னப் பையன் அவியம்மாகிட்டப் போயிப் படுத்துக்குவானாம். பாட்டியா என்ன பண்ணுவா? தாத்தனோட அப்பனில்ல, அவன் 'வாயா கண்ணு நாம படுத்துக்கலாம்'னு கூப்புட்டுத் தங்கிட்டப் படுக்க வெச்சுக்குவானாம்.'

'இன்னைக்கு என்னமோ நாவரிவம் பெருத்துப் போச்சு. வெள்ளக்காரனாட்டம் கெராப்பு வெச்சிருக்கறதும் சீனிமாப் பாக்கறதும்னு அலையறாங்க. அதனாலதான் இந்தக் கருமாந்தரம் எல்லாம் வந்திருச்சு. எங்கூட்டுக்கு வந்தப்ப ஒருநா மச்சனனும் மச்சனனும் வண்டி கட்டிக்கிட்டுச் சீனிமாப் பாக்க போனாங்காயா. பொண்டாட்டிவளயும் கூட்டிக்கிட்டுப் போறாங்களே. அதும் ரண்டாவது ஆட்டமாமா. போயிட்டுச் சாமத்துக்குத்தான் வந்தாங்க. அடுத்த நா எங்கிட்டப் பொன்னா கத சொல்றா, பொண்டாட்டி மேல சந்தேகம் வந்து பிரசங்காரன் அடிஅடின்னு அடிக்கறானாமா. அதனால தேவுடியா ஊடே கெதின்னு கெடக்கறானாமா. அவ பொறுத்திருந்து பத்தினின்னு காட்டறாளாமா. இப்பிடிக் கத எங்காச்சும் ஊர்ல உண்டா சொல்லு.'

‘தேவுடியா ஊட்டுக்குப் போனியே நீ. நா மட்டும் விட்டத்த வெறிச்சிக்கிட்டுக் கெடப்பனாடான்னு சீமாத்த எடுத்துச் சாத்த வேண்டாமா. இதயெல்லாம் பாத்துட்டுத்தான் இந்த நாயிக்கு இப்பிடி ரோசம் வந்திருச்சோ என்னமோ. செரி, இதக் கேளு. எங்க பாட்டியா சிரிச்சுக்கிட்டே சொல்றதப் பாக்கோணுமே, மாமனாரப் பாத்தாப் பயமாத்தான் இருக்கும், ஆனாலும் மாமங் கூப்படயில எப்பிடிப் போவாத இருக்க முடியும், போனா மாருல குருவிக்குஞ்சச் சேக்கறாப்பல கட்டிப் புடிச்சுக்குவாரு, சும்மா சொல்லக் கூடாது, நல்லாத்தான் வெச்சிருந்தாரு அப்பிடிம்பா பாட்டி. எங்கப்பந்தான் மொதப் பையனாமா. பேருக்குப் புரசன் எங்க பாட்டன். அவனுக்கு ஆறேழு வயசு. எங்க பாட்டனோட அப்பந்தான் எங்கப்பனுக்கு அப்பன். பெருசானதுக்கப்பறம் ஊருக்கெல்லாம் அப்பன் உள்ளுக்குள்ள அண்ணன். பாத்துக்க, இப்பிடிக் காலமிருந்துது. இப்பச் சொன்னாச் சிரிப்பாங்க. அப்பறம் எப்பத்தான் புரசனோட இருந்தயின்னு பாட்டிகிட்டக் கேட்டன். மாணியப் புடிச்சு மல்லு மல்லத் தெரியாத பையன் என்ன செய்வான்? அவன் வளந்து பதிமூனு பதனாலு வயசானதுக்கப்பறம் நாந்தான் சொல்லிக் குடுத்தன் அப்பிடீன்னு சிரிப்பா பாட்டி. பாட்டி மொதச் செத்துப் போயிட்டா. பாட்டந்தான் ரொம்ப நாளு உசுரோட இருந்தாரு. அவருகிட்டயும் ஒருநாளு ‘என்ன தாத்தா பாட்டிதான உனக்கு எல்லாஞ் சொல்லிக் குடுத்தாளாமான்னு’ கேட்டன். அட ஆமாயா, உங்க பாட்டி லேசுப்பட்டவ இல்ல, அவதான் திங்கறது உங்கறதுல இருந்து எல்லாத்தயும் மல்லறது பேழ்றது வரைக்கும் ஒன்னு உடாம சொல்லிக் குடுத்தான்னு சிரிக்கறாரு.’

சீராயி சொல்லி முடிக்கவும் வல்லாயிக்குச் சிரிப்பை அடக்க முடியவில்லை. இருந்தாலும் கட்டுப்படுத்திக்கொண்டாள். செத்த வீட்டில் கிழடுகள் சிரிக்கிற சிரிப்பைப் பார் என்று பொன்னா நினைத்தாலும் நினைப்பாள். அவளுக்குக் கேட்காத குரலில்தான் இருவரும் பேசிக்கொண்டார்கள்.

‘அந்தக் காலத்துல சனம் மனசுல வெசமில்லாத இருந்தாங்க. ஆசப்பட்டா ஒருநாளைக்கு இருந்தாப் போவுதுன்னு நெனச்சாங்க. இன்னைக்கு இப்பிடிக் காலமாயிருச்சு. எங்கூர்லயே மாச்சாமியூடு இல்ல, அதான், மொட்டப்பாற பக்கத்துல காடிருக்குதே, அவியதான். அவியப்பன் எல்லாருகிட்டயும் தாராளமாச் சொல்லுவாரு, டேய் உங்களுக்கெல்லாம் மனசம்பிள்ளைடா, எனக்குச் சாமி பிள்ளைடான்னு. சாமிய ஒராளு ஒதட்டு மேல பல்லுப் போட்டுப் பேசீருவாங்களா? பத்துப் பிள்ளப் பெக்கறவன்

கோழியாட்டம் பொதக்குனு உட்டுட்டு எறங்கீர்றான். அவனும் ஆம்பளைன்னுதான் திரியறான்' என்று சொல்லிவிட்டுப் புருச்சென்று எச்சிலைத் துப்பினாள் வல்லாயி.

'இந்தக் கருமாந்தரம் ரண்டும் அப்பிடி இல்லயே. கும்பத்துக்கும் கடையாணிக்கும் அப்பிடிப் பொருத்தம் போ. நடுச்சாமத்துல எந்திரிச்சு ஊட்டுக்கு வந்திருவான். அவளும் எப்ப எப்பன்னு பாத்துக்கிட்டுக் கெடப்பா. உங்கூட்டுக்கு அவ வந்துட்டாலும் ஒருநாளுப் பொறுக்க மாட்டான். பொறத்தாண்டயே வந்திருவான். இந்தத் தொண்டுப்பட்டியில ரண்டும் போட்ட ஆட்டம் கொஞ்சமா. நானும் சின்னஞ்சிறுசுவ சந்தோசமா இருக்கட்டுமுன்னு ஒன்னுஞ் சொன்னதில்ல. ஒருநா ராத்திரி எதுக்கோ இந்தப் பக்கம் வந்து பாத்தன். கெடக்க செரியில்ல. அப்பறம் வாரதயே உட்டுட்டன். பொன்னாகிட்ட மட்டும் கொஞ்சம் அக்கம் பக்கம் பாத்து இருங்காயான்னு சாடமாடயாச் சொல்லுவன். திருடி அவ. அப்ப மட்டும் ஒரு வார்த்த பேச மாட்டா. ஒருநா சொல்றா, இத உம்பையங்கிட்டச் சொல்லுன்னு. ஒரு பொம்பள எப்பிடியாயா மவங்கிட்டப் போயிச் சொல்லுவன், புத்தியா இருந்துக்கங்கன்னு சொல்லி நிறுத்திக்கிட்டன்.'

'இருந்துட்டுப் போறாங்க ஆரு வேண்டாங்கறா. இதா இப்பச் செத்தாப்பல இருக்குது, ரண்டு மாசமாயிருச்சு. என்னத்தக் கொண்டுக்கிட்டுப் போயிட்டான். இந்த ஒடம்பு தீயில வெந்து போவுது, இல்லீனா மண்ணுல புழுவுத் திங்குது. இதுக்குப் போயி இப்பிடிப் பண்ணீட்டானேன்னு நெனச்சாத்தான் வேதனையா இருக்குதாயா. பொண்டாட்டிக்காவச் சாவோணும்னா எத்தன புரசங்காரன் சாவறது? புரசனுக்காவச் சாவோணும்னா எத்தன பொண்டாட்டிவ சாவறது? அது செரி, புரசனத் தின்னுபுட்டு இத்தன வெருசமா நீ எப்பிடி சீரா இருந்த?'

வல்லாயி தூண்டில் போடுவதை அறிந்த சீராயி 'அதெல்லாம் என்னத்துக்கு அக்கா. புரசனத் தின்னு பையனையுந் தின்னு இப்பிடி ஒன்னுக்கும் ஆவாதவளாக் கெடக்கறன். எனக்குன்னு இன்னொரு பொறப்பு இருந்தா அதக் காக்கா குருவியாப் பொறப்பிச்சுரு சாமீன்னு வேண்டிக்கிட்டு இருக்கறன். மனசனாப் பொறந்தாக் கொஞ்சக் கஷ்டமா, கொறஞ்ச கஷ்டமா. எந்தக் காக்காயாச்சும் இன்னொரு காக்காயப் பாத்துக் கெட்ட பேச்சுப் பேசுதா பாரேன். ஏந்தான் மனசனுக்கு இந்தப் புத்தியோ. செரிக்கா, நீ செத்த கண்ண மூடு. நான் மாட்டுவளப் பாத்துட்டு வர்றன்.'

சீராயி கட்டிலை விட்டு எழுந்தாள். இரண்டு பேரும் ஒவ்வொரு நாள் இரவிலும் இப்படி எத்தனையோ பேசிக் கொண்டார்கள். பொன்னாவைக் காவல் காத்த மாதிரியும் ஆயிற்று. மனசு விட்டுப் பேசின மாதிரியும் ஆயிற்று.

பேசப் பேச எத்தனையோ துயரங்கள் கரைந்து சுவடற்றுப் போகின்றன.

O

7

தூங்கி எழுந்த பொன்னாவுக்குச் சட்டென ஒன்றும் புரியவில்லை. அவள் தூங்குவதை ஆசையாய்ப் பார்த்துக்கொண்டிருந்த வல்லாயி 'பொன்னு எந்திரிச்சிட்டயாயா. இன்னம் தூக்கம் வந்தா கொஞ்ச நேரம் தூங்கு' என்றாள். பொன்னா குழந்தையாக இருந்தபோது அவள் அப்பன் அப்படித்தான் சொல்வார். அவளைச் சீக்கிரத்தில் எழுப்ப உடமாட்டார். 'கொழந்தயில தூங்கறது தான் தூக்கம். தூங்கட்டும் உடு' என்பார். அப்பன் பேச்சைக் கேட்டுக்கொண்டு மறுபடியும் படுத்துக் கொள்வாள். இப்போதும் கொஞ்சநேரம் அந்தப் பக்கமும் இந்தப் பக்கமும் பார்த்து விழித்துவிட்டுப் படுத்துக்கொண்டாள். ஆனால் தூங்கவில்லை. உடனே அவளுக்குத் தன் நினைவு வந்துவிட்டது. கண்களை மூடி மட்டும் கொஞ்சம் படுத்திருந்தாள். பின் எழுந்தவள் வெளியே போய் மூஞ்சிக்குத் தண்ணீரை அள்ளி அடித்துக் கழுவினாள்.

பொழுதை அண்ணாந்து பார்த்தாள். மேற்குப் பக்கம் இறங்கியிருந்தது. பதறி எழுந்தவள் 'அண்ணன் வந்திருச்சாம்மா' என்று கேட்டாள். 'இப்ப வந்திருவானாயா' என்ற வல்லாயி 'நீ ஒருவா நீத்தண்ணி குடிக்கறயா சாமி' என்று கேட்டாள். வேண்டும் எனத் தலையசைத்தாள். பெருநோம்பிக்குப் போகும்போது பட்டுப்புடவை யைக் கட்டிக்கொண்டிருந்தாள் பொன்னா. வெளிர் சந்தன நிறத்தில் நடுநடுவே சிறுசிறு பொட்டுக்களாய்ப் பூப்போட்ட புடவை. காளி எடுத்து வந்த புடவை. அவளுக்கு ரொம்பவும் பிடித்தது அது. ஆசை ஆசையாய்க் கட்டிக் கொண்டாள். தலை நிறையக் கனகாம்பரப் பூவை வைத்துக்கொண்டு அவள் நடக்கையில் புதுப்பெண் போல இருந்தாள். திரும்பி வந்த பின் சுற்றிப் போட வேண்டும் என்று வல்லாயி நினைத்திருந்தாள்.

அந்தப் புடவைதான் அவள் கடைசியாய்க் கட்டிய சாயச்சேலை. வெள்ளைக் காடாவில் அவளைப் பார்க்கும்போது அந்தப் பொன்னா இல்லை இவள் என்றுதான் தோன்றுகிறது. பெருமூச்சோடு குண்டாவில் களி நீத்தண்ணியை ஊற்றி வந்து கொடுத்தாள். அதைக் குடித்த பொன்னா மறுபடியும் வேகமாகக் காட்டுக்குப் போனாள். இருவரும் அவளை ஒன்றும் சொல்லவில்லை. சொல்லிக் கேட்கப் போவதில்லை. சரி, கொஞ்ச நேரம் வேலை செய்துவிட்டு வந்தால் மத்தியானம் தூங்கின மாதிரி ராத்திரிக்கும் தூங்கக்கூடும்.

போனவள் புடவையை வரிந்து கட்டிக்கொண்டு மண்வெட்டியை எடுத்து வாய்க்காலைச் செதுக்க ஆரம்பித்தாள். அவள் கட்டியிருந்த புடவை புத்தம் புது வெள்ளைப் புடவை. செம்மண் புழுதி அப்பிக்கொண்டால் சீக்கிரத்தில் விடாது. சாங்கியத்தின்போது வந்த இரண்டு புடவைகளைத்தான் மாற்றி மாற்றிக் கட்டுகிறாள். பழஞ்சீலை இரண்டைக் கொடுத்தால் காடுமேடுகளில் அலையும்போது கட்டிக்கொள்வாள் என்று சீராயி நினைத்தாள். கேட்கவும் கொடுக்கவும் அவளுக்குத் தயக்கமாக இருந்தது. வெள்ளைப்புடவையைக் கட்ட இன்னும் பழக்கம் வேண்டும். காறை படிந்தால் அப்படியே தெரியும். எத்தனை முறை தப்பினாலும் போகாது. வெளுத்தியிடம் கொடுத்து வெள்ளாவியில் வைக்கச் சொல்ல வேண்டும். நாலு முறை வெள்ளாவியில் வைத்தால் சீலை சீக்கிரம் நைந்து போகும்.

காட்டுவேலைக்குக் கட்டுவதற்கு என்று ஒன்றிரண்டு சீலைகளையும் வீட்டில் இருக்கும்போது கட்டவென்று சிலதையும் வைத்திருப்பாள் சீராயி. மொடாவுக்குள் இரண்டு எப்போதும் புத்தம் புதுசாய்த் தூங்கும். எங்காவது வெளியே போக நேர்கையில் மட்டும் அதை எடுப்பாள். திரும்பியதும் அதைத் துவைத்து நிழலில் உலர்த்தி மடித்துப் பழையபடி மொடாவுக்குள் வைத்துவிடுவாள். காட்டுவேலைக்குப் போகும்போது சீலைக்கு மேலே வேட்டிக் கிழிசலையோ துண்டையோ ஒரு சுற்றுச் சுற்றிக் கட்டிக்கொள்வாள். சாயச்சீலை கட்டுகிற மற்றவர்களைப் போலக் கண்டபடி இருக்க முடியாது. இருந்தால் வருசத்திற்கு நாலு சேலை எடுத்தாலும் போதாது. சந்தைக்குப் போனால் காடாத் துணியில் இரண்டு சீலை கிழித்துக்கொண்டு வரச் சொல்லலாம். அதுதான் காடு மேட்டுக்கு ஆகும். வாய்க்கால் மண் புழுதி பொன்னாவின் சேலையில் படிவதைப் பார்க்கக் கட்டுப்படுத்த முடியாமல் சீராயிக்கு மனம் துடித்தது. ஆனாலும் இந்தச் சமயத்தில் எதுவும் சொல்ல வேண்டாம் என்று அடக்கிக் கொண்டு 'நீ பாத்துக்கக்கா… நான் அந்த ஆடுவள ஒரு திருப்புத்

திருப்பிக்கிட்டு வந்தர்றேன்’ என்று வல்லாயியிடம் சொல்லிவிட்டு ஆட்டுக்குப் பின்னால் போய்விட்டாள்.

வாயிருக்காமல் ஏதாவது சொல்லிவிட்டால் ‘பெத்த பையன் போனதைவிட இவளுக்குச் சீலையில் காறை படிவதுதான் பெரிசு’ என்று நினைக்கக் கூடும். மனசுக்கு உயிரைக் காட்டிலும் பொருட்கள் பெரிது. ஒவ்வொரு பொருளையும் காலாகாலத்துக்கும் வைத்துப் பிழைக்கப் போகிற மாதிரி. பொன்னா உடனே எதுவும் சொல்லவில்லை என்றாலும் மனதுக்குள் வைத்திருந்து வேறொரு நாளைக்குக் கேட்பாள். எப்படித்தான் இதையெல்லாம் நினைவில் வைத்திருக்கிறாளோ என்று ஆச்சரியமாக இருக்கும். நான்கைந்து வருசத்திற்கு முன் தைப்பொங்கலுக்கு ஒரு சீட்டிச்சீலையைப் புதிதாகக் கட்டினாள்.

‘அப்பமூட்டுச் சீலையா?’ என்று சீராயி கேட்டாள். ‘ம்’ என்று மட்டும் சொன்னாள் பொன்னா. அதற்கப்புறம் மூன்று நான்கு மாதங்கள் இருக்கும். எதற்கோ பேச்சு வந்தபோது ‘அன்னைக்கு அப்பமூட்டுச் சீலயான்னு கேட்டயே. எங்கப்பமூட்டுக்கு எடுத்துக் குடுக்க வக்கில்லீன்னு கேட்டயா. இல்ல எனக்கு எடுத்துக் குடுக்க உம்மவன் கயலாவாதவன்னு கேட்டயா’ என்றாள் பொன்னா.

‘அடி ஆயா, உனக்கு உங்கொப்பமூடு எடுத்துக் குடுத்தா என்ன, உம்பிரசங்காரன் எடுத்துக் குடுத்தா எனக்கென்ன. நாலு மொழம் இருந்தா எனக்குப் போதும், என்னுத மூடிக்கிட்டுப் போறன். என்னமோ பேச்சுக்குக் கேட்டுட்டனாயா, இன்னமே நீ எதக் கட்டுனாலும் வாயத் தொறந்தா அந்தப் பிஞ்ச செருப்புலயே ரண்டு போடு’ என்று ஆங்காரத்தோடு சொன்னாள்.

‘எத்தன நாளு உன்னயப் பிஞ்ச செருப்புல அடிச்சிருக்கறன், ஊரெல்லாம் போயிச் சொல்லுவயாட்டம் இருக்குது. நிய்யாச்சும் ஒருக்கா வாசக் கூட்டறப்ப தெரியாத மாதிரி செருப்பத் தூக்கி எம்மேல வீசுன’ என்றாள் பொன்னா.

காளி போட்டுப் பழசாகி வாரறுந்து விட்ட செருப்பு ஒன்றைத் துணியால் கட்டிச் சீராயி தொட்டுக்கொண்டிருந்தாள். அது வாசலில் கிடந்தது. வாசல் கூட்டியபோது அது இடைஞ்சலாகக் கிடக்கிறதே என்று எடுத்து ஓரமாக வீசினாள். திண்ணையில் உட்கார்ந்து காலைக் கீழே நீட்டிக்கொண்டிருந்த பொன்னாவின் காலில் பட்டு விழுந்தது. அதை மனசுக்குள் வைத்திருந்து சொல்லிக்காட்டினாள். அதனால் பொன்னாவிடம் எப்போதும் பார்த்துத்தான் வாய் கொடுப்பாள் சீராயி.

ஆம்பளைக்கு நிகராக வாய்க்காலைச் சீவினாள் பொன்னா. மழை பெய்ததால் முழுக்கவும் புல் மூடிவிட்டது. ஒரு அணப்புத்

தூரம்தான் வாய்க்கால். அதற்குள் புல் கத்தைக்கு மேலாகும் போல. பொன்னா சீவிப் போடப் போட பின்னாலிருந்து மண் உதறிப் புற்களைப் பொறுக்கிப் போட்டாள் வல்லாயி. பொன்னாவின் வேலையில் நிதானமில்லை. ஆவேசத்தோடு வாய்க்காலைச் சீவினாள். எங்கே காலில் பட்டுவிடுமோ என்று பயமாக இருந்தது. சொன்ன மாதிரி முத்து வந்து தொண்டுப்பட்டிக்குப் போனான். ஏற்றம் கட்டி மாதக் கணக்காகிவிட்டது. வடக்கயிற்றையும் வால் கயிற்றையும் எடுத்து வந்து வாரியில் போட்டான். எதுவும் பேசவில்லை. வல்லாயி கவனித்தாள், போதை இல்லை. 'உங்கொண்ணன் வந்துட்டான். ஏத்தக் கட்டறான் பாரு' என்று மெதுவாகப் பொன்னாவிடம் சொன்னாள். தலைதூக்கிப் பார்த்தாள் பொன்னா. வாய்க்கால் கத்தரிப் பாத்திக்குப் பக்கமாக வந்திருந்தது. மண் குடித்ததும் கடகடவென்று பாத்திக்கு வந்து நிற்கிற மாதிரி வாய்க்கால் போட்டிருந்தான் காளி. புல் கொத்திய மண்ணை எடுத்துக் கட்டினாள் பொன்னா. கட்டவும் ஏற்றம் இறைக்கவும் சரியாக இருக்கும் என்று மனதுக்குள் கணக்குப் போட்டாள்.

மத்தியானம் வல்லாயி போய்ச் சொல்லியபோது முத்து சந்தோசப்பட்டான். 'பொன்னாளே சொன்னாளா' என்று கேட்டான். 'ஆமாம் பயா. இன்னைக்கு அவ பண்ணுன வேலயப் பாத்தா ராக்காசியாட்டம் இருந்துச்சு. இது நல்லதுக்கோ பொல்லாததுக்கோ தெரீல' என்று கத்தரிக்காட்டுச் சம்பவத்தைச் சொன்னாள். 'அண்ணனப் போயிக் கூட்டியா... இப்பவே போ போன்னு என்னயத் தொரத்தாத கொறதான் போ' என்றாள். 'அண்ணன் என்று சொல்லியிருக்கிறாள்' என்பதே அவனுக்குப் பெரிய விஷயமாக இருந்தது. இனிமேல் அவனோடு வாய் வார்த்தைகூட வைத்துக்கொள்ள மாட்டாள் என்றுதான் நினைத்திருந்தான். உருளைகளைக் கொண்டுவந்து பொருத்தி விட்டுக் கயிற்றில் பறியைக் கட்டினான். பறி பாலமரத்தில் தொங்கியது. உள்ளே அணில் கூடு வைத்திருந்தது. எடுத்துப் பார்த்தான். இன்னும் குட்டி போடவில்லை. கூட்டை அப்படியே எடுத்துப் பாலமர வாதுகளின் இணைப்பின் மேல் வைத்தான். எருதுகளைப் பிடித்து வந்து ஏற்றத்தில் கட்டினான்.

வாரி கெட்டிப்பட்டுப் போயிருந்தது. ஓட்டி ஓட்டி மண் சாம்பல் பூத்துக் கிடக்கும். இரண்டு மாதம் விட்டதும் கொத்தி விதை போடலாம் போல மண் பழைய நிலைக்குப் போய்விட்டது. நான்கைந்து முறை பறியில் தண்ணீர் மொள்ளாமல் மாடுகளை முன்னும் பின்னும் நடக்க விட்டான். மண் இளகியதும் முதல் பறியில் அரைவாசி மட்டும் மொண்டான். மதகில் நீர் வந்து

விழுந்ததும் கடைவாரியில் அப்படியே மாடுகளை நிறுத்திவிட்டுக் குழிக்குள் வந்து தேங்கிய நீரை அப்படியே நிற்கும்படி மண் அணைத்துக் கட்டினான். அங்கிருந்த வாப்பாடு கழன்ற முட்டியில் தண்ணீரை மோந்து கொண்டுபோய் வாரியில் இறைத்தான். இரண்டு முட்டி இறைத்ததும் வாரி ஒருமாதிரி தயாரானது. அணைத்த மண்ணை எடுத்துவிட்டான். கிணற்றுக்குள் எட்டிப் பார்த்தான். பாம்பேரி வரைக்கும் தண்ணீர் கிடந்தது. மழைக்குத் தண்ணீர் ஊறியிருக்கிறது. அதுவும் இறைக்காமல் போட்டதால் அப்படியே இருக்கிறது. எப்படியும் இருபது பறிக்குக் குறைவில்லாமல் வரும். கத்தரிப் பாத்திக்கு விட ஐந்தாறு பறி இறைத்தாலே போதும். முத்துவுக்கு வாகாக மாடுகள் வந்தன.

பின்னால் நடத்திப் பறியை உள்ளே விட்டுத் தண்ணீர் மொண்டதும் இரண்டு முறை வால்கயிற்றை அழுத்தினான். பறியின் வால் மேலெழுந்து தண்ணீர் நிறைவதை உணர்ந்தான். வடக்கயிற்றை அழுத்திக்கொண்டு மாடுகளை ஓட்டினான். பாதி வாரிக்கு அவை போனதும் சட்டென்று தாவி வடக்கயிற்றில் உட்கார்ந்தான். மாடுகளுக்கு இப்போது முன்பாரமும் பின்பாரமும் சமமாக இருந்தன. நிறைந்திருந்த பறி மதகில் வந்து நின்றது. வாலை இழுத்ததும் நீர் வெளியேறியது. சீராயி குடத்தை எடுத்துக்கொண்டு ஓடி வந்தாள். பறித் தண்ணீர் குழிக்கு வரும் முன் மதகின் வாயில் குடத்தை வைத்துப் பிடித்து நிறைத்தாள். தண்ணீர் வெளியோடியதும் முட்டியைக் கொண்டு குழியில் மொண்டு பக்கத்தில் வைத்திருந்த மொடாவில் ஊற்றினாள். ஏற்றம் இறைக்கும்போது இப்படி நிறைத்துக்கொண்டால் தண்ணீர் சேந்த வேண்டியதில்லை. இந்தக் கிணற்றில் சேந்தி எடுப்பது சாதாரணமல்ல. தனியாளாகக் குடத்தைக் கட்டிவிட்டுச் சேந்தினால் இரண்டு குடம் இழுக்கலாம். அதற்கு மேல் கை சோர்ந்துவிடும்.

காளி இருந்தால் ஏதாவது ஒரு பாத்திக்குப் பாய்ப்பதைக் காரணமாகக் கொண்டு தொண்டுப்பட்டிக்கும் மொடாக் களுக்கும் ஆகவே ஏற்றத்தைப் பூட்டுவான். அவன் போன பிறகு பொஞ்சம்பந்திகள் இருவரும்தான் மாற்றி மாற்றிச் சேந்தினார்கள். இருக்கிற வேலையிலேயே இதுதான் கஷ்டம். இரண்டு மொடாக்களிலும் நிறைத்துக்கொண்டால் இரண்டு நாட்களுக்குப் போதும். வல்லாயியும் இரண்டு குடத்தைக் கொண்டோடி வந்தாள். பொன்னா எடுத்துக் கட்டிவிட்டுத் தண்ணீர் வரக் காத்திருந்தாள். பாம்புக்குட்டிகள் பிணையல் போட்டுக்கொண்டு ஒன்றை ஒன்று முந்தியபடி ஓடி வருவது போல வாய்க்காலில் தண்ணீர் வந்தது. பாத்திக்குப் பக்கத்தில் வந்த நீரைக் கையால் அள்ளினாள். மண்ணோடு கலந்து

செஞ்சிவப்பாக இருந்தது. அப்படியே ஒருவாய் குடித்தாள். முகத்தில் இறைத்துக்கொண்டாள். நீருக்குள் காளி சிரித்தபடி 'என்ன பிள்ள' என்றான். 'ஏது ஒருவார்த்த பேசீட்ட. முத்து உதுந்திரப் போவுது' என்றாள் பொன்னா.

சத்தமே கேட்காதபடி சீரான சிரிப்போடு பாத்திக்குள் பாய்ந்தான் காளி. கொத்திக் குவிந்திருந்த ஒவ்வொரு மண் திட்டையும் நனைத்துச் சமப்படுத்தியபடி கொஞ்சம் கொஞ்சமாகப் பாத்திக்குள் நிறைந்தான். கத்தரி வேர்களில் நின்று இறங்கினான். பாத்தி நிறைந்துவிட்டதா எனக் கேட்க முத்து கூப்பிட்ட சத்தம் எதுவும் பொன்னாவுக்குக் கேட்கவில்லை.

பாத்தியின் நான்கு பக்கக் கரைகளும் முழுகும் அளவு காளி நிறைவதே அவள் கண்ணுக்குள் நின்றது.

O

8

'எருத ரண்டையும் அங்க ஊருக்குப் புடிச்சோயிரட்டுமா. இங்க எத்தன உருப்படிய நீங்க பாப்பீங்க. வேணுங்கறப்பப் புடிச்சாந்து வேல செஞ்சிக்கலாம்' என்று சீராயியைப் பார்த்துக் கேட்டான் முத்து. அவள் எதுவும் பேசாமல் கைச்சாடையால் பொன்னாவைக் காட்டினாள். பொன்னாவிடம் பேச முத்து தயங்கினான். அவர்கள் பேச்சு அவளுக்கும் கேட்டுக்கொண்டுதானிருந்தது. ஆனாலும் எதுவும் சொல்லவில்லை. என்ன செய்வதென்று தெரியாமல் கொஞ்சநேரம் நின்ற முத்து 'செரி, இப்பத்திக்கி இருக்கட்டும். அப்பறம் என்ன செய்யறதுன்னு பாத்துக்கலாம்' என்று சொல்லிவிட்டுக் கிளம்பினான். 'இன்னைக்கு இங்கயே ராத்திரிக்கி இருந்துட்டுக் காத்தாலக்கிப் போ' என்றாள் சீராயி. காளி இல்லாத தொண்டுப் பட்டியில் ராத்திரி முழுக்கத் தங்கியிருப்பதைப் பற்றி அவனால் யோசித்துப் பார்க்கவே முடிய வில்லை. முள்மேல் கிடப்பதைப் போலத்தான். ஓலைக்கூரையில் மழை கொட்டும் சத்தம் போல எப்போதும் பேசியபடி இருக்கும் பொன்னாவின் அமைதி இன்னும் கொடுமை. காளி இல்லை என்பதை அவனாலேயே ஏற்றுக்கொள்ள முடியவில்லை. அவளால் எப்படி முடியும்?

'இல்லத்த... கொஞ்சம் வேலையிருக்குது. ரண்டு மூனு நாளுக் கழிச்சு வர்றன். அப்ப ஒரு தண்ணி கத்திரிக்காட்டுக்கு உடலாம்' என்று சொல்லியபடியே ஊரைப் பார்த்து வேகமாக நடைவிட்டான். கட்டுத்தரையில் இரண்டு எருதுகள், பால் மாடு ஒன்று, சினை ஒன்று, கிடாரிகள் பெரிசும் சிறிசுமாய் நான்கு என மொத்தம் எட்டு உருப்படிகள் நின்றன. எல்லாம் ஒரே வர்க்கம். கல்யாணமாகி புருசன் வீடு வந்தபோது பொன்னா பிடித்து வந்த கிடாரியின் வாரிசுகள். கொண்டு வரும்போது அது முதல்

ஈற்று நிறைசினை. வந்து பத்து நாட்களுக்குள் கிடாரிக்கன்றை ஈன்றது. கன்றுக்கு வயிறு முட்டப் பால் விட்டு வளர்த்தாள் பொன்னா. வீட்டுக்குத் தயிருக்கு மட்டும் இருந்தால் போதும். காளி ஒருவேளைகூடத் தயிர் இல்லாமல் சோறுண்ண மாட்டான். கொஞ்சம் புளிப்பு கூடிவிட்டாலும் தள்ளி வைத்துவிடுவான். தண்ணீர் விடும்படி உடைத்த தயிராக இருந்தாலும் ஆகாது. தயிர் மட்டும் இருந்தால் போதும், வேறு எதுவும்கூட வேண்டியதில்லை. அவனுக்காகத் தனித்தனிக் குண்டாக்களில் போட்டு வைப்பாள். காலையில் கரைத்துத்தான் குடிப்பான்.

அவன் கண்ணுக்குப் படாமல் உடைத்ததில் மீதமிருந்த தயிரைக் கலந்து கரைத்துக் கொடுப்பாள். முதல் வாய் வைத்ததும் கண்டுபிடித்துவிடுவான். 'எங்க பிள்ள பசையே காணாம். ஒடச்ச தயிரத்தான ஊத்துன?' என்பான். 'வாய வெச்சதும் உனக்குத் தெரிஞ்சிருச்சா? பூசாரியூட்டுல பொறந்திருக்க வேண்டீதுதான. வேளாவேளைக்கு ஆடையோட திங்கறதுக்கு. எல்லாம் ஒடைக்காத தயிர்தான். நேத்துப் பச்சப் பில்லுல மேய உட்டிருப்பியாட்டம் இருக்குது. அதான் பாலு சலசலன்னு இருந்துது. ஆட எச்சாக் கட்டுல' என்று சமாளிப்பாள். 'பூசாரி யூட்டுக்கே படி அளக்கறவங்க நாமதான. ஆடையோட திங்க நம்புளுக்குக் குடுத்து வெக்காத போயிருச்சா?' என்று சொல்லிக்கொண்டே குடிப்பான். வாயைத் துடைத்தபடி போகும் போது 'நாளைக்கு இந்த வேல வெச்சுக்காத. அப்பறம் ஊரே சொல்றாப்பல நம்புளுக்கு என்ன பிள்ளயா குட்டியா இப்பிடி மிச்சம் பண்றன்னு நானே கேப்பன். கோவிச்சுக்கக் கூடாது' என்பான்.

அவளுக்குக் கோபம் வரும். 'சொல்லு, சொல்லித்தான் பாரேன். வறடின்னுகூடச் சொல்லு. அதான் இப்பச் சொல்லீட்டயே இன்னம் என்ன' என்று கத்துவாள். அவள் கத்தலைச் சட்டை செய்யாமல் சிரித்தபடியே ஓடுவது போலப் போக்குக் காட்டிப் போய்விடுவான். ஓட்டம் கண்டதும் சிரிப்பு வந்துவிடும். தயிருக்கு உப்புப் போட்டுக்கொள்ள மாட்டான். 'உப்புப் போட்டுக்கிட்டாத்தான மானம் ரோசம் வெக்கம் எல்லாம் வரும். பொண்டாட்டி சொன்னாலும் சிரிப்புத்தான். அம்மாக்காரி சொன்னாலுஞ் சிரிப்புத்தான். ஊர் நாயுவ சொன்னாலுஞ் சிரிப்புத்தான். சொரணை கெட்ட ஒடம்பு' என்பாள். 'உப்புப் போட்டுக்காத தயிரத் தின்னு பாரு. அப்பத்தான் அதோட ருசி தெரியும். உப்புப் போட்டுட்டீன்னா உப்பு ருசிதான் தெரியும். ஒன்னுல இன்னொன்னச் சேத்துக் கொண்டார ருசி அது. உப்ப ஒதுக்கற மாதிரி ஊர்க்காரன்

பேச்சயெல்லாம் ஒதுக்கீரோணும். அப்பத்தான் நம்பளுக்கு ருசி' என்று விளக்கம் தருவான்.

'அப்ப எதுக்குச் சோத்தயும் தயிரயும் சேக்கறயாமா' என்பாள். 'அட பிள்ள, எதெத எதெதுல சேக்கோணுமோ அதெதெ அததுல சேக்கோணும். நானும் நிய்யும் சேந்திருக்கறமில்ல அப்பிடிப் பாத்துக்க. சேராததச் சேத்தா ஆடு மாடாட்டம் சொக்கித்தான் சாவோணும்' என்று குனுப்பமாகச் சொல்வான். 'எதப் பேசுனாலும் இதுல கொண்டாந்து நிறுத்தீரு' என்று சலிப்பது போல ரசிப்பாள். அவனுக்காகவே மாற்றி மாற்றி ஒருமாடு பாலுக்கு இருந்தாக வேண்டும். கன்றுக்கு விட்டு வீட்டுக்கும் வைத்துக்கொண்டது போக மிச்சமிருக்கும் பாலை கேட்பவருக்குக் காசுக்கு ஊற்றுவாள். எல்லா வீடுகளிலும் மாடு இருக்கும். அதனால் தயிர் போட்டுக் காலையில் சிலுப்பி வெண்ணெய் எடுப்பாள். பத்துப் பதினைந்து நாட்களுக்கு ஒருமுறை கரட்டூருக்குப் போனால் பூசாரித்தெருவில் கொடுத்து விடலாம். வியாழச் சந்தையில் எடை நிறுத்து வாங்குவார்கள். இப்போது இருக்கும் இரண்டு எருதுகளும் ஒரே நேரத்தில் இரண்டு மாடுகள் ஈன்றவை. சுழி சுத்தம் பார்த்து இரண்டையும் வளர்த்துக் காயடித்து எருதுகளாக்கி வேலைக்குப் பழக்கிக் கொண்டான்.

'இத்தன வெருசத்துல இப்பத்தான் சரியான ஜோடி கெடச்சிருக்குது. எடத்துக்கும் வலத்துக்கும் செமப் பொருத்தம். ஏருனாலும் ஏத்தம்னாலும் ஒன்னுக்கு ஒன்னு புரிஞ்சுக்கிட்டுப் போவுதுங்க. வண்டில கட்டுனாச் சொல்லவே வேண்டீதில்ல. பல்லாக்குல போற மாதிரி கொண்டுக்கிட்டுப் போவுதுங்க. போயி ஏரி மண்ணு கொண்டாந்து காடு முழுக்கப் போட்ரோணும். கரட்டூரு போயிக் கக்கூசுக் குப்ப நாலுவண்டி கொண்டாந்து போட்டுட்டாப் பரவால்ல' என்று என்னென்னவோ திட்டம் போட்டுச் செய்தான். எருதுகளை அப்படிப் பராமரிப்பான். 'நீ கொண்டாந்த நேரம் பிள்ள. பட்டி நெறஞ்சு பால் பான பொங்குது பாரு' என்று சந்தோசமாகச் சொல்வான். 'என் வவுறுதான் நெறையல' என்பாள் சட்டென்று. 'எப்பப் பாரு உனக்கு இதே பேச்சுத்தான். சந்தோசமாப் பேசறப்ப அதக் கொலைக்கறாப்பல ஒன்னச் சொல்லக் கூடாது இன்னமே' என்பான்.

அவள் கொண்டுவந்த அந்தச் சீதேவி போன வருசம்தான் செத்துப் போயிற்று. வருசம் ஒரு கன்று ஈன்று பட்டியைப் பெருக்கியது. பல்லுச் சேர்ந்து கிழடு தட்டிவிட்டது. தட்டுக்களை எடுத்துக் கடிக்க முடியவில்லை. கம்மந்தட்டு ஈக்கிகள் குத்தி

வாயில் ரத்தம் வர ஆரம்பித்துவிட்டது. சோளத்தட்டுச் சோவைகளை மட்டும் தனியாக உரித்தெடுத்து அவற்றைத் துண்டாக்கி ஊட்டுவது போல அதற்குக் கொடுப்பான். புளியம்புல் மென்மையாக இருக்கும். அதைக் கண்ட இடங்களில் பிடுங்கி வந்து போடுவான். பிறந்த குழந்தையைப் போலப் பார்த்துக்கொண்டான். அது காளைக்குக் கத்தியபோது 'இன்னம் உனக்குப் பொச்சு சும்மா இருக்க மாட்டீங்குது. ஒருசுருக்கே தீனி எடுக்க முடியில, இன்னொரு உசுரக் காப்பாத்தப் போறயா' என்று திட்டிவிட்டுக் காளை சேர்த்தக் கொண்டு போகவில்லை. 'இந்த ஆடு மாட்டுவளுக்கு மட்டும் எப்பிடி வயசானாலும் பிள்ளப் பெத்துக்க முடியுது? மனசனுக்காட்டம் நிக்காதா' என்று அப்போது கேட்டான். இத்தனை காலம் ஆடு மாடுகளோடு பழகியிருந்தபோதும் சீதேவிதான் இந்தச் சந்தேகத்தை அவனுக்கு உண்டாக்கியிருந்தாள்.

பொன்னா சொன்னாள், 'பொம்பளயவே பெத்தாத்தான் ஊட்டுல வெச்சிருப்பீங்க. ஆடு மாடுவ பெத்தாத்தான் பட்டியில வெச்சிருப்பீங்க. இல்லீனா கறிக்கு வித்துப்புடுவீங்க. அதான் ஆண்டவனாப் பாத்து இப்பிடிப் படைச்சிருக்கறான். பொம்பளைவளுக்கு வயசானா நிறுத்தலீன்னா, இந்த ஆம்பளைவ பெரிய கொடும பண்ணீர மாட்டீங்க.' 'செரி, செரி. அப்ப ஊட்ட உட்டுக் கௌம்பு. மாடு பெக்கலீன்னா வித்துப்புட்டு இன்னொன்னக் கொண்டாந்தர்றம். பொம்பளயும் இன்னொருத்தியக் கொண்டாந்தாப் போவுது' என்றான். 'இந்தச் சீதேவிய வித்துப்புடு. அதோடவே நானும் கௌம்பறன்' என்றாள். அவனுக்குப் பேச்சில்லை. ஒரு மழைநாள் காலையில் அது உயிர்விட்டிருந்ததைக் கண்டார்கள். 'பாத்துக் கஷ்டப்படக் கூடாதுன்னு ராத்திரியில ஒரு சத்தம் காட்டாத உசுரு உட்ருக்குதே. இதுக்கு இருக்கற அறிவு மனசனுக்குக்கூட இல்ல போ' என்று ஆதங்கப்பட்டான். மாட்டைக் கறிக்குக் கேட்டு வந்தவர்களுக்குக் கொடுக்கவில்லை. தோலை மட்டு மாவது உரித்துக்கொண்டு அடக்கம் செய்துவிடலாம் என்று சொன்னதற்கும் அவன் ஒப்பவில்லை. 'எங்களுக்கே ஒழச்சுச் செத்துருச்சு. இதான் எங்காட்டுக்கே ஓரமாவட்டும்' என்று சொல்லிக் காட்டுக்குள்ளேயே குழி வெட்டிப் புதைத்தான்.

அந்த மாடு இறந்தபோது எல்லாச் சொந்தங்களும் கேட்க வந்தார்கள். ஊரில் ஒரு சனம் பாக்கியில்லை. கிட்டத்தட்ட ஒருவாரம் ஒரு வேலையும் ஓடவில்லை. வருபவர்களுக் கெல்லாம் மூவரும் சேர்ந்து சீதேவியின் கதையைச் சொல்லிக் கொண்டிருந்தார்கள். அது நல்ல பால் வர்க்கம், வேலைக்கும் சுட்டி என்பதைக் கேட்டவர்கள் எல்லாம் 'அடுத்த ஈத்து

எனக்கொரு கன்னுக் குடுப்பா' என்று சொல்லி வைத்துவிட்டுப் போனார்கள். எல்லாரும் கேட்பார்கள். சும்மா கொடுக்க வேண்டும் என்று நினைப்பார்கள். இல்லாவிட்டால் பேருக்கு ஏதாவது கொடுத்துவிட்டுப் பிடித்துப் போகலாம் என்று வருவார்கள். பொன்னா அப்போதும்கூட வந்தவர்களிடம் அதிகம் பேசவில்லை. காளியும் சீராயும்தான் மாய்ந்து மாய்ந்து சொன்னார்கள். 'அது வந்ததுல இருந்து ஒருவருசங்கூடக் கொற வெக்கல. கன்னுப் போட்டு ரண்டாம் மாசமே கத்த ஆரம்பிச்சிரும். செனையாயிட்டாலும் பாலு குடுக்கறத நிறுத்தாது. ஒரு ஈத்தும் ஒதச்சுக்கிட்டுப் போயிருச்சுன்னு இல்லவே இல்ல. நாமளாப் பாத்து இதென்னடா சீம்பாலு மாதிரி வருதேன்னு நிறுத்துனாத்தான். அப்பிடிக் கொடுத்த மாடு அது' என்று சீராயி எல்லாரிடமும் சொன்னாள்.

இதையே பொன்னா சொல்லியிருந்தால் 'ஈத்துத் தவறாத மாட்டக் குடுத்த சாமி உனக்கும் ஒரு ஈத்தக் குடுத்திருந்தா ஆவாதா' என்று ஏதாவது சொல்லியிருப்பார்கள். அதற்குப் பொன்னாவுக்குக் கோபம் வந்திருக்கும். அதனாலேயே யாராவது வந்தால் ஓரிரு வார்த்தை பேசிவிட்டு வேலை இருக்கிற மாதிரி போய்விடுவாள். இப்போது அண்ணன் எருதுகளைக் கேட்கிறான். எருது போய்விட்டால் கட்டுத்தரையின் களையே போய்விடும். காளி போன பிறகு பொட்டச்சிகளாக இங்கே திரிந்துகொண்டிருக்கிற மாதிரி மாடுகளிலும் எல்லாம் பொட்டையாகக் கிடக்கும். என்ன ஆனாலும் சரி, எருதுகளைக் கொடுக்கக் கூடாது என்று நினைத்தாள். நாளைக்கு இரண்டு குடம் தண்ணீர் அதிகமாகச் செலவாகும். நாலு கத்தை தட்டு. எருதுகள் இருந்தால் காளி இருக்கிற மாதிரி. அவன் போய்விட்டதாக நினைத்துக்கொண்டாலும் அவனை எங்கும் போகவிடக் கூடாது.

ஒவ்வொன்றிலும் அவனைப் பிடித்து வைத்துக்கொள்ள வேண்டும் என்று தீவிரமாக நினைத்தாள் பொன்னா.

O

9

அம்மாவும் மாமியாரும் காட்டில் மேயக் கட்டியிருந்த மாடுகளை ஒவ்வொன்றாகக் கொண்டு வந்து தொண்டுப்பட்டிக்குள் கட்டினார்கள். அங்கிருந்து பார்த்தால் கண்ணுக்கு எட்டும் தொலைவில் பட்டி போட்டிருந்தது. ஆடுகளை உள்ளே ஓட்டும் சத்தம். பறவைகள் மரங்களில் கத்துகின்றன. பூவரசிலும்கூட ஒன்றிரண்டு பறவைகள் வந்து அடைகின்றன. அவை காக்கைகள். காக்கையாகக்கூடக் காளி வரலாம். அவன் ஆவி இன்னும் இங்கேதான் சுற்றிக்கொண்டிருக்கும். அத்தனை சீக்கிரம் எல்லாவற்றையும் விட்டு விட்டுப் போய்விடக் கூடியதல்ல. அவனுக்கு இந்தத் தொண்டுப்பட்டியின் மேல் அப்படி ஒரு பிரியம். கிழுவைவேலியில் படர்ந்திருக்கும் கோவைக்கொடியில் எத்தனை பழம் இருக்கிறது, பிஞ்சிருக்கிறது என்று கேட்டால்கூடச் சொல்வான். ஒவ்வொன்றையும் இப்படி நேசித்தவனால் சட்டென்று எல்லாவற்றையும் எப்படி விட்டுப் போக முடியும்?

அவளிடம் அவனுக்கிருந்த பிரியத்தை அளவிட இந்த உலகத்திலேயே கருவி கிடையாது. அவனால் அதை உணர்த்த முடியும். சிறு தொடுதலில், ஒரே ஒரு முத்தத்தில், ஒற்றை வார்த்தையில் பிரியத்தின் முழுஅளவையும் காட்டிவிடுவான். அத்தனை பிரியத்தைச் சுமந்துகொண்டு அவன் எங்கே போவான்? பூவரசங் கொம்பில் ஒரு பறவையாகி உட்கார்ந்து பார்த்திருப்பான். வேலிக்கொடியில் ஒதுங்கும் ஓடக்கானின் பார்வையில் அவனிருப்பான். திமில் சிலுப்பும் மாட்டுக்கன்றின் தலையசைப்பில் தெரிவான். செம்மறியாட்டுச் செருமலில் அவன் குரல் கேட்கும். மண்ணில் படுத்திருப்பான். கத்தரியில் கை நீட்டிக் காத்திருப்பான். அவன் எங்கும் போகவில்லை. முழுமையாக இங்கேதான்

இருக்கிறான். கொட்டாயிக்கு முன் போட்டிருந்த பலகைக் கல்லில் உட்கார்ந்துகொண்டிருந்தாள் பொன்னா. இந்தக் கல்லில்கூட இருப்பான். ஒருமுறை காடு உழவோட்டும்போது கிடைத்த கல் இது.

மேலணப்பில் கடலை போட்டுக்கொண்டிருந்தார்கள். அவன் ஓட்ட அவள் சால் விட்டாள். கலப்பை மண்ணில் பதிந்து போய்க்கொண்டிருக்கையில் சட்டெனக் கொளுவு எதிலோ மாட்டிக்கொண்டது. இழுத்த மாடுகள் கழுத்திறுகி அப்படியே நின்றன. மாடுகளைப் பின்தள்ளி நிற்கச் செய்து விட்டுக் கலப்பையை மேல் இழுத்துப் பார்த்தான். வரவில்லை. எதற்குள்ளோ போய் நன்றாகச் செருகியிருந்தது. எவ்வளவு இழுத்தும் கொளுவை மேலெடுக்க முடியவில்லை.மாடுகளை அவிழ்த்துவிட வேண்டியதாயிற்று. நல்ல ஈரமிருந்தது. மண்வெட்டியைக் கொண்டு வந்து அகலத்திற்குப் பறைத்தான். கொளுவு ஒருகல்லுக்குள் போய்ச் சிக்கியிருந்தது. கல்லை நகர்த்திவிட்டுக் கொளுவை எடுக்கலாம் என்று பார்த்தான். மண்ணைத் தள்ளத் தள்ளக் கல் அகண்டு கொண்டே போயிற்று. கடப்பாரையைக் கொண்டு நெம்பிக் கொளுவை மீட்டான். என்ன இவ்வளவு பெரிய கல்லாக இருக்கிறதே, எப்படி வந்திருக்கும் என்று பேசிக்கொண்டே அந்த இடத்தில் அரைப்பாத்தி அகலம் விட்டுக் கடலை போடும் வேலையில் இறங்கினார்கள். கடலை போட்டு முடித்த அடுத்த நாள் கல்லைப் புரட்டப் போய்விட்டான். மண்ணைத் தோண்டி எடுத்துக் கல்லைப் புரட்டினான். ஒரு மார் அகலக் கல். நெஞ்சுக்கூட்டைப் போல விரிந்திருந்தது. கல்லைப் புரட்டிய இடத்தில் பெருங்குழி. ஒரு ஆள் உள்ளே நின்று கொள்ளலாம். மூன்று பேர் உட்காரலாம். உள்ளே இறங்கிப் பார்த்தான். வெறும் மண்தான்.

'எங்க முப்பாட்டன்கீது எதுனாப் பொதையல் வெச்சிட்டுப் போயிருப்பான்னு பாத்தன். ஒன்னயுங் காணாமே' என்று சிரித்தான். 'அட எதுக்கும் நல்லாப் பறச்சுப் பாரு' என்று பொன்னா சொன்னாள். அவளுக்கு ஏதாவது இருக்கும் என்று தோன்றியது. 'நாளைக்கு உங்கண்ணனக் கூட்டியாந்து காட்டலாம். எதுனா இருந்தா பாதிய வெச்சுக்கடான்னு சொல்லீருவம்' என்று சிரித்தான். கல்லை அவன் ஒருவனால் புரட்ட முடியவில்லை. பொன்னாவும் துணைக்குப் போனாள். அப்பவும் சிரமமாகவே இருந்தது. அன்றைக்கு மத்தியானமே போய் முத்துவைக் கையோடு கூட்டி வந்தான். இருவரும் ஆளுக்கொரு பக்கம் கடப்பாரை போட்டு நெம்பிக் கல்லைத் தொண்டுப்பட்டிக்கு உருட்டி வந்தார்கள். கொட்டாயிக்கு முன்னால் இருபக்கம் முட்டுக் கொடுத்துக் கல்லை நிறுத்தினார்கள்.

பெரிய திண்ணையில் உட்கார்வதைப் போல மூன்று பேர் தாராளமாக உட்கார்ந்துகொள்ளலாம். ஓராள் அதில் படுத்துத் தூங்கலாம். முத்து அந்தக் குழியில் இறங்கி எல்லாப் பக்கமும் நோண்டிப் பார்த்தான். எதுவும் கிடைக்கவில்லை.

'பாண்டியன் குழியில எதும் கெடைக்காது மாப்ள. மண்ணச் சரிச்சு மூடிப்புடலாம். எதுனா நாய்வ பாத்துதுன்னா மொண்டி மணியாரங்கிட்டப் போயிச் சொல்லீரும்' என்றான் முத்து. 'அதான் ஒன்னுமில்லியே மச்சான். சொன்னா என்ன தலயவா தூக்கீரப் போறான். வந்து வேண்ணா பாத்துக்கட்டும்' என்றான் காளி. 'தொண்டுப்பட்டிக்குள்ளயே உக்கோந்துக்கிட்டுக் கெடந்தா நாட்டு நெலவரம் எப்பிடித் தெரியும்? போன வருசம் கைக்காரனூர்ல இப்பிடித்தான் ஒரு குழி உழுந்திருச்சாமா. அவனுக்கு ஆவாத பங்காளி ஒருத்தன் மணியாரங்கிட்டப் போயி கொடம்பவுனு எடுத்தான்னு சொல்லீட்டான். ஆளு ஒரு கூட்டத்தயே கூட்டிக்கிட்டு மணியாரன் வந்துட்டான். கூடவே போட்டா புடிக்கற பொட்டி ஒன்னத் தூக்கிக்கிட்டு வெள்ளக்காரன் ஒருத்தனும். காட்டுக்காரனும் எவ்வளவோ சொல்லிப் பாத்துட்டான். மணியாரன் கேக்கவே இல்ல. வெள்ளக்காரன் அந்தப் பக்கம் இந்தப் பக்கமுன்னு நின்னு நின்னு போட்டாப் புடிக்கறான். ஊரே பயந்து போயிருச்சு. வெள்ளக்காரன் கால்ல போயி இவன் உழுந்ததுக்கப்பறந்தான் அவன் என்ன விஷயமுன்னு மணியாரனப் பாத்துக் கேட்டானாமா. மணியாரன் சொல்லீருக்கறான். வெள்ளக்காரன் சிரிச்சுக்கிட்டே 'இதுல ஒன்னும் இருக்காது. இது அந்தக் காலத்துத் தானியக் குழி'ன்னு சொல்லி உடச் சொன்னானாமா. அப்படியும் மணியாரனுக்கும் கூட வந்தவங்களுக்கும் பத்து ருவா அழுவ வேண்டியதாயிருச்சாமா. பத்து ருவான்னு சும்மாவா? ஒரு வெள்ளாமக் காசு. எதுக்கப்பா வம்பு. வா மூடிட்டு அதில நாலு கல்லப் பருப்பப் போட்டுக் கெளறி உட்டுட்டு வந்தர்லாம்' என்று சொல்லிப் பயமுறுத்தினான். இருவரும் குழியை மூடினார்கள்.

கல்லைத் தண்ணீர் ஊற்றிக் கழுவினான். கருங்கல். அங்கங்கே சொரசொரப்பாக இருந்த இடத்தில் எல்லாம் உளியைக் கொண்டு செதுக்கி லேசாக எடுத்துவிட்டுச் சமமாக்கினான். இப்படி ஒவ்வொன்றிலும் அவனிருப்பான். எங்கும் போய்விட மாட்டான். யோசித்தபடி உட்கார்ந்திருந்த பொன்னாவை அம்மா கூப்பிட்டாள். மூலையில் செம்பண்டாவில் தண்ணீர் காய்ந்துகொண்டிருந்தது. தண்ணீர் வார்த்துக்கொள்ளும்படி அம்மா சொன்னாள். 'காத்தால இருந்து கொஞ்ச வேலயா செஞ்சிருக்கற? உடம்பெல்லாம் உட்டுப் போறாப்பல வலிக்கும். போ நல்லா சுருக்குனு தண்ணி வெச்சிருக்கறன்.

ஊத்திக்கிட்டு வா' என்றாள். தொண்டுப்பட்டியின் மூலையில் தடுக்கு வைத்துக் கட்டிப் பொன்னாவுக்குத் 'தண்ணிரூம்பு' உண்டாக்கிக் கொடுத்ததும் அவன்தான். பொன்னா வழக்கமாக வெண்ணெய் கொண்டு போய்க் கொடுக்கும் பூசாரி வீடு கரட்டூர் சின்னத் தெருவில் இருந்தது. வீட்டுக்குப் பின்னால் சின்ன அணப்பு அளவுக்கு இடம் இருந்தது. முந்தி ஒருகாலத்தில் அவர்கள் முன்னோர் யாரோ ஒருவர் அதில் நல்ல தோட்டம் போட்டிருந்தாராம். இப்போது மறுபடியும் தோட்டம் போடும் எண்ணம் வந்திருக்கிறது. பொன்னாவிடம் சொன்னார்கள். சும்மா செதுக்கிக் கொடுத்தால் போதாது. செடி கொடிகளைக் கொண்டு வந்து நட்டு முழுதாக உருவாக்கித் தர வேண்டும். பொன்னா வந்து காளியிடம் சொன்னாள். காளி தானே போய் எல்லாம் செய்து கொடுத்துவிட்டு வருவதாகச் சொன்னான்.

மூன்று நாள் வேலைதான். முதல்நாள் புல் பூண்டுகளை வெட்டிச் செதுக்கினான். சுற்றிலும் கல்லடுக்கிய சுத்தோலைச் சுவர் இருந்தது. அடுத்த நாள் எங்கெங்கே செடி வைப்பது என்று திட்டமிட்டு அங்கெல்லாம் வேண்டுமளவு குழி தோண்டினான். சேந்து கிணற்றிலிருந்து தண்ணீரைச் சேந்தி ஊற்றினால் ஒவ்வொன்றாக முழுவதற்கும் போய்ப் பாயும்படி சிறுவாய்க்கால் அமைத்தான். மூன்றாம் நாள் செடிகளை நட்டுத் தண்ணீர் விட்டான். ஒருமூலையில் முருங்கைக் கொம்பை நட்டுச் சாணி வைத்தான். இன்னொரு மூலையில் தென்னைக்குக் குழி தோண்டியிருந்தான். அதில் ஒரு தேங்காயை ஊன்றி மூடினான். அவர்கள் விரும்பிய பூச்செடிகளையும் காய் விதைகளையும் அங்கங்கே வைத்தான். ஒரு மாதத்தில் தோட்டம் செழுசெழுவென்று கண்ணுக்குத் தெரிந்தது. அவர்களுக்குப் பெரிய திருப்தி. பூசாரியம்மாஅந்த வேலைக்குப் பத்து ரூபாய் கொடுத்தாள். அதில் கரட்டூர் ஊர்க் கோயில் சந்தில் வீட்டுக்கு முன்னால் சின்ன அறை ஒன்றில் நடேசர் என்றொருவர் நகைக்கடை வைத்திருந்தார். அங்கே போய்ச் சின்னத் தோடு ஒன்று செய்து தரச் சொல்லி வாங்கி வந்து பொன்னாவுக்குக் கொடுத்தான். 'மாங்காத் தோடு' அது. பெருமையாக எல்லாரிடமும் காட்டித் திரிந்தாள்.

அங்கே போனபோது வீட்டுக்குப் பின்புறக் கதவு வழியாகப் போய் அதிலேயே திரும்புவான். பின்பக்கம் ஒரு 'தண்ணிரூம்பு' இருந்தது. அதைப் பார்த்தவன் அது மாதிரியே பொன்னாவுக்கு ஒன்று வேண்டும் என்று தொண்டுப்பட்டியில் கட்டினான். உள்ளே ஐந்தாறு சப்பட்டைக் கற்களைக் கொண்டு வந்து மண்ணை ஒட்டிப் புதைத்தான். ஓலைப் படல்கள் ஆளுயரம் இருக்கும்படி அமைத்தான். அதன் பின்னால் பொன்னா

பகலிலும் தண்ணீர் வார்த்துக்கொள்ள முடிந்தது. 'கருமம், ஒரு நேரங்கெட்ட நேரத்துல ஒடம்பு கசகசன்னு இருந்தா நாலு சொப்புத் தண்ணி ஒடம்புக்கு ஊத்திக்க முடியுதா ஒன்னா. அப்பத்தான் அவனும் இவனும் என்னமோ வேல கொட்டிக் கெடக்கறாப்பல நடை உடுவானுங்க' என்று எத்தனையோ முறை அவளே பேசியிருக்கிறாள். ஊரில் எல்லாப் பெண்களும் இருட்டிய பிறகு வீட்டுக்கு அல்லையில் போய் நின்று தண்ணீர் வார்த்துக் கொள்வது வழக்கம். எங்காவது இழவு காரியத்திற்குப் போய்வந்தால் கிணறு கண்ட இடத்தில் யாரையாவது சேந்தி ஊற்றச் சொல்லிப் புடவையோடு வார்த்துக்கொண்டு அப்படியே வருவார்கள். புடவையை மாற்றக்கூட முடியாது. பகல் நேரத்தில் மல்லப் போவதானாலும் அது ரொம்பவும் உதவிற்று. வயிறு சரியில்லை என்று அவசரமாக வெளிக்காட்டுக்குப் போய் வந்தால் கால் கழுவ இடமில்லை. அதே மாதிரி வீட்டு அல்லைக்குப் போய்ச் சேலையைத் தூக்கியும் தூக்காமல் ஒரு சொம்புத் தண்ணியை அடித்துக்கொண்டு வர வேண்டும். 'எந்நேரம் இருட்டாவுமுன்னு பாத்துத்தான் பொச்சுக்கூடக் கழுவ முடியுது. உங்களுக்கென்ன எப்ப வேண்ணாலும் கோமணத்த அவுத்துக்கிட்டுக் கழுவிக்கறீங்க' என்று எரிச்சல் காட்டுவாள். அதற்கெல்லாம் 'தண்ணிரூம்பு' முடிவு கட்டிற்று.

தொண்டுப்பட்டிக்கு வருபவர்களுக்கு அதுவும் ஒரு அதிசயம். உள்ளே போய் சாத்திக்கொள்ளச் சின்னத் தென்னந்தடுக்கு ஒன்றால் கதவு வைத்திருந்தான். அதற்கு அவன் பெரிதாகக் கஷ்டப்படவேயில்லை. ஒருவாரம் வெள்ளாடு கறி போட்டபோது கூறுக்கறி எடுத்துவரப் போயிருந்தான். அங்கே ஏற்கனவே கறி போட்ட இரண்டு மூன்று தடுக்குகள் கிடந்தன. அவற்றில் இரண்டைக் கொண்டுவந்து சேர்த்துக் கட்டினான். நடுவில் மூன்று இடங்களில் தடிமனான பூவரசங் கொம்பை வைத்து அவுனியால் கட்டுப் போட்டான். ஒரு அவுனியைப் பட்டிப் படலுக்குக் கட்டுவது மாதிரி திறக்கவும் மூடவுமாகக் கட்டினான். உள்ளே சேலை துணியைப் போட ஒரு கோலை இரண்டு தடுக்குகளின் மேல் வைத்துக் கட்டியிருந்தான். முதலில் எங்காவது இழவு காரியத்திற்குப் போய்வரும் பெண்கள் இங்கே வந்து தண்ணீர் வார்த்துக்கொண்டு போனார்கள். பொன்னாவுக்கும் அது பெருமையாக இருந்தது. ஆனால் தண்ணீர்ப் பிரச்சினை. கிணற்றில் இருந்து சேந்தி வர வேண்டும். ஒருமுறை ஐந்தாறு பேர் வந்துவிட்டார்கள். தண்ணி ரூம்புக்குள் வைத்திருந்த மொடாவில் நிறைத்திருந்த தண்ணீர் முழுக்கவும் காலியாகிவிட்டது.

அடுத்த முறை சொல்லிவிட்டாள். 'ஆரு வேண்ணாலும் வந்து வாத்துக்கங்காயா. ஒரு கொடம் தண்ணி சேந்தியாந்து

மொடாவுல ஊத்திட்டுப் போயிருங்க' என்று சொல்லிவிட்டாள். எல்லாரும் முணுமுணுத்துக்கொண்டே போய்விட்டார்கள். காளி 'பாவம் பிள்ள ஒரு நாலு கொடம் தண்ணி கொண்டாந்து ஊத்த நம்புளுக்குச் சமுத்தில்லாத போயிருச்சா?' என்றான். 'உனக்கு ஒன்னுந் தெரியாது மாமா. இவளுவெல்லாம் இங்க வந்து கொனச்சுக்கிட்டு ஊத்திக்கிட்டுப் போறாளுவ. போனதுக்கப்பறம் பொன்னாவுக்குக் காளி கட்டிக் கொடுத்திருக்கற மாளியப் போயிப் பாருங்கன்னு கேலி பேசறாளுவ. அன்னைக்கொருத்தி பருத்திக் காட்டுல பாட்டுப் பாடிக் காட்டறாளாமா, 'அழகு மூஞ்சி வாடாத அங்கம் ரண்டும் கூம்பாத பொன்னா இருக்கறா பாரு தண்ணி ரூம்பு ஜோரு'ன்னு. எப்பிடி இருக்குது பாரு கதய' என்று கோபப்பட்டாள் பொன்னா. காளிக்கு அதைக் கேட்டுச் சிரிப்பாகிவிட்டது. விழுந்து விழுந்து சிரித்தான். 'இன்னொருக்காச் சொல்லு' என்று கேட்டான். அவள் அவனைத் துரத்தி அடிக்கக் கையோங்கி வந்தாள்.

ஒரே ஓட்டமாகப் போய்ப் பூவரசில் ஏறிக்கொண்டான். அங்கிருந்து 'பூவு மூஞ்சி வாடாத பொன்னுக் கலசம் கூம்பாத பொன்னா இருக்கறா பாரு தண்ணி ரூம்பு ஜோரு' என்று பாடினான். அதற்கப்புறம்தான் ஊருக்குள் பத்துக்குமேல் தண்ணிரூம்புகள் வந்தன. 'ஆடு மாட்டுக்குக் கட்டி வெக்கறாப்பல பொம்பளைகளுக்கும் பட்டி வேணுமாமா. அப்பத்தான கொழாயத் தொறந்து போட்டுக்கிட்டுத் தண்ணி வாத்துக்கலாம். எல்லா இந்த வறடனால வந்ததப்பா' என்று ஊர்ச் சாவடியில் பேச்சு கொஞ்ச காலம் நடந்தது. அப்புறம் ஊருக்குப் புதுப்பெண் கட்டிக்கொண்டு வந்தால் தண்ணிரூம்பு படல் கட்டி வைப்பது வழக்கமாகிப் போயிற்று.

அவள் மனம் முழுக்க எதைக் கண்டாலும் அதனுடன் தொடர்புபட்டு அவன் நினைவுக்கு வந்தான்.

○

10

அன்றைக்குக் கம்மஞ்சோறு ஆக்கியிருந்தார்கள். பெரிய சட்டியில் ஆக்கித் தணலைப் போட்டு இஞ்சட்டும் என்று விட்டிருந்தாள் சீராயி. அவரைப் பருப்பு கடைந்தாள் வல்லாயி. பொன்னா தண்ணி வார்த்துக்கொண்டு வந்ததும் ஒருஆப்பை சோற்றைத் தோண்டி வட்டலில் போட்டு அவளிடம் கொடுத்தாள் வல்லாயி. அடப்பு முடிந்திருந்தால் நெல்லஞ்சோறு ஆக்கிக் கொடுத்திருக்கலாம். அடப்பு முடிந்து கரட்டுக்குப் போய்வந்த பிற்பாடுதான் நெல்லஞ்சோறு ஆக்க வேண்டும். ஆக்கிவிட்டால் இனி எல்லாம் இயல்புக்கு வந்துவிடலாம் என்று பொருள். பொன்னா செய்த வேலைக்கு நெல்லஞ் சோறு போடத்தான் அவளுக்கு ஆசையாக இருந்தது. இப்படி மணியாட்டம் வேலை செய்கிறவளை வைத்து வாழக் கொடுத்து வைக்காமல் போய்ச் சேர்ந்தானே பாவி என்று நினைத்தாள். வழக்கம் போலச் சோற்றை அளைந்துகொண்டிருந்தாள் பொன்னா. அவளுக்கு ருசி ஒன்றும் தெரியவில்லை. கைபாட்டுக்குச் சோற்றை எடுத்து வாய்க்குக் கொண்டு போயிற்று. வாய் விழுங்கியது. அவ்வளவு தான். ‘கம்மஞ்சோறும் அவரப் பருப்புச் சாறும்டி பொன்னா’ என்று அவளை நினைவுக்குக் கொண்டு வரச் சொன்னாள் வல்லாயி. சட்டெனப் பதறி ‘அவரப் பருப்பா கடஞ்ச? மாமனுக்குத் தெவரம்பருப்புத்தான குருவலம்’ என்றாள் பொன்னா.

இந்தப் பேச்சை நீட்ட வேண்டாம் என்று அப்படியே நிறுத்திவிட்டாள் அம்மா. இன்றைக்குக் காலை முதல் இருந்த நல்ல குணம் போய்விடுமோ என்று பயந்தாள். ஒருவழியாக அதைத் தின்று முடித்துக் கை கழுவினாள். இருட்டுக் கட்டும்போது போட்ட சோறு. எட்டு மணிச் சங்கு ஊதும்வரை ஒவ்வொரு வாயாகத் தின்று முடித்தாள். ‘அட்டுக்

கொழந்தையா, அடிச்சு ரண்டு வாய் ஊட்டி உடறதுக்கு?' என்று தனக்குள் முனகிக்கொண்டாள். வட்டலில் கை கழுவிய பிறகும் அப்படியே உட்கார்ந்திருந்தாள். சீராயி கட்டுத்தரை வேலைகளை முடித்துவிட்டு வந்தாள். இரண்டு பேரும் சோற்றைப் போட்டுக்கொண்டு கொட்டாயிக்கு வெளியே கட்டிலில் உட்கார்ந்தார்கள். 'எப்பிடியோ ஒராப்ப சோறு தின்னுட்டா உம் மருமவ' என்று சொன்னாள் வல்லாயி. உள்ளே எரிந்த லாந்தர் வெளிச்சத்தில் பொன்னா எழுந்து போவது தெரிந்தது. போய்க் கட்டிலில் படுத்துக்கொண்டாள். லாந்தரைக் குறைத்து வைத்துவிடலாம் என்று எச்சில் கையோடு எழுந்து போனாள் வல்லாயி. வெளிச்சம் குறைவதை உணர்ந்த பொன்னா 'நெலா வெளிச்சத்த மறைக்காத. மாமனுக்கு வெளிச்சந்தான் புடிக்கும்' என்றாள். என்ன செய்யப் போகிறாளோ என்று பயந்துகொண்டே வல்லாயி வெளியே போனாள்.

ஊரெல்லாம் இரண்டு மாதமாக ஒரே பேச்சு. காளி ராத்திரியானால் ஆய்ஆயென வருகிறான் என்று ஊரே பயந்து கிடக்கிறது. அவன் ரோசக்காரன். அத்தனை சீக்கிரத்தில் அடங்க மாட்டான். வாழ வாழப் போய்ச் சேரும் சீவன்கள் அடங்குவதில்லை. ஊருக்கும் சுடுகாட்டுக்குமான தடத்தில் பகல் போக்குவரத்துக்கூட அருகியது. பொழுது சாய்ந்தால் அந்தப் பக்கத்துக் காட்டுக்காரர்கள் சட்டென வீடடங்குகிறார்கள். மாடுகளுக்குத் தீனி போடவும் எழுவதில்லை. ராத்திரியில் சலங்கைச் சத்தம் கேட்டது என்றும் வர்ரெனக் கத்தும் கத்தல் வெகுநேரம் வந்தது என்றும் பரவலாகச் சொன்னார்கள். தலக்காட்டு நாச்சாயி ராத்திரியில் எழுந்து மல்ல வந்தாளாம். எதிரே இருந்த பூவரச மரத்தில் வாதைப் பிடித்துக் கொண்டு காளி ஜங்குஜங்கென்று ஆடினானாம். பிதுமாறு கெட்டு ஓடியவள் படுத்த படுக்கையாகிவிட்டாள். திருநீறு மந்திரித்துப் போட்டுக்கொண்டிருக்கிறார்கள். அந்தப் பூவரசை அடியோடு வெட்டினால்தான் இனி வெளியே வருவேன் என்று நாச்சாயி சொல்லிவிட்டாளாம். மறுநாளே புருசங்காரன் மரத்தை அடியோடு வெட்டிக் கொண்டுபோய் கரட்டூர் மரக்கடையில் போட்டுவிட்டானாம்.

ஊருக்குள் பூவரசைக் கண்டால் எல்லாருக்கும் பயம். ஒவ்வொருவராகப் பூவரசை வெட்டுகிறார்கள். எல்லாப் பூவரசையும் வெட்டிவிட்டால் காளி என்ன செய்வான்? அவன் தொண்டுப்பட்டிப் பூவரசுக்குத்தான் வருவான். காட்டுக் கொட்டாய்களில் குடியிருந்தவர்கள் காடுமேடெல்லாமா வரப் போகிறான் என்று தைரியமாக இருந்தார்கள். எப்படி இருந்தாலும் பூவரசிற்கும் ஊருக்கும் பகையாயிற்று. அமாவாசை நாட்களில்

ஒரு கொட்டாய்க்காரர்களும் இன்னொரு கொட்டாய்காரர்களும் ஒருவருக்கொருவர் அடிக்கடி கூவி அழைத்துப் பேசினார்கள். ராத்திரியில் தீப் பற்ற வைத்து அதன்முன் கும்பலாக உட்கார்ந்திருந்தார்கள். தலையூர்ச் சாமியாடி 'ஊர்ல ஒரு நடமாட்டம் இருக்குது, மத்தியானத்துல சூலவேரியாச் சுத்தும், பொழுதோடத்துல நாயாட்டம் கத்தும், பூவரச மரந்தானாயா அதுக்குக் குடி, பாத்து இருந்துக்கங்க, இன்னம் பாஞ்சு நாள்ல ஒரு பாதகத்தச் செஞ்சுபுட்டுத்தான் வெலகுமாயா' என்று சொன்னாராம். சீராயிக்கும் வல்லாயிக்கும்கூடக் கொஞ்சம் பயம்தான். பூவரசு ராத்திரிக் காற்றில் ஒவைந்தால் 'தூய்' என்று கத்துவாள் வல்லாயி. சில நாட்களில் அது பழகிப் போய்விட்டது. வெட்டவெளியில்தான் இருவருக்கும் படுக்கை. மரத்தடியில் கட்டியிருந்த மாடுகள் விருக்கென்று துள்ளினாலோ வாதுகள் அசைந்தாலோ சீராயி கட்டிலில் எழுந்து உட்கார்ந்துகொள்வாள்.

'போய்ட்டியே, அப்பறம் உனக்கு என்னடா இங்க வேல? எங்களயே ஆவாதுன்னு தள்ளிட்ட. எங்க பேச்சக் கேக்குல. எல்லாந் தெரிஞ்ச பெரிய மனசன் நிய்யி, எங்களுக்குத்தான் ஒன்னுந் தெரியாத என்னமோ பொழைக்கறம். இப்ப எதுக்கு எங்களப் பாக்க வர்ற? வாத அசச்சாப் பயந்து ஓடிருவமா? சின்னப் பையன்ல எத்தன நாளூ களிக் கௌர்ற திடுப்புல சாத்தியிருக்கறன், நெனப்பிருக்குதா, இன்னம் அந்தத் திடுப்பக் கொட்டாயிலதான் செருவி வெச்சிருக்கறன். கிட்ட வந்து பாரு தெரியும். எனக்கென்ன வயசாயிருச்சுன்னு நெனச்சயா. வலுவு இருக்குதுடா. ஒடம்பு வலுவு கொறஞ்சாலும் நெஞ்சு வலுவு இருக்குதுடா. உன்னாட்டமின்னு நெனச்சயா, ஒடம்பப் பாறாங்கல்லாட்டம் வளத்து என்னத்துக்கு ஆவுது, எதுக்கும் கலங்காத நெஞ்ச அப்பிடி வெச்சிருக்கோணும்டா. பரதேசி நாயி, இருந்து வாழத் தெரியில, நாணுக்கிட்டுத் தொங்கறான், நிய்யெல்லாம் எம் வவுத்துல எங்கடா வந்து பொறந்த?' 'ஆமா நல்லாக் கேளூ உன்னோட அரும மவன' என்றாள் வல்லாயி எழுந்து உட்கார்ந்துகொண்டு.

'அவனக் கேட்டு என்ன பிரயோசனம்? நேர்ல இருந்தானா நாக்கப் புடிங்கிக்கறாப்பல நாலு கேக்கலாம். அதான் காத்தா அங்கயும் இங்கயும் சுத்தறானே. ஒரெடத்துல புடிச்சு வெக்கவா முடியும்? சின்ன வயசுலயே தெல்லவேரியா எங்கெங்கயோ சுத்துன. எங்க போற வர்றயின்னு ஒரு வார்த்த கேட்டிருப்பனா? கண்டவள நக்கீட்டு வந்தவந்தாண்டா நிய்யி. இப்பேர்ப்பட்டவனுக்கு எப்பிடிப் பொம்பள வந்து வாச்சா. கூப்பட்டா கூப்பட்ட ஒடனே முன்னால வந்து நிப்பா. பொன்னாள இதுவெரைக்கும் ஒரு நாயி ஒரு சொல்லுச் சொல்லிருயிக்குமாடா. ராத்திரிக்கு வந்து கதவத்

தட்டுவ, வந்து தொறப்பா. நடுச் சாமத்துக்கு வந்து கூப்புடுவ, வந்து தொறப்பா. விடிகாலம் சாணி அள்ளிக் கொட்டற நேரத்துக்குக்கூட வருவியேடா, எப்பவாச்சும் மூஞ்சியில அடிச்சுக் கதவச் சாத்தியிருப்பாளா? ஒரு சத்தத்துல வந்து தொறப்பாளே. நாங்கூட இவளுக்குத் தூக்கம் வருமா, முழிச்சுக்கிட்டேதான் கெடப்பாளான்னு நெனப்பன். அப்பேர்ப்பட்டவ அவ.'

'அப்பிடியா சீரா. எங்கிட்ட ஒருவார்த்த இதப் பத்தி மூச்சுட்டதில்லயே பொன்னா.' 'அவ மூச்சுடுவாளா. அவன் மேல அப்பிடி உசுராக் கெடந்தா. இப்பவுந்தான் கெடக்கறா. ஒருநாளைக்குப் பாக்காத உட்டுட்டா அவளும் பூவரச மரமேறீருவா. தட்டுக் கெட்ட முண்ட. புரசன்னாலும் ஒரெல்லயில வெச்சிருக்கோணும். மத்தியானத்துல வந்தானாக்கூடக் கதவச் சாத்திக்குவா. இந்தத் தொண்டுப்பட்டிக்குச் சோறு கொண்டுக்கிட்டுப் போறமுன்னு வந்தான்னா விடிஞ்சு போயிரும். நாந்தான் தனியா வருவாளே, எதுனா பூச்சி பொட்டுத் தீண்டுச்சுனா என்னாவறதுன்னு பயந்துக்கிட்டுக் கெடப்பன். பக்கத்துல தாவாரத்துல இருந்தாலும் எனக்கு எல்லாந் தெரியும். இவனோட வண்டவாளம் எது எனக்குத் தெரியாது? உசுரோட இருந்து எங்கிட்டக் கேட்டிருந்தான்னா எல்லாத்தயும் புட்டுப்புட்டு வெச்சிருப்பன். ஊர்ல நாலூட்டுல வெசாரிச்சுப் பாரு. புரசன வெளிய தள்ளிக் கதவச் சாத்திக்கறவ எத்தன பேரு. கிட்டயே அண்ட உடாத தொரத்தி உடறவ, உனக்கு நான் கேக்குதான்னு கேவலமாப் பேசறவன்னு பல பேரு. இந்தப் பொன்னா உனக்கு எல்லாத்திலயும் எசஞ்சு இருந்தவ. இவளத் தவிக்க உட உனக்கு எப்பிமீடா மனசு வந்திச்சு. பெருநோம்பிக்குச் சாமி பாக்கத்தான் போனா, எவனோடவும் போவுலீடா, நீ என்ன பொறத்தாண்டயே போயிப் பாத்தயா. எப்பிடி நீ நெனச்ச? அதுக்கு என்ன ஆதாரம்? அப்பிடியே போயிருந்தாலும் அந்தச் சாமிகிட்டத்தான் போயிருப்பா. சாமிய உட நீ பெரிய ஆளா? அட மடையா, நீ இப்பிடின்னு தெரிஞ்சிருந்தா இந்த மொலையில உன்னயப் பாலுக் குடிக்க உட்டிருக்க மாட்டன். உனக்கு மொல குடுத்த பாவம் என்னோட போவட்டுமுன்னு மூட்டத் திருவிப் போட்டுருப்பனே. இன்னொருத்தி பாவத்தயும் கொட்டிக்கிட்டயேடா. எச்சக்கல நாயி . . . செத்துப் போயி மட்டும் அங்க நல்லாருப்பியா. பொம்பள பாவத்தக் கொட்டற ஆம்பள எவனும் நல்லாருக்க மாட்டான் பாத்துக்க.'

'ஆமா இவளயும் கூட்டிக்கிட்டுப் போலான்னுதான் வந்து வந்து பாக்கறான். எதுக்கு நாங்க ரண்டு பேரும் இங்க உக்காந்திருக்கறம்? அவள உங்கிட்ட உட்டுட்டா நாங்க மனசன்னு பேரு சொல்லி என்ன பிரயோசனம்? பூவரச

மரத்துல ஏறிக்கிறியா, இத மட்டுமில்ல, எங்கூட்ல ஒன்னு கொண்டாந்து வெச்சிருக்கறயே, அதயும் சேத்து வெட்டிப்புடறம். அப்பறம் எங்க ஏறுவ பாக்கறம். எம்பையங்கூட சேக்காளியா இருக்கறயேன்னு பொண்ணுக் குடுத்தம். நாங்க அவள எப்பிடி வளத்தமுன்னு உனக்குத் தெரியுமாடா? பெரிய மருமவன், எல்லாம் இருக்கற வரிசையில இருந்தாத்தாண்டா மருவாதி கெவுருதி எல்லாம். ஒனக்கு என்ன கொற வெச்சம்? பொங்கத் தீவாளிக்குக் கூப்பிட்டுச் சீர் செனத்தி செய்யிலியா? நாலு பேரு மின்னால மதுப்பா நிறுத்தலியா? ஊரெல்லாம் உன்னய வறடன்னு சொல்லுச்சு, அப்பவும் ரண்டாங் கலியாணம் பண்ணிக்கன்னுதான கேட்டம். அதுக்கு நீ ஒத்துக்கல. அவள ஒருநாளக்கி அனுப்புன ஒடனே என்னாயிப் போச்சு? உன்னோடத வேண்டாமுன்னா சொல்லீட்டா. அதா ரண்டு மாசமா மருவிக்கிட்டுக் கெடக்கறா. பயித்தியம் புடிச்சாப்பல பாக்கறா, சிரிக்கறா. என்ன ஆவான்னு தெரீல. உம்மேல இப்பிடிப் பயித்தியமா இருக்கறவள உட்டுட்டுப் போயிட்டயேடா.'

பூவரச மரக் கிளைகள் ஓய்ந்தன. மாடுகள் அமைதியாகப் படுத்திருந்தன. எல்லாப் பக்கமும் அமைதி. சீராயி சொன்னாள், 'ரண்டு பேரும் போட்ட போடுல ஓடிப் போயிட்டான் பாத்தியா. எதுக்கும் உசாரா இருக்கோணும். சாமத்திக்கு வந்தாலும் வருவான். அவனுக்கு அவ நெனப்பு வந்திருச்சின்னா சாமமுமில்ல, ஏமமுமில்ல.' 'வரட்டும் பாத்துக்கலாம்' என்று கையில் விலக்கமாற்றை எடுத்து வைத்துக்கொண்டாள் வல்லாயி.

காற்று பெருஞ்சிரிப்பு ஓலம் போல வீசிற்று.

11

பொன்னாவைத் தேடிக் காளி வந்தான். அம்மா பேசிய வார்த்தைகள் எல்லாம் அவனுக்குப் பொருட்டாக இல்லை. அல்லது அவை அவன் காதில் விழவேயில்லை. ஊரிலிருந்த ஒவ்வொரு பூவரசாகத் தாவித் தாவிக் கடைசியாகத் தொண்டுப் பட்டிப் பூவரசிற்கு வந்து சேர்ந்தான். மாடுகள் அவனைக் கண்டுகொண்டன. நாய்க்கும் தெரிந்தது. காற்றாக வந்த அவன் வாசனையை உணர்ந்து அவை மகிழ்ந்தன. அவனும் அவற்றைத் தடவிக் கொடுத்துப் பேசினான். எருதுகளின் பக்கம் தான் ரொம்ப நேரம் நின்றுகொண்டிருந்தான். அவை படுக்காமல் அவனையே பார்த்தபடி நின்றன. சீராயிகூட 'இன்னம் என்னத்துக்கு நின்னுக்கிட்டு. தீனி பத்துலயா? எல்லாம் அவன் குடுத்து வெச்சிருக்கற செல்லம். கொழந்தைக்கு ஊட்டறாப்பல ஒவ்வொன்னா எடுத்து மாட்டுக்கு ஊட்டறத எங்க கண்டிருக்கறம்' என்று திட்டிவிட்டுக் கழிசலை அவற்றின் பக்கமாகத் தள்ளிவிட்டுப் போனாள். கழிசலை அவை தொடவேயில்லை. நாக்கை வெளி நீட்டி நீட்டி இழுத்தன.

காளி தன்கைகளை அவற்றின் நக்கலுக்கு வாகாக நீட்டிக்கொண்டிருந்தான். 'உங்கள எங்கயும் உடமாட்டன்னு பொன்னா சொல்லீட்டாளா' என்று கேட்டுத் தாழ்ந்த அவற்றின் கொம்புகளை நீவிவிட்டான். நாய் வாலைக் குழைத்துக்கொண்டு அவன்மேல் வந்து உரசியது. வாயை முகத்தருகே கொண்டு வந்தது. 'செரி செரி, போதும் போ' என்று செல்லமாகத் தள்ளினான். அது ஓடிக் கொஞ்ச தூரத்தில் நின்றுகொண்டு அவனையே பார்த்தது. கோழிகள் கத்தின. அம்மா எழுந்துகொள்வாள் எனப் பயந்துக் கோழிகளை நோக்கிக் கையசைத்தான். அவை சத்தம் போடாமல் மரத்தில் நின்றன. பொன்னா தொண்டுப்பட்டியிலேயே இருப்பது

அவனுக்குச் சந்தோசம் கொடுத்திருக்க வேண்டும். அவனுக்குப் பிடித்த இடம் அவளுக்கும் பிடித்திருக்கிறது. அவளால் ஒன்றும் பிரச்சினையில்லை. என்றாலும் அவள் முகத்தைப் பார்க்க யோசனையாக இருந்தது. தயக்கத்தோடுதான் கொட்டாயிக்குள் நுழைந்தான். பூனை தாவி பக்கச்சந்தில் ஓடியது. முனியனின் சாராயம் இன்றைக்குக் காந்தல் அதிகம் என்று அம்மாவைப் பார்த்துச் சிரித்தான். சீராயி படுத்ததும் தூங்கிவிட்டாள். அவள் விழித்திருப்பதாக நினைத்துக்கொண்டு வல்லாயி என்னவோ கேட்டாள். 'பேசப் பேசத் தூங்கிரு' என்று சொல்லியபடி தானும் படுத்தாள்.

லாந்தர் வெளிச்சம் கொட்டாய் முழுக்கவும் மஞ்சளைப் பரப்பியிருந்தது. சீமெண்ணெய் தீர்ந்துவிடும் என்று சோறுண்டதும் அணைத்துவிடுவது வழக்கம். இன்றைக்கு எரிய விட்டிருக்கிறாள் பொன்னா. வெளிச்சத்தில் பெருநிழலாக அவன் தெரிந்தான். கத்தரிச் சிம்புகளை மாரில் அணைத்தபடி படுத்திருந்தாள் பொன்னா. அவனது விரிந்த விரல்களென அவற்றை அனிச்சை யாகத் தடவினாள். அவள் கண்கள் மூடியிருந்தன. ஆனால் தூங்கவில்லை. அவன் வருவான் என்பது ஒருவேளை அவளுக்குத் தெரிந்திருக்கக்கூடும். பூவரசம் பூ வாட வாட நிறம் கூடி வாய் சிவப்பதைப் போல அவள் முக வாடல். உதடுகள் குவிந்தும் பிரிந்தும் எதையோ முணுமுணுத்தன. எப்படி அவளைத் தொடுவது என்று யோசித்தபடி நின்றான். நெற்றியில் விழுந்திருக்கும் மயிரை நீக்கித் தொடலாமா. காதுகளை வருடலாமா. காற்றை ஊதினாலே கண்டுகொள்வாள். அவனின் சிறுவிரல் தீண்டலையும் உடனே உணர்வாள். மற்ற சமயமாக இருந்தால் அவள் கைகளை எடுத்து நெஞ்சில் வைத்துக்கொள்வான், பின் கன்னத்தில் சேர்ப்பான். சில சமயம் சட்டென மாரில் கை பதிப்பான். அப்போதெல்லாம் சொல்வாள், 'உனக்கு எப்பப் பாரு அங்கதான் கண்ணு. எம் மூஞ்சியப் பாத்து எப்பவாச்சும் பேசறயா நீ?' 'ஊத்தப் பாத்தாக் கையில அள்ளி வவுறாரக் குடிக்கலாமுன்னு தோனாதா? செரி, நீ சொன்னாப்பல மூஞ்சியப் பாத்துப் பேசறன்' என்று முகத்தில் உதடுகளை வைப்பான்.

இன்றைக்கு என்ன செய்து தொடுவது என்று தெரியவில்லை. ஒருமாதிரி அவனுக்கு நடுக்கமிருந்தது. அப்படியே நின்று கொண்டிருந்தால் அவனுக்கான நேரம் முடிந்துவிடும். வந்ததை அவளுக்கு உணர்த்தாமலே போய்விட நேரலாம். லாந்தர் வெளிச்சத்தில் வாடித் தெரிந்த முகத்தில் அவன் நினைவுகள் ஓடுவதை உணர்ந்தான். வெள்ளைப் புடவையின் ஒரு தலைப்பு கட்டிலுக்கு வெளியே தொங்கியது. அதை எடுத்துக் கையில் வைத்துக்கொண்டு பெருமூச்சு விட்டான். உடனே செம்மண்

படிந்த வெள்ளைச் சேலைக்கு வெளியே தெரிந்த அவள் பாதங்களைத் தொட்டான். சில்லிட்டதாலா அவன் கைத் தீண்டலை அறிந்ததாலா எனத் தெரியவில்லை. விருக்கெனப் பாதங்களை உள்ளிழுத்தாள். அவன் கையை எடுக்கவில்லை. அவள் விசும்புவது கேட்டது. அவனுக்கும் அழுகை வந்தது. பாதங்களின் மேல் தலையை வைத்துக் கண்ணீர் சிந்தினான். பாதங்களைக் கொண்டு தன் முகத்தில் உதைத்துக்கொண்டான். பாத நடுவில் அழுந்த முத்தம் பதித்தான்.

கடைக்கட்டில் கயிற்றில் அழுந்தாமல் இருக்கப் போர்வையை இழுத்துவிட்டு அதன் மேல் பாதங்களை வைத்தான். பின் கொஞ்சம் தைரியம் பெற்று மெல்ல அவள் கைகளை எடுத்துத் தன் நெஞ்சில் வைத்துக்கொண்டான். சருகைப் போல வறண்டிருந்தது உள்ளங்கை. இரண்டு கைகளையும் ஒருசேர அப்படியே மேலே தூக்கித் தன் கன்னத்தில் சேர்த்தான். அவள் உள்ளங்கைகள் நனைந்தன. அவை தன் உணர்வு கொண்டு அவன் கன்னத்தைத் துடைத்தன. அவள் விம்மும் ஓசையைக் கேட்டான். அப்படியே சாய்ந்து அவள் முகத்தில் முகம் வைத்தான். அவள் நகர்ந்து கட்டிலில் இடம் கொடுத்தாள். அவர்களுக்குக் கல்யாணம் நடந்தபோது அணியூரில் சொல்லிச் செய்த கட்டில் அது. எத்தனை ஈரத்துக்கும் உளுக்காத பொரச மரக் கால்கள். வேம்புச் சட்டங்கள். முதுகை உரசி இதம் தரும் கத்தாழைக் கயிறு. நெருக்கிப் போட்ட பிணிகள். இரண்டு பேர் உருண்டு புரண்டு படுத்துத் தூங்கலாம். மாட்டுவண்டி கட்டிப் போய் அதை எடுத்து வந்தான். அதில்தான் அவளை முதலில் படுக்க வைத்தான். அவனுக்கும் இடம் தாராளம். ஆனால் அவன் பக்கத்தில் படுக்கவில்லை.

உட்கார்ந்த வாக்கிலேயே முகத்தை நேராக்கி அவள் உதட்டில் பதிந்தான். இன்னும் முழுதாக அவனை ஏற்றுக்கொள்ளவில்லை என்பதை உணர்த்த நவண்டை மடித்து வாய்க்குள் திணித்துக் கொண்டாள். அவன் தன் உதடுகளால் அதை மீட்கப் பார்த்தான். பற்களைக் கொண்டு வெளியே இழுத்தான். அவள் விடவில்லை. அவன் பலத்திற்கு ஈடு கொடுக்க முடியாது என்று தோன்றியதும் கையால் முகத்தைத் தள்ளிவிட்டாள். 'ஏம் பிள்ள' என்றான் கெஞ்சலாக. 'வீங்குன நாக்க இப்பிடி நீட்டிக்கிட்டு இருக்கற?' என்றாள். 'இப்பிடியா' என்று தன் நாக்கை வெளியே நீட்டிப் பற்களால் கடித்துக் காட்டினான். விழிகளைப் பிதுக்கிக் கொண்டான். முகம் கோணியது. அவள் 'அய்யோ' என்று நடுங்கியபடி கைகளை விரித்து முகத்தை முழுக்க மூடினாள். அவள் கைகளைப் பிரிக்க முயன்றபடி 'பாரு இங்க' என்று அழைத்தான். அவள் 'பயமா இருக்குது. கிட்ட வராத, போயிரு'

ஆலவாயன்

என்று பதறிச் சொன்னாள். அவன் சிரித்தபடியே 'இங்க பாரு, ஒன்னும் இல்ல. உன்னயப் பயப்பெருத்தறதுக்கு அப்பிடிச் செஞ்சன்' என்றான்.

சில சமயம் அவன் விளையாட்டுப் பிள்ளை ஆகிவிடுவான். அவள் தொண்டுப்பட்டிக்கு வருவதைத் தூரத்திலேயே பார்த்துக் கொள்வான். எங்காவது ஒளிந்துகொள்வான். ஒருமுறை பூவரசின் மேல் ஏறி உட்கார்ந்துகொண்டான். அவள் 'மாமா மாமா' என்று கூப்பிட்டபடி வந்தாள். பதில் வரவில்லை. ஆளையும் கண்டுபிடிக்க முடியவில்லை. 'எங்க போயித் தொலஞ்சுது இந்த மாமன்' என்று பட்டி முழுக்கவும் தேடினாள். பூவரசினடியே வந்தபோது வாதைப் பெரிதாக உலுக்கியபடி 'பே' என்று கத்திக்கொண்டே குதித்தான். அவள் விருக்கென்று பயந்து அலறினாள். 'புளியமரப் பேயக் கண்டிருக்கறம். நீ பூவரச மரத்துப் பேயி' என்றாள். நிலா வெளிச்ச நாளொன்றில் சோறு கொண்டு வந்தாள். இப்படித்தான், பட்டி முழுக்கத் தேடிவிட்டு எங்காவது பனைமரத்தைத் தேடிக் கள் இறக்கி வரப் போயிருப்பான் என்று நினைத்தாள். தொண்டுப்பட்டி வேலைகள் எல்லாம் நறுவிசாக முடிந்திருந்தன. கொட்டாயிக்குள் கொண்டுபோய்ச் சோற்றுக் குண்டாவை வைக்கப் போனாள். திடுமென என்னவோ இடுப்பில் தடவிய மாதிரி இருந்தது. வேகமாகத் திரும்பிப் பார்த்தாள். ஒன்றும் தெரியவில்லை. ஏதோ தனக்குத்தான் அப்படித் தோன்றியது போல என நினைத்தபடி உள்ளே வைத்தாள். இப்போது நன்றாகவே இடுப்பில் ஏதோ குத்தியது. பாம்போ என்னவோ என்று சடக்கெனத் திரும்பினாள். லாந்தர் வெளிச்சத்தில் எதுவும் தெரியவில்லை. இதில் ஏதோ மாயம் இருக்கிறது என்று நினைத்துக்கொண்டாள்.

அடுத்த முறை இடுப்பில் ஏதோ தடவியபோது ஒன்றுமே படாத மாதிரி இருந்துகொண்டு அரைக்கண் திருப்பிப் பார்த்தாள். பெரிய மக்கரைக் கூடைக்குள் இருந்து ஒரு குச்சி நீண்டு வந்தது. 'ஓகோ' என்று பக்கத்தில் கிடந்த திடுப்பைக் கையில் எடுத்தாள். வேகமாக மக்கரைக் கூடையைத் தூக்கித் தள்ளி 'பாம்புக்கு வேலயப் பாத்தியா' என்று திடுப்பால் சாத்தினாள். அவன் 'இல்ல பிள்ள இல்ல பிள்ள' என்று அடியை வாங்கிக்கொண்டு கத்தினான். இப்படி அவன் விளையாட்டுத்தான் எத்தனை. எதிர்பார்க்காத தருணத்தில் கொட்டாயிக்குப் பின்னாலிருந்து கைகளைப் பரக்க விரித்தபடி ஓடி வந்து ஆரவாரத்துடன் ஒருமுறை தழுவினான். ஆட்டுக்குள் மறைந்து உட்கார்ந்திருந்து பட்டென்று எழுந்து நின்றான். அவள் 'இப்பிடியெல்லாம் பயப்பெருத்தாத. ஒண்டியா இருக்கற எடத்துல இப்பிடிப் பண்ணுனா பயமா இருக்காதா' என்று கோபிப்பாள். 'இங்க என்னயத் தவர ஆரு வருவா?

எங்கிட்டக் கேக்காத ஒரு புழுவு பூச்சிகூட உன்னயத் தொட முடியாது பிள்ள' என்பான். அத்தகைய விளையாட்டுக்களில் ஒன்றுதான் நாக்கைத் துருத்தியதுமா?

'நாக்க நீட்டிக்கிட்டு பூவரசு மேலருந்து அந்தரமாத் தொங்கற. வாத ஒருகையில புடிச்சிருந்தயா?' என்றாள்.

'ம். ரொம்ப பயந்துட்டியா?' என்றான்.

'பின்ன இப்பிடி ஆராச்சும் செய்வாங்களா? எனக்குக் கொலையே பதறிப் போச்சு. ஆட்டுக் கண்ணாமுழியாட்டம் கண்ணயும் பிதுக்கிக்கிட்டு நிக்கற' என்றாள்.

'எல்லாமே வெளையாட்டு.'

'வெளையாட்டுத்தான் வெனையாவும்.'

'இன்னமே இப்பிடிச் செய்ய மாட்டயே.'

'செய்ய மாட்டன். உனக்குப் புடிக்காத எதையும் செய்ய மாட்டன்.'

'நெசமா?'

'நெசமே. உம்மேல சத்தியம். செரி, கொஞ்சம் அந்த நவண்டக் காட்டேன்.'

'போ, நீ உன்னோட நாக்கக் கடிச்சிக்கிட்டு இருந்தயே அப்பிடிக் கடிச்சு வெச்சிருவ.'

'கடிக்க மாட்டன். சும்மா தொட்டுக்கறன்.'

நவண்டை மெல்லப் பிரித்து வெளிவிட்டாள். தன் உதட்டால் ஒத்தினான்.

'என்ன பல்லுல ரத்தம்?' என்றாள்.

'ஒன்னுமில்ல. உனக்குத்தான் அப்பிடித் தெரியுது. நல்ல பிள்ளையாக் கண்ண இறுக்க மூடிக்க. உனக்கு நான் தொடறதத் தவர எதும் தெரியாது. செரியா?'

'ஆமா, இத்தன நாளு இல்லாத அக்கர இன்னைக்குத்தான் வந்திருக்குது.'

'நான் தெனமுந்தான் வந்து வந்து பாக்கறன். நீதான் அண்ணாந்தே என்னயப் பாக்குல. ரொம்பக் கோவமா இருக்கறீன்னு நின்னு பாத்திட்டுப் போயிட்டன். இன்னைக்குத்தான்

கத்திரிச் சிம்ப ஆசயா வெச்சிக்கிட்டுக் கூப்பிட்ட. வந்துட்டன்' என்று கத்தரிச் சிம்புகளைக் கீழே தூக்கிப் போட்டுவிட்டு மாரில் கை வைத்தான். 'போ' என்று மலர்ந்து சிரித்தாள்.

'என்ன செய்ய இப்ப வந்திருக்கற' என்றாள்.

'உனக்கு என்ன வேணுமோ அதக் குடுக்கப் போறன்' என்றான்.

'எனக்கு என்ன வேணுமின்னு உனக்குத் தெரீமா?'

'பனண்டு வெருசமா உன்னோடவே இருக்கறனே அதுகூடத் தெரியாதா?'

'இன்னமேலும் இருப்பியா?'

'உன்னோடவேதான் இருப்பன்.'

அவன் முகம் புதைத்துக்கொண்டான். இப்போது அவனுக்குக் கட்டிலில் தனியிடம் வேண்டியிருக்கவில்லை. வெகுநேரம் அவனிருந்தான்.

சீராயி தூக்கம் தெளிந்து எழுந்தபோது லாந்தர் வெளிச்சம் அணைந்திருந்தது. 'சீமெண்ண தீந்து போயிருச்சா' என்று தனக்குத்தானே கேட்டுக்கொண்டாள். உள்ளே கட்டிலில் பொன்னா புரண்டு புரண்டு படுக்கும் ஓசை கேட்டது. 'இன்னம் என்னைக்குத்தான் ஒழுங்காத் தூங்குவாளோ' என்று முனகினாள்.

காளி சிரித்துக்கொண்டான். எண்ணெய் ஊற்றவோ பொன்னாவைப் பார்க்கவோ கொட்டாயிக்குள் நுழைந்த சீராயியைத் திசை திருப்பப் பூவரசின் மீது காற்றை ஊதி வாதை அசைத்தான். 'பாத்துக்கடா, இன்னம் அழும்பு செய்யறியா' என்று வெளியே போனாள்.

காளி எவ்வளவு நேரம் இருந்தான், எப்போது போனான் என்று எதுவும் தெரியவில்லை பொன்னாவுக்கு.

○

12

விடிந்து வெகுநேரம் ஆகியும் பொன்னா எழவில்லை. சாமத்தில் கொஞ்சநேரம் திடுமென மழை பெய்தது. எதையும் எடுத்து வைக்க யோசிப்பதற்குள் கொட்டிவிட்டு நின்றது. பொன்னாவும் மழையை உணர்ந்தாள். நிலம் குளிரப் பெய்த பெருமழை. ஆனால் விழிக்கவில்லை, பார்க்கவும் இல்லை. அப்படியே படுத்திருந்தாள். சாப்பிட்டு வீசிய விழாக் காலத்து வாழை இலை போலச் சுருங்கிக் கிடந்தாள். ஒருநாள் வேலை செய்ததிலேயே இப்படித் துவண்டு போய்விட்டாளே என்று வல்லாயி நினைத்தாள். ராத்திரி ஆக்கிய கம்மஞ்சோற்றை நீத்தண்ணியில் தோண்டிப் போட்டிருந்தார்கள். தயிரும் இருந்தது. எழுந்தால் அதைக் கரைத்துக் கொடுக்கலாம் என்று வெகுநேரமாகப் பார்த்திருந்துவிட்டு அவர்கள் இருவரும் ஆளுக்கொரு ஆப்பை போட்டுக் குடித்தார்கள்.

மழை பெய்த சுவடே வெளியில் தெரியவில்லை. ஆனால் ஒருழவு மழை இருக்கும் எனத் தோன்றியது. கட்டுத்தரை மட்டும் கொஞ்சம் நசநசத்துக் கிடந்தது. அதைச் சுத்தம் செய்து மழை கலைத்திருந்தவற்றை எல்லாம் சரி செய்தார்கள். பொழுது சுள்ளென்று அடித்தது. அப்பவும் பொன்னா அசையக்கூட இல்லை. சந்தேகப்பட்டுப் பக்கத்தில் போய்ப் பார்த்தாள் வல்லாயி. மூச்சு சீராக வந்தது. உடல் அலுப்புத்தான். வேறொன்றும் பிரச்சினை இல்லை. காளி இருந்தால் தொண்டுப்பட்டி எப்படி இருக்குமோ அப்படியேதான் இப்போதும் இருந்தது. அவனில்லை, அதுதான். வெளியே வந்தால் அந்தக் குறை அப்பட்டமாகத் தெரிந்தது. எல்லார் நிலமும் பச்சை பூத்திருக்க காளியின் நிலம் மட்டும் பங்காளித் தகராறில் குறை போட்ட மாதிரி தனியாகத் தெரிந்தது. அவனிருந்தால் இந்நேரம் தண்ணீர் பாயும் இரண்டு அணப்புகளிலும் செடிகொடிகள்

போட்டிருப்பான். இந்த வருசம் மிளகாய் நடுவதாகச் சொல்லிக் கொண்டிருந்தான். ஒருசெரவு வைத்தாலும் பக்குவமாகப் பார்த்துச் செழுசெழுக்க வைத்துவிடுவான். ஐந்தாறு மாதத்திற்குக் காய்ப்பிருக்கும்.

ஆரியம் ஓரணப்பு நட்டிருப்பான். மற்ற நிலங்களில் கடலை போட்டுத் துவரையும் கொட்டையும் நடுநடுவே போடுவான். பச்சைப்பயிறு கடலைக்காட்டின் ஓரம் முழுக்க நூல் பிடித்தது போலச் சால் விடுவான். ஒரு பெரிய அணப்பில் கம்பு விதைத்திருப்பான். மற்ற சுற்று அணப்புகளில் எல்லாம் சோளம். வீட்டுக்குக் கம்பும் ஆரியமும் வருசம் தாண்டியும் வரும். மாடுகளுக்குத் தீவனமும் ஆகிவிடும். ஆரியத் தாள்களைக் கன்றுக்குட்டிக்கும் சோளத்தட்டுக்களை எருதுகளுக்கும் என்று போடுவான். பால் மாட்டுக்கு எப்போதும் பச்சைப் புல் இருக்கும். காடெங்கும் கொளுஞ்சியும் தும்பையுமாகத் தெரிகின்றன. அதற்கு இடையே இருக்கும் புற்களில் ஆடு மாடுகள் மேய்ந்து திரிந்தன. இந்த மழைக்குக் காடு முழுவதும் சோளம் விதைத்தால்கூட வந்துவிடும். அடப்பு முடிந்து பொன்னாவுக்கு என்ன வழி என்பது முடிவானால்தான் நிலத்துக்கும் வழி பிறக்கும் போல. யோசித்துக்கொண்டே மாடுகளைக் காட்டுக்குள் கட்டிவிட்டு சீராயி புல் கத்தை கொண்டுவரப் போனாள்.

'ரண்டு பேரும் ஒருத்தரு மூஞ்சிய ஒருத்தரு பாத்துக்கிட்டு எவ்வளவு நேரந்தான் உக்கோந்திருக்கறது. நாம் போயி ஒரு கத்த கொண்டாந்தனா பால் மாட்டுக்காச்சும் போடலாம். வெள்ளாமக் காலத்துல ஒரு குடியானச்சி எப்பிடிச் சும்மா உக்கோந்திருக்கறது?' என்று சீராயி சொன்னாள். வல்லாயி சட்டி பானைகளைக் கழுவிக் கவிழ்த்தினாள். கோழிகளுக்கு இரை போட்டாள். பனையில் வந்து உட்கார்ந்து கத்தும் கரிக்குருவிகளைப் பார்த்தாள். அவை கூடு கட்டத் தொடங்கியிருந்தன. 'பெரிய உசுரு போய்ட்டாலும் சின்ன உசுருவ வளருதுவ' என்று நினைத்தாள். பலகைக்கல் மேல் கொஞ்சநேரம் உட்கார்ந்து பார்த்தாள். ஒன்பது மணிச் சங்கு ஊதியது. பொன்னாவை எழுப்பலாமா என்று வாயும் கையும் குறுகுறுத்தன. இத்தனை நேரம் தூங்க ஒரு குடியானச்சியால் முடியுமா?

முதல் கோழி கூப்பிடும்போது எழுந்து கம்பிடிப்பது, ஆரியம் நெரிப்பது என்று சோற்றுக்கான வேலையைப் பார்க்க வேண்டும். மோர் சிலுப்பி வைக்க வேண்டும். அதற்குள் பொழுது வெளுக்க ஆரம்பித்துவிடும். ஆம்பளைகளுக்கு நீராகாரம் ஊற்றிக் கொடுக்க வேண்டும். வாசல் கூட்டவும் கட்டுத்தரை பார்க்கவும் போக வேண்டும். ஆம்பளை சரியாக இருந்தால் பால் பீய்ச்சித்

தருவார்கள். இல்லாவிட்டால் அதையும் பொம்பளைதான் செய்ய வேண்டும். ஒரு சில கன்றுகள் இழுத்துக் கட்ட முடியாதபடி துள்ளிக் குதிக்கும். அப்பவும் துணைக்கு வராத ஆம்பளைகள் உண்டு. வெள்ளாமைக் காலம் என்றால் இன்னும் வேலை அதிகம். சோறு பெரிய போவனி நிறைய எடுத்துக்கொண்டு பொழுது கிளம்பும் முன் காட்டுக்குள் இருக்க வேண்டும். வேலை இல்லாத நாள் எது? இருட்டுக் கட்டி ஒருநாழி வரைக்கும் வேலைதான். அப்புறம் படுத்தால் ஒருதூக்கம் நன்றாக வரும். பின் விழிப்புத்தான். வல்லாயிக்கு இந்த இரண்டு மாதங்களாகச் சும்மா இருப்பதாகவே தோன்றியது. எல்லா வேலையையும் மருமகள் ஒருத்தியாகப் பார்க்கிறாள். அவளுக்கும் தெரியட்டும், இன்னொரு ஆள் இருந்தால் எவ்வளவு கைவாகு என்று. அதுவும் இது வெள்ளாமைக் காலம். பண்ணயத்தாட்கள் வந்துவிடுவார்கள். வீட்டு வேலையை ஒழுங்காக அவள் பார்த்தாலே போதும். பொன்னாவை அடப்பு முடியும்வரைக்கும் தனியாக விட வேண்டாம் என்று வந்தவள் இங்கேயே இருக்கும்படி ஆயிற்று.

மூன்று பேரும் சோறாக்கித் தின்றுவிட்டுச் சும்மா இருக்க வேண்டியதுதான். மாடுகளை அங்கே கொண்டு போய்க் கட்டுவதும் பிறகு அவிழ்த்து வந்து இங்கே கட்டுவதும் வேலையா? பொன்னா என்னவோ அணத்துகிற மாதிரி கேட்டது. காய்ச்சல் வந்திருக்குமோ? தொட்டால் எழுந்துகொள்வாள் என்று நினைத்துத் தொடவேயில்லை. கொட்டாயிக்குள் போனாள் வல்லாயி. பொன்னா கண் திறந்திருந்தாள். புதிதாகக் கண் திறக்கும் நாய்க்குட்டியைப் போலச் சூட்டு மயிர்கள் ஈரம் கொண்டும் பிணைந்தும் தெரிந்தன. 'அம்மா' என்றாள். குரல் எழும்பிய மாதிரியே தெரியவில்லை. இந்த வார்த்தையைக் கேட்டு எத்தனை நாளாயிற்று. ஆசையாய் அருகோடி 'பொன்னு ... என்னாயா பண்ணுது? சுடுதா? காச்சக் கீச்ச அடிக்குதாயா? நேத்து அப்பிடி வேல செஞ்சியே கண்ணு' என்று பேசியபடியே நெற்றி, கழுத்து, கை எல்லா இடத்திலும் கை வைத்துப் பார்த்தாள். உடம்புச் சூட்டைத் தாண்டி ஒன்றுமில்லை.

'தூக்கி உடும்மா' என்றாள் பொன்னா. 'வாயா' என்று இருகைகளையும் ஏந்திக் குழந்தையைத் தூக்குவது போலக் கட்டிலிலிருந்து தூக்கி நிறுத்தினாள். தலையைப் பிடித்துக்கொண்டு 'கிறுகிறுன்னு வருதும்மா' என்றாள். 'ஒரு வா நீத்தண்ணி வாயில வெச்சீன்னா எல்லாஞ் செரியாப் போயிரும். ஒடம்பு அலண்டு போச்சு. குடுக்கறன் அப்பிடியே கட்டல்ல உக்கோந்துக்கிட்டே குடிச்சர்றயா' என்றாள். 'இல்ல வாயெல்லாம் எச்சயா இருக்குது. கொப்புளிச்சுக்கறன்' என்று குழறிச் சொன்னாள் பொன்னா. 'செரி, அப்படியே எந்தோளப் புடிச்சிக்கிட்டு வா. வாய்

கொப்புளிச்சுக்கிட்டுக் குடிக்கலாம்' என்று மெல்ல நடத்தினாள் அவள்.

பொன்னாவுக்கு எட்டி வைப்பதே சிரமமாக இருந்தது. கால்கள் நிலத்தில் பதிந்த மாதிரியே தெரியவில்லை. அம்மாவின் தோள் தன்னை இழுத்துப் போவதாகத் தோன்றியது. தலையை எங்காவது சாய்த்துக்கொள்ள வேண்டும் போலிருந்தது. அம்மாவின் தோள்மேல் சாய்ந்தாள். இடுப்புக்குக் கை கொடுத்து நிதானமாக நடத்திச் சென்றாள் அம்மா. பளீரென்று அடித்த வெயிலுக்குப் பொன்னாவால் முகம் கொடுக்க முடியவில்லை. கண்கள் கூசிச் சிலிர்த்தன. பூவரசின் பக்கம் திரும்பினாள். இப்போது பூவரசு இலைகளும் பூக்களுமாய் முழுவதும் தெரிந்தது. அம்மா அவளைக் கல்லில் உட்கார வைத்துவிட்டுப் பானைக்குப் போய்ச் சொப்பில் தண்ணீர் மொண்டு கொண்டுவந்தாள். அதுவரைக்கும்கூட உட்கார்ந்திருக்க முடியாத பொன்னா சாய்ந்து கல்லில் படுத்தாள். மேலே வெயில் பட்டது ரொம்பவும் இதமாக இருந்தது. ராத்திரியெல்லாம் என்னென்னவோ நடந்த மாதிரி தோன்றியது. எல்லாம் கனவு போலவும் நிஜம் போலவும் குழப்பின. மாரைத் தடவினாள். கத்தரிச் சிம்பு செய்த சிராய்ப்புகள் பொருக்குக் கட்டி அழுந்தின. மார்கள் ரத்தம் கட்டிக் கனத்தன. எல்லாம் அவன் வேலைதான். ஒருபோதும் விடமாட்டான், கூடவே போய்ச் சேர்கிறவரை விடமாட்டான். அப்படியாவது சீக்கிரமாகக் கூட்டிப் போய்த் தொலை என்று நினைத்தாள்.

அம்மா வந்து திரும்பக் கை கொடுத்துத் தூக்கினாள். உட்கார வைத்துச் சொப்பை நீட்டினாள். பானையில் மேலிருந்த நீர் வெயில் பட்டு வெதுவெதுப்புக் கண்டிருந்தது. சொப்பைப் பிடிக்கக் கையில் தெம்பில்லை. கீழே இறங்கிற்று. உடனே அம்மா தன் கையாலேயே பிடித்து அவள் வாய்க்கருகே வைத்தாள். நீரில் வாயின் அழுக்கு முழுவதையும் கொப்பளித்துக் கீழே துப்பினாள். இரண்டாவது வாய் நீரில் ஒரு மொடங்கு தொண்டையை நனைத்தது. உடனே அப்படியே வயிற்றைப் புரட்டிக்கொண்டு வந்தது. குடல் முழுக்க வெளியே வந்து விடும் போல ஓங்கரித்தாள். வெறும் நீர் மட்டும் வடிந்தது. ஆனால் ஓங்கரிப்பு நிற்கவில்லை. அம்மாவின் முந்தானையைப் பற்றி இழுத்தபடி குனிந்து ஓங்கரித்தாள். வாய் மட்டும் குருவிக்குஞ்சைப் போல அகலத் திறந்தது. உள்ளிருந்து ஒன்றும் வரவில்லை. மிகுந்த முயற்சிக்குப் பிறகு துளி எச்சில் ஒழுகியது. 'இன்னொரு வாய் குடி' என்று அம்மா சொப்பை நீட்டினாள். பொன்னாவால் வாயை மூடவே முடியவில்லை. தலையை மட்டும் அசைத்தாள். 'ஆங் ஆங்' என்று சத்தத்தோடு மூச்சு விட்டாள். அம்மாவின்

வற்புறுத்தலுக்காகச் சொப்பு நீரை வாயில் வைத்தாள். ஒரு மொடங்குகூட வாய்க்குள் போகவில்லை. அப்படியே அம்மா மேல் துப்பினாள். உள்ளே இருந்து இன்னும் கொட்டப் போவது போல எக்கினாள்.

நான்கைந்து முறைக்குப் பிறகு முடியவில்லை. வாயை அப்படியே வைத்துக்கொண்டு அம்மாவைக் கட்டிக்கொண்டாள். 'நல்லாத்தான இருந்த. என்னாச்சு உனக்கு? உம்மாமியாகூட இல்லயே, நான் என்ன பண்ணுவன்' என்று அம்மா கத்தினாள். தொண்டுப்பட்டி வேலிச்சந்தில் கிணற்று மேட்டருகே சீராயியின் புல் கத்தைத் தலை தெரிந்தது. 'சீரா இங்க ஓடியா ... பொன்னா இப்பிடிப் பண்றாளே' என்று ஓங்கிக் கத்தினாள். கத்தையை அங்கேயே வீசிவிட்டு அவள் ஓடி வந்தாள். பொன்னா ஏதாவது செய்துகொண்டு விட்டாள் என்றுதான் அவளுக்குத் தோன்றியது. 'அய்யோ நிய்யும் எந்தலையில கல்லப் போட்டுட்டயா' என்று காடுமேடுகளில் இருந்தவர்களுக்குக் கேட்கும்படியாகக் கத்தியபடியும் நெஞ்சில் அடித்துக்கொண்டும் ஓடி வந்தாள். உள்ளே புகுந்த சீராயிக்குப் பொன்னா எக்கி வாந்தி எடுத்துக்கொண்டிருப்பது கண்ணில் பட்டது.

உடனே அவளுக்கு மனத்தில் உறைத்துவிட்டது. இது அதுதான். 'அட பொன்னா ... எம் வவுத்துல பால வாத்தயே. ஒண்டியாக் கெடப்பீன்னு நெனச்சன். வவுத்துல ஒன்ன உதிக்க வெச்சுட்டான் சாமீ ... எம் பையன் ஒருசுரக் குடுத்திட்டுத்தான் போய்ச் சேந்திருக்கறான்' என்று சந்தோசமாகக் குரல் எடுத்தாள்.

பக்கத்தில் வந்து பொன்னாவின் தலையில் கை வைத்து நெட்டி முறித்துத் திருஷ்டி கழித்தாள். பொன்னாவுக்கு ஒன்றும் புரியவில்லை. வல்லாயிக்கு இப்போது புரிந்துவிட்டது. அதை உறுதிப்படுத்திக்கொள்ள 'பொன்னா ஊட்டுக்குத் தூரமாயி எத்தன மாசமாச்சு' என்றாள். பொன்னாவுக்கு அது நினைவிலேயே இல்லை. காளி போனது முதல் தூரமானதாகத் தெரியவில்லை. 'பொன்னா அந்தச் சாமி கை உட்ருல. உம் புருசனே உம் வவுத்துல உதிச்சிருக்கறான். இன்னமே கவல இல்ல போ' என்றாள். பொன்னாவுக்கு எல்லாம் புரிந்தது.

ஆனால் தலையைக் கையில் பிடித்துக்கொண்டு வெடித்து அழுதாள்.

○

13

சீராயி போட்ட சத்தம் கேட்டு அக்கம் பக்கம் காடுகளில் இருந்தவர்கள் எல்லாம் ஓடி வந்திருந்தார்கள். பெரிய கூட்டமே சேர்ந்துவிட்டது. விஷயம் கேள்விப்பட்டதும் 'அட இந்தப் பொம்பளைங்களே இப்பிடித்தான், நல்லதுக்கும் கத்துவாளுங்க, கெட்டதுக்கும் கத்துவாளுங்க, நானே இன்னொன்னும் போயிச் சேந்திருச்சாட்டம் இருக்குதுன்னு போட்டது போட்டாப்பல ஓடியாந்தன்' என்று பேசியபடி ஆம்பளைகள் கலைந்தார்கள். பொம்பளைகள் யாரும் போகவில்லை. பொன்னாவிடம் போய் இரண்டு நல்ல வார்த்தை பேசினார்கள். ஒவ்வொருவரையும் தலை தூக்கிப் பார்த்தாள் பொன்னா. யாரைப் பார்த்தாலும் அழுகையே வந்தது அவளுக்கு. பொம்பளைகள் கொஞ்சம் சந்தோசமும் வருத்தமுமாய் எல்லாரும் பேசிக்கொண்டார்கள்.

'இருந்திருந்து இப்பப் போய்ச் சேந்துட்டானே. பாக்கக் குடுத்து வெக்கலயே.' 'அவனேதான் உசிரக் குடுத்து உசிர உண்டாக்கியிருக்கறான். பையந்தான் பொறக்கும் பாரு.' 'இப்ப மூனாம் மாசம் தொடங்கீருக்கும், அதான் ஓங்கரிப்பு வருது.' 'இன்னங் கொஞ்சம் மின்னாலயே வந்திருக்கும். அடப்புன்னு தாளிக்கறத நிறுத்திருப்பாங்க. தாளிப்பு வாசம் பட்டிருந்தா எப்பவோ காட்டியிருக்கும்.' 'தள்ளிப் போனது ஆருக்குமே தெரியில?' 'ஊட்டு ஆம்பள அநியாயமாப் போயிச் சேந்துட்டான்னு வெசனத்துல இருக்கறப்ப, இதத்தான் எண்ணிக்கிட்டு இருக்கறாங்களா.' 'அவனுக்கு ஒரு தத்து இது. இதில பொழச்சிருந்தா கண்ணுல வாரிசப் பாத்துட்டுப் போயிருக்கலாம். கொள்ளிக்கொடம் ஒடைக்க ஒன்னு இல்லாத போயிட்டான்.' 'எல்லா சோசியகாரனும் கொழந்த கெடைக்குமின்னுதான சொன்னாங்களாமா. அதுக்குள்ள எந்த நாயோ

என்னமோ சொல்லுச்சுன்னு இவம் போயி நாணுக்கிட்டானே. ரோசம் பொறுக்கல.' ஆளாளுக்கு ஒன்று ஒன்றைச் சொன்னார்கள். அவர்களுக்குள் பேசிக்கொண்டார்கள்.

கண்ணீரும் ஓங்கரிப்புமாக உட்கார்ந்திருந்தாள் பொன்னா. 'பொன்னா . . . என்னத்துக்கு அழுவற. இன்னமே உம்பொழப்புக்குப் பங்கமில்ல போ. ஒன்னு காலச் சுத்திக்கிட்டுக் கெடந்துச்சுன்னா காலத்தக் கொண்டு சேத்திரலாம். கவலப்படாத' என்று நோனிக்காட்டு தொரட்டுப்பாட்டி பக்கத்தில் வந்து முகத்தைக் கையில் ஏந்திச் சொன்னார். அந்தப் பாட்டிக்குக் குழந்தை கிடையாது. ரொம்பச் சின்னப் பிள்ளையாக இருந்தபோதே புருசன் செத்துப்போய்விட்டான். இங்கே அண்ணன் வீட்டில் வந்து இருந்தவள் அப்படியே காலத்தைச் செலுத்திவிட்டாள். பொன்னாவைப் பார்க்கப் பாட்டிக்கும் கண்ணீர் வந்தது.

பட்டு மேல பட்டுச் சாத்தி
பல்லாக்கு நாலு வெச்சு
பொன்னு நக போட்டுக்கிட்டுப்
பொழச்சாலும் பொழச்சாலும்
பிள்ள ஒன்னு இல்லீன்னா
பலனேது பவுசேது
பலபேரு சொந்தமேது
பிள்ள ஒன்னு வந்திருச்சே
பொன்னா பொழப்புக்கினி
பலனுமுண்டு பவுசுமுண்டு
பலபேரு சொந்தமுண்டு.'

பாட்டி பாடப் பாட எல்லாரும் சந்தோசமாகச் சிரித்தார்கள். 'உட்டாக் கெழவி இங்கயே நாலு பேரக் கூட்டிக் கும்மி அடிச்சிருமாட்டம் இருக்குது' என்று கேலி செய்தார்கள். பொன்னாவின் கண்ணீரைத் தன் விரலால் சுண்டித் துடைத்து விட்ட பாட்டி 'எங்கஷ்டம் இன்னொருத்திக்கு வரக் கூடாதின்னு நெனக்கறவ கண்ணு நானு. உன் நெலமய நெனச்சுத்தான் மருவிக் கெடந்தன். என்னதான் கூடப் பொறந்த பொறப்பா இருந்தாலும் நம்புளுக்கு ஒன்னு இருக்கறாப்பல ஆவுமா ஆயா' என்றார்.

'கெழவி இரு இன்னைக்கு உங்கண்ணன் பேரங்கிட்டப் போயிச் சொல்றன். அப்பறம் இருக்குது சேதி' என்று யாரோ ஒரு வலுசப்பையன் தலையை மறைத்துக்கொண்டு சொன்னான். 'நல்லாப் போயிச் சொல்லாயா. எங்கஷ்டம் எனக்குத் தெரியும். அவனுக்கு என்ன தெரியும்' என்றாள் பாட்டி. பொன்னாவுக்கு இன்னும் ஓங்கரிப்பு நிற்கவில்லை. 'சீராயி ஒருமொளவும் சுக்குத்

துளியும் தட்டிப் போட்டுக் கருப்பட்டி கலந்து ரண்டு வாயி குடு. இந்த ஓங்கரிப்பெல்லாம் நின்னு போயிரும். அப்பறம் பிள்ளைக்கு வாய்க்குப் புடிச்சாப்பல எதுனா செஞ்சு குடு. காலம் போயி வந்துதிச்சிருக்கற சிசு. பொன்னாட்டம் பாத்துக் காப்பாத்தி உடு' என்று சொல்லவும் சீராயி அப்போதுதான் நிலைக்கு வந்தாள். சூட்டடுப்பில் நாலு குச்சியைத் திணித்து அடுப்பைப் பற்ற வைத்தாள். வல்லாயிக்குக் கொஞ்சம் வெட்கமாக இருந்தது. இதுதான் என்று தன்னால் கண்டுபிடிக்க முடியவில்லையே என்று தோன்றியது.

'சீராதான் வந்து பாத்தொடன இதுதான்னு சொல்லீட்டா. நான் ஒரு பொழப்பத்தவ. பிள்ளைக்கு என்னமோ ஆயிருச்சின்னு நெனச்சனே தவிர இப்பிடின்னு நெனைக்கலயே. இவுளுக்கு எதுனா நல்லது நடந்திருந்தாத்தான நல்லதா நெனைக்கச் சொல்லும்' என்று தன் ஆதங்கத்தை வெளிப்படுத்தினாள் வல்லாயி. 'எதுக்கும் பண்டிதகாரிச்சியக் கூப்பிட்டு ஒருக்கா நாடி பாக்கச் சொல்லீருங்க' என்று ஒருத்தி சொல்ல 'அதென்ன உள்ளங்கைப் புண்ணுக்குக் கண்ணாடி?' என்று உடனே மறுத்தாள் சீராயி. ஆனாலும் மனசுக்குள் அதையும்தான் பார்த்துவிடலாமே என்றும் ஓடியது.

அடுப்பில் சட்டியை வைத்துத் தண்ணீரை ஊற்றினாள் அவள். நல்ல சேதியைக் கேட்க அத்தனை பேர் உடனே வந்து சேர்ந்தது சந்தோசமாக இருந்தது. காளி இருந்து இது நடந்திருந்தால் இன்னும் பெருமைதான். அதுகூட நினைவில் இல்லாத அளவுக்குப் பரவசம் கொண்டிருந்தாள். 'நானும் என்னமோ ஏதோன்னுதான் ஓடியாந்தன். கெணத்துக்கிட்ட வர்றன். இங்கருந்து அவுங்கம்மா கத்தறா. என்னன்னு நெனப்பு ஓடும். அவன் நெனப்புலயே கெடக்கறாளே, எதுனா பண்ணிக்கிட்டாளோன்னு நெஞ்சுக்கொல பதறிப் போச்சு. ஆருக்கும் இருக்கும்ல. அதான் அப்பிடிக் கத்திச் சத்தம் போட்டுட்டன். பில்லுக் கத்தய அவத்தயே எறிஞ்சிட்டு ஓடியாந்து பாத்தா, பிள்ள ஓங்கரிச்சுக்கிட்டுக் கெடக்கறா. அப்பத்தான் சட்டுனு மனசுல அவன் போனதுக்கப்பறம் பிள்ள தூரமே ஆவுலியேன்னு நெனப்பு ஓடுச்சு. அட சாமி நெஞ்சுல பால வாத்தயேன்னு ஆயிருச்சு போ' என்று பேசிக்கொண்டே செலவுப் பெட்டியைப் போய்ப் பார்த்தாள். அதில் மிளகு இருந்தது. சுக்கு இல்லை.

'அட எப்பவோ சுக்கு கொஞ்சம் வாங்கிப் போட்டன். அது என்னூட்டுலதான் கெடக்கும். வல்லக்கா, பிள்ள மூஞ்சியக் கழுவியுட்டுக் கட்டல்ல படுக்க வெய்யி. ஒரே ஓட்டமா

ஓடிச் சுக்க எடுத்துக்கிட்டு வந்தர்றன்' என்று சொல்லியபடி தொண்டுப்பட்டி வேலியைக் கடந்து ஓடினாள். வேலையைப் பார்க்கப் போய்க்கொண்டிருந்த யாரோ 'சீரக்காளுக்குக் குதியாளத்தப் பாரேன். இன்னமே அவளக் கையில புடிக்க முடியாது' என்றார்கள். சீராயிக்கும் மனம் துள்ளலாகவே இருந்தது. வழியில் பார்க்கிற எல்லாரிடமும் ரண்டு வார்த்தையில் 'பொன்னா முழுவாத இருக்கறா' என்று சிரித்தபடி செய்தியைச் சொன்னாள். ஒருவரிடத்தும் நின்று பேசவில்லை. ஊருக்குள் அவள் போய்ச் சேரும்போது 'சீரக்கா... உம் மருமவ உண்டாயி இருக்கறாளாமா' என்று கேட்டார்கள். 'அதுக்குள்ள இங்க தெரிஞ்சிருச்சா? ஆமாயா. இன்னைக்குத்தான் தெரிஞ்சுது' என்று பதில் சொல்லியபடி நடந்தாள். 'எத்தன மாசம்? இப்ப ஏழா எட்டா?' என்றாள் ஒருத்தி. அவள் யாரென்று முகத்தைக்கூடப் பார்க்கவில்லை. 'எவடி அவ ராங்கி? ஏழெட்டு மாசமா இருந்திருந்தா இன்ன வெரைக்குமா தெரியாத போயிருக்கும். எம்பையந்தான் எதுக்கு இப்பிடித் துடிக்கத் துடிக்கப் போறான்? வேவற ஊட்டுல அடுப்புக்கு நெருப்புக் கேக்காதீங்கடி. என்னமோ எங்க நேரங்காலம். அவன் போனதுக்கப்பறந்தான் இதக் கடவுளு காட்டியிருக்கறான். நல்லது நெனைங்க' என்று சொல்லிக்கொண்டே ஓடி தாவாரத்துக் கதவைத் திறந்து தன் செலவுப் பெட்டியில் ஒளிந்து கிடந்த சுக்குத்துண்டை எடுத்துக்கொண்டாள்.

'எகத்தாளம் பேசற நாக்கச் சுக்குத்துண்டச் சுடறாப்பல சுட்டுப்புடுவன். எளச்சுக் கெடக்கறம், ஏறி நிக்கறவிய பேசத்தான் செய்வாங்க. கேட்டுக்கிட்டா ஒன்னும் கொறஞ்சு போயர மாட்டம். அப்பிடியாச்சும் கருமம் தொலையட்டும்' என்று தனக்குத்தானே பேசிக்கொண்டாள். திரும்பும்போதும் எல்லாரிடமும் ஒவ்வொரு வார்த்தை பேசியபடி நடந்தாள். ஊர்க்கிணற்றைத் தாண்டும்போது குடத்தை வைத்துக்கொண்டு காரான் நிற்பது தெரிந்தது. அவன் அவளைப் பார்த்ததும் 'சாமீ ... ஒரு கொடம் தண்ணி சேந்தி ஊத்திட்டுப் போங்காயா' என்றான். 'உனக்கில்லாதயா. இதா வர்றன்' என்று போய்ச் சேந்தினாள். 'காரான் ... எம் மருவம பொன்னா முழுவாத இருக்கறா. சேதிய அடையூருக்குப் போயிச் சமுந்தி ஊட்டுல சொல்லீட்டு வரோணும். போறியா' என்றாள். 'அட நம்ப சின்னப் பண்ணாடிச்சிங்களா? கொடத்துத் தண்ணிய ஊட்டுல ஏறக்கி வெச்சுட்டு அப்பிடியே கௌம்பீர்றன்' என்றான் காரான். குடத்தை நிறைத்தாள்.

'சமுந்தியூடு சந்தோசத்துல மடி நெறையத் தருவாங்க போ. வேட்டியே கெடைச்சாலும் கெடைக்கும். சொன்னா அவுங்களே

வந்திருவாங்க, எதுக்கும் நிய்யும் ஒரு வார்த்த வரச் சொல்லீரு' என்றாள். 'அதுக்கென்னங்க கையோட வண்டியக் கட்டிக்கிட்டு வரச் சொல்லீர்றன். சின்னப் பண்ணயக்காரருக்குத்தான் கொடுத்து வெக்கல' என்று அவன் சொன்னது காதில் தேயத் தேயச் சீராயி போய்விட்டாள். பண்டிதகாரிச்சியை வரச் சொல்ல மறந்துவிட்டோமே என்று நினைவு வந்தது. அவள் வீடு ஊருக்கு ஒதுக்குப்புறமாய் இருந்தது. அங்கே போய்த் திரும்ப இன்னும் நேரமாகிவிடும். யாரிடமாவது சொல்லி அனுப்ப யோசித்தாள். ஊரிலிருந்து காட்டுக்குப் போகும் இட்டேரிமேல் ஏறும்போது சுற்றிலும் பார்த்தாள். யாரோ ஒருத்தி புல் கத்தைக்குள் தலை புதைத்து எதிரே வந்துகொண்டிருந்தாள். நடையை வைத்து யாரென்று கண்டுபிடிக்க முடியவில்லை. அருகே வர வர மொசக்காட்டு பொங்காயி என்று தெரிந்தது.

அவள் ஒருபோதும் பாதகம் நினைக்க மாட்டாள். எந்நேரமும் குடித்தே செத்துப்போன புருசனையும் பார்த்துக்கொண்டு ஒருத்தியாய் இரண்டு பிள்ளைகளையும் பையனையும் வளர்த்தவள். நாலுநாளைக்கு முன்னால்கூடக் காட்டுப்பக்கம் பார்த்தபோது 'இப்பிடி ஆயிருச்சேக்கா. மனசன் பொழப்பு என்ன போ' என்று சொல்லிக் கண்ணீர் விட்டாள். அவளை நிறுத்தி விஷயத்தைச் சொன்னாள் சீராயி. 'பொங்கா நீதான் ஒருவார்த்த சொல்லி பண்டிதகாரிச்சிய ஒடனே வரச் சொல்லோணும்' என்றாள். 'நீ போயிப் பொன்னாளுக்குச் சுக்குத் தண்ணி வெச்சுக் குடு. நான் போற வழியில அப்பிடியே அந்தப் பக்கம் போயி இப்பவே வரச் சொல்லறன். அவன் ஊட்டுல இல்லீனாலும் அவ இருப்பா. சொன்னா ஒடனே வந்திருவா. உறுதி ஆனதுதான. அவ வாயிலயும் ஒரு சொல்லு நல்லதாக் கேட்டுக்கிட்டா மனசுக்குத் தெம்பு. நாஞ் சொல்லீர்றன் போ' என்று பொங்காயி போனாள். மனத் தெம்புடன் சீராயி நடந்தாள்.

மெல்ல வீசிய காற்று பூப் போல மேலே பட்டுத் தழுவிற்று.

❍

14

கட்டிலில் படுத்துக்கொண்டாள் பொன்னா. இப்போது அவளுக்குக் கொஞ்சம்கூடச் சந்தேக மில்லை. ராத்திரி காளி வந்தான். அவளோடு வெகுநேரம் இருந்தான். அவன்தான் அவளுக்குள் புகுந்திருக்கிறான். உயிரோடு இருந்தவரைக்கும் அவனுக்கு இந்த வித்தை கைவரவில்லை. இப்போது அவனுக்குத் தெரிந்திருக்கிறது. பொன்னாவின் கஷ்டத்தைத் தீர்த்து வைக்கவே உயிரை விட்டிருக் கிறான். அவளுக்காகவே அவன் இதைச் செய்திருக் கிறான். நேற்று இரவு அவளை மயக்கத்தில் ஆழ்த்திவிட்டு அவன் பேசிய பேச்சுக்கள் எல்லாம் இப்போது நினைவுக்கு வந்தன. மனம் கிறங்கி அந்தக் குரலை இப்போதும் கேட்க முடிந்தது. 'உனக்கு என்ன வேணுமோ அதக் குடுக்கப் போறன்.' கொடுத்திருக்கிறான். நேற்று என்ன நாள்? வியாழக் கிழமை. காளி போனதும் அதே நாள்தான். சரியாக இரண்டாம் மாதம் முடிந்து மூன்று ஆரம்பம்.

அவள்மேல் அவனுக்குக் கோபமிருக்காது. அவளுக்கு உதவி செய்வதுதான் அவன் எண்ணம். நேற்றை நினைத்துப் பார்த்தாள். என்றைக்கும் இல்லாத பேரின்பத்திற்குள் கிடந்த உணர்வு இருந்தது. அதை அவளால் இப்போதும் உணர முடிந்தது. அதன் விளைவுதான் இன்றைய ஓங்கரிப்பு. எல்லார் கண்களையும் கட்டும் மாய வித்தைக்காரன் காளி. 'மாமா' என்று முனகினாள் பொன்னா. சரி, எனக்குள் வந்துவிட்டாய். இனி உன்னை விட மாட்டேன். ஆனால் நீ பையனாகப் பிறக்கக் கூடாது. உன் தாத்தனுக்கு அற்பாயுள். உன் அப்பனுக்கும் அற்பாயுள். உனக்கும் அற்பாயுள். என் மகனுக்கு அது நேர வேண்டாம். எனக்குப் பிள்ளையைக் கொடு. அவளை வளர்த்து ஆளாக்கி உன் பெயர்

சொல்ல வைக்கிறேன். உன்னைப் போலவே என் மடிக்குள் கிடப்பாள் அவள். அவளுக்கு இந்த மாரைக் கொடுப்பேன். குடும்பச் சாபம் உன்னோடு தொலையட்டும். பையனாகப் பிறந்தால் என்னைப் போல ஒருத்தி வந்து கஷ்டப்பட வேண்டும். அது வேண்டாம். 'உனக்கு என்ன வேணுமோ அதக் குடுக்கறன்' என்று வாக்குக் கொடுத்தாயே, எனக்கு இதுதான் வேண்டும். பொன்னா கிறுகிறுப்பில் ஏதேதோ முனகிக்கொண்டிருந்தாள்.

கடலைக்காட்டுக்கு நக்கிரி பறிக்க வந்த நான்கைந்து பாட்டிகள் மாத்திரம் இருந்தனர். எல்லாரும் பொன்னாவுக்கு இனிப் பிரச்சினை இல்லை என்று பேசிக்கொண்டே வேலை களைப் பார்க்கப் போய்விட்டார்கள். சீராயி வேகவேகமாக வந்தாள். 'சுக்கு இருந்துச்சா சீரா' என்று பாட்டி கேட்டாள். 'சுண்டுவேரச் செலவு எல்லாமே வாங்கி வெச்சிருப்பனாயா. ஒரு அவசரத்துக்கு எங்க ஓடறது? நம்பகிட்ட இருந்தா ஆவும்' என்று சொல்லிக்கொண்டே சுக்கின் ஒரு துண்டைக் கல்லில் கொட்டிப் பொடியாக்கி தண்ணீர் காய்ந்திருந்த சட்டிக்குள் அள்ளிப் போட்டாள். மடியில் கட்டிக் கொண்டுவந்த கருப்பட்டியை மத்தால் ஒரு அடி அடித்து உடைத்து உள்ளே போட்டாள். அணைந்திருந்த அடுப்புத் தீயை ஒரு ஓலைத் துணுக்கை வைத்து ஊதி எரியவிட்டாள்.

வல்லாயியைப் பார்த்து 'என்னங்கறா உம்பிள்ள' என்றாள். 'எம்பிள்ளயாம். உன்னோட மருமவதானாயா. கையில வெச்சுத் தாங்கு. ஒரு நெனப்பும் இல்லாத மயங்கிக் கெடக்கறா. எப்பிடித் தேறி எந்திரிச்சி வருவாளோ தெரீல' என்று கவலைப்பட்டாள் அவள். 'அம்மாக்காரி கிட்ட இருந்து கறியும் புளியும் செஞ்சு குடுத்துத் தேத்தக்கா' என்றபடியே மணம் பார்த்து இறக்கிச் சுக்குச் சாற்றை வடித்துச் சின்னச் சொம்பில் ஊற்றினாள். மேலுலைச் சட்டியில் ஊற்றி ஊற்றி ஆற்றினாள். வல்லாயியிடம் நீட்டி 'கொண்டோயிக் குடு. கசாயமாட்டம் வெக்கில, சுக்குக் காப்பியாட்டந்தான் வடிச்சிருக்கறன். வெதுவெதுன்னுதான் இருக்குது. தொண்டைக்கு ஒனத்தி ஆயிரும். இதே அடுப்புல ஒல வெக்கறன். காப்பிடி அரிசி போட்டுச் சோறாக்கீரலாம். அதுதான் வாய்க்கு நல்லாருக்கும். தாளிக்காத பருப்பக் கடஞ்சு தண்ணியாட்டம் குடுக்கலாம்' என்றாள். சுக்குக் காப்பியை எடுத்துக் கொண்டுபோய்ப் பொன்னாவை எழுப்பி உட்கார வைத்து ஒவ்வொரு வாயாகக் குடிக்க வைத்தாள். இரண்டு வாய் உள்ளே போனதும் பெரும் ஏப்பம் வந்தது. 'இப்பிடித்தான் ஏப்பம் வரும். கொஞ்சம் கொஞ்சமாக் குடிச்சிக்க' என்று வெளியேயிருந்து தேனாப் பாட்டி சொன்னார்.

அந்தப் பாட்டியே சீராயியிடம் 'ஏஞ்சீரா . . . இன்னம் அடப்பு நீங்குலியே, அப்பறம் எப்பிடி நெல்லஞ்சோறு ஆக்குவ' என்று கேட்டார். இதை எதிர்பார்த்துப் பதிலை யோசித்து வைத்திருந்தவள் 'இது கட்டுத்தரதான ஆயா. ஊட்டுலதான் ஆக்கக் கூடாது. தொண்டுப்பட்டிக்கென்ன? ரண்டு மாசமாத் நாடோடியாட்டம் இங்கதான் வெச்சு ஆக்கித் தின்னுக்கிட்டு இருக்கறம். ஊட்டுல இன்னம் ஒருநாளும் அடுப்புப் பத்த வெக்கல. அடப்பு முடிஞ்சு கரட்டுக்குப் போற அன்னைக்கு ஊடு வழிச்சு எல்லாம் சாங்கியப்படி செஞ்சுக்கலாம். இப்ப இங்க ஆக்கிக் குடுத்தாப் போவுது. பிள்ள அப்பறம் இந்தப் பாடு படறா. ஒருவேளைக்காச்சும் நெல்லஞ்சோறு குடுத்தாத்தான் வாய்க்கு ருசியா இருக்கும். வழமொறயெல்லாம் நாம வெச்சிக்கறதுதான. என்ன நாஞ் சொல்லறது தொரட்டாயா' என்று அந்தப் பாட்டியையும் துணைக்கழைத்துக்கொண்டாள். 'ஆமா அதுக்கென்ன இருக்குது. இப்ப வேறொருத்தரு ஊட்டுல இருந்து ஆக்கிக் கொண்டாந்தா எப்பிடியோ அப்பிடித்தான் இது. ஆக்கிக் குடு. உம்பையன் காளி வேண்ணா வந்து வேண்டாமுன்னு சொல்லட்டும்' என்றார் பாட்டி.

பூவரச மரத்தடியில் நிழலாட உட்கார்ந்திருந்தார்கள் பாட்டிகள். தொரட்டுப் பாட்டி செருகியிருந்த மடிப்பையை எடுத்தார். 'மடிப்பை எப்பவும் இடுப்ப உட்டு எறங்கறதே இல்ல. செத்தாத்தான் செலவுக்குப் பைய எடுக்கோணும்னு சொல்லீட்டயா. எல்லாம் எச்சாச் சேத்தி வெச்சிருக்கறயாட்டம் இருக்குது. பொடச்சித் தெரியுதே' என்று தேனாப் பாட்டி கேட்டார். 'இதுல வெத்தல பொவியில போட்டு வெச்சிருக்கறன். சிண்ணாம்பு டப்பாவும் இருக்குது. வேண்ணாப் பாக்கறயா' என்று பையின் சுருக்கை உருவி உள்ளிருந்து எடுத்தார். ஆளுக்கொரு வாய் வெற்றிலை போட்டார்கள். சீராயி சோறாக்கும் வேலையைச் செய்துகொண்டே அவர்களுக்கும் காது கொடுத்திருந்தாள். பொன்னா கொஞ்சம்தான் குடித்தாள். என்றாலும் வயிற்றில் அது தங்கியதே பரவாயில்லை என்றிருந்தது. பண்டிதகாரிச்சி தங்காயி 'பெரிய பண்ணாடிச்சிவ எல்லாம் ஒன்னாச் சேந்து இங்க உக்கோந்திருக்கறீங்க. பெரிய விசேசந்தானாட்டம் இருக்குது' என்று சொல்லிக்கொண்டே பட்டிக்குள் நுழைந்தாள்.

'பெரிய விசேசம்னா உனக்குக் கொண்டாட்டந்தான' என்றார் தொரட்டுப் பாட்டி. 'ஆமாங்க ஆயா, இந்த நாலுபேரும் எம்பதத் தாண்டியிருப்பீங்க. ஒன்னாச்சும் இப்பப் போவும் அப்பப் போவும், நம்புளுக்கும் நாலுநாளைக்கு நல்ல சோறு கெடைக்கும்னு பாக்கறன், ஒன்னும் கட்ட ஆத்துப் போற வழியக்

காணாம்' என்று தங்காயி சொல்லிக்கொண்டே போனாள். 'உம் புரசந்தான் கூலி வாங்கறானே பத்துலியா உனக்கு, சாவுக் கூலி கேக்குதா?' அதைக் காதில் வாங்காத மாதிரி 'காளிச்சாமி மாதிரி எளந்தாரிப் பசவெல்லாம் போயிச் சேருதே, இந்தப் பழங்கட்டைங்கெல்லாம் அப்பிடியே இருக்குதேன்னு சொன்னன். இருங்க இருங்க எல்லாரும் நூறத் தொடுங்க' என்றாள் அவள். 'வேண்ணா எல்லாருத்துக்கும் ஒரு மருந்து குடுத்தராயா. மவராசராப் போயிச் சேந்தர்றம்' என்றார் தொரட்டுப் பாட்டி.

தங்காயி இப்படி எல்லாரிடமும் வம்பு பேசுவாள். யார் மனதிலும் தன்மேல் கோபம் உண்டாகிற மாதிரி எதுவும் சொல்ல மாட்டாள். ஊருக்கே அவள் பண்டிதகாரிச்சி. பொம்பளைகளுக்கு அவள் வைத்தியம் பார்ப்பாள். பிரவசமும் அவள்தான். அவள் புருசனுக்குச் சவரம் செய்வதுதான் வேலை என்றாலும் ஆம்பளைகளுக்கு அவன் வைத்தியம் செய்வதும் உண்டு. எல்லாத்துக்கும் சேர்த்து வருசக்கூலி. துவண்டு கிடந்த பொன்னாவின் வலக்கையை எடுத்து நாடி பார்த்தாள். 'காளிச்சாமி உசிருதான் இவிய வவுத்துக்குள்ள பூந்திருக்குது. அதெல்லாம் உறுதிதானுங்க. நாளைக்குக் காத்தாலக்கித் தழயுருண்ட நாலு தாறன். நாலுநாளைக்கு ஒருக்கா வாயில போட்டுக்கட்டும். ஓங்கரிப்பெல்லாம் அடங்கீரும்' என்று சொன்னாள். பொன்னா அவளைப் பார்த்து லேசாகச் சிரித்தாள். 'மூஞ்சியில சிரிப்போடுது. எல்லாம் நல்லபடியாப் பெத்துக்குவாங்க. வம்சம் தழச்சு வேரோடும் சிறுசு வெளையாடிச் சீரோடும்' என்று வாழ்த்தினாள். ஒரு படி கம்பைக் கொண்டு வந்து வல்லாயி அவள் மடியில் போட்டாள். வாங்கி மடியைக் கட்டிக்கொண்டு வெளியே வந்தாள்.

'உனக்கு நாக்கு ரொம்பத்தான் துள்ளுது. புரசங்கிட்டச் சொல்லி அறுத்து வெக்கச் சொல்றம் புடி' என்றார் தொரட்டுப் பாட்டி. 'அதெல்லாம் ஒன்னும் நடக்காது. அவன் முழுக்க இவ கோயில்ல கும்புடு போட்டுக்கிட்டுக் கெடக்கறான்.' 'என்னல அப்பிடியா. மண்டி போட்டுக் கும்படறானா, அடி உழுந்து கும்படறானா.' 'ம். நின்னுக்கிட்டுக் கும்படறான். பெருசுவளுக்குப் பேச்சப் பாருங்காயா.' 'பாத்துடி, அவந்தான் கையில கத்தியோட திரியறவனாச்சே.' 'கத்தியத் தீட்ட கல்லு வெச்சிருக்கறா தங்காயி.' பாட்டிகளுக்குப் பேசப் பேச ஒரே சிரிப்பு. 'ஒரு வெத்தல குடாயா' என்று தொரட்டுப் பாட்டியிடம் கேட்டாள் தங்காயி. மடிப்பையை உருவி எடுத்தார் பாட்டி. 'சுருக்குப்பைய வெச்சுக்கிட்டு இந்த ஆயா தொறப்பானாங்குது.' 'ஆமாண்டி, எங்கிட்ட இருக்கறது சுருக்குப்பைதான். நீதான்

அப்பிடியே மினுமினுன்னு தங்கப்பை வெச்சிருக்கற. சட்டுனு தொறப்ப' என்றபடி அரை வெற்றிலையையும் பாக்கையையும் கொடுத்தார்.

'முழு வெத்தலயாக் குடுத்தாக் கொறஞ்சா போயிருவீங்க. வாய்க்குப் பத்துமா இது' என்றாள். 'எங்க வெத்தலயெல்லாம் வாய்க்குப் பத்துமாடி பண்டிதகாரிச்சி?' 'ஆயாளுவகிட்டப் பேசி நான் மேடேற முடியுமா? துளி சுண்ணாம்பு குடுங்க. போட்டுக்கிட்டு நான் கௌம்பறன். வேல கெடக்குது.' 'வெத்தலயப் பத்தரமாக் கொண்டோயி வெச்சுக்கிட்டு உம் பிரசங்கிட்டச் சுண்ணாம்பு கேளுடி.' 'போதுமாயா, எனக்கும் எல்லாந் தெரியும். என்னமோ இன்னைக்குத்தான் சாமி ஊட்ட இப்பிடி நாலுபேரு வந்து உக்காந்துக்கிட்டுச் சந்தோசமாப் பேசிச் சிரிக்கறீங்க. நல்லாருக்குதாயா. இப்பிடியே எப்பவும் சந்தோசமா இருக்கட்டும்' என்று வாயாரச் சொன்னாள் தங்காயி. 'சந்தோசம் சந்தோசம் பண்டிதகாரிச்சி' என்று தொரட்டுப் பாட்டி பாட்டைத் தொடங்கியதும் பாட்டிகள் எல்லாரும் கையைத் தட்டிக் கும்மி அடித்தார்கள்.

'சந்தோசம் சந்தோசம் பண்டிதகாரிச்சி
சலங்கச் சத்தமேது பண்டிதகாரிச்சி
கம்புமணி குலுங்குதடி பண்டிதகாரிச்சி
கருப்பட்டி சேத்துக்கடி பண்டிதகாரிச்சி
கதவத்தான் சாத்திக்கடி பண்டிதகாரிச்சி
கருத்தோட இடிச்சுக்கடி பண்டிதகாரிச்சி.'

'இந்தப் பெருசுங்க என்னய இன்னைக்கு உடாதுவ. நான் கௌம்பறஞ் சாமீ' என்று தங்காயி ஒரே ஓட்டமாய் வெளியே போனாள். 'மடி பத்தரமடி கம்பக் கெட்டியாப் புடிச்சுக்க' என்ற வார்த்தைகளுக்கு அவளிடமிருந்து பதிலில்லை. சோறு கொதிக்கும் மணம். இன்னொரு அடுப்பில் பருப்பையும் வைத்திருந்தாள் சீராயி. 'அக்கா, இந்தப் பாட்டிவ பாட்டுப் பாடிக் களச்சுப் போயிட்டாங்க, கம்மஞ் சோத்துல ரண்டாப்ப போட்டுக் கரச்சுக் குடு, குடிச்சுக் களப்பாறட்டும், பொழுது தலைக்கு வந்திருச்சு' என்றாள் அவள்.

'தயிரிருந்தா கொஞ்சம்பால போட்டுக் கரச்சாயா. இன்னமே இந்த வெயில்ல எங்க ஊட்டுக்குப் போயிக் குடிக்கறது. குடிச்சிட்டு இந்தப் பூவரசடியில கட்டயக் கொஞ்ச நேரம் நீட்டி உட்டுட்டுப் பொழுதெறங்கப் போறம்.' 'அதுக்கென்னாயா, ராத்திரிக்குக்கூட மவராசியா இருந்துட்டுப் போங்க. பூவரசடியில ரண்டு கட்டலப் போடறன்.' 'பூவரசு மேல உம்பையன் உக்கோந்திருப்பானே.' 'அவன்

மேல உக்கோந்திருந்துட்டுப் போறான், புத்தி கெட்ட நாயி. நீங்க நெவுல்ல இருங்க. நெவுலையுமா அவம் புடிச்சுக்குவான்?' 'எங்கள என்ன பண்ணீரப் போறான். அப்பிடித்தான் கூட்டிக்கிட்டுப் போனாச் சந்தோசமாப் போய்ச் சேர்றம். இன்னம் என்னத்துக்கு இருந்துக்கிட்டுப் பூமிக்குப் பாரமா.' பாட்டிகளுக்குக் கரச்சோறு தயாராவதற்குள் பருப்பைக் கடைந்துவிட்டாள் அவள். வட்டலில் சோற்றைப் போட்டுப் பருப்பை ஊற்றிப் பொன்னாவிடம் கொண்டு போனாள். வட்டலை வாங்கி மடியில் வைத்த பொன்னாவுக்கு அந்த ஆவியிலிருந்து புதுமணம் எழுந்து அவள் மூக்கில் ஏறியது.

முதன்முதலாக உண்ணும் ஆவல் உந்த வட்டிலைப் பார்த்தாள் பொன்னா.

○

15

சீராயி சொன்ன மாதிரியே முத்துவும் அப்பனும் வண்டி கட்டிக்கொண்டு வந்துவிட்டார்கள். முத்துவின் பெண்டாட்டி, பையன் எல்லாரும் வந்து இறங்கினார்கள். சீர் கொண்டு வருவதைப் போல வண்டியிலிருந்து சிறுசிறு சாக்குகள் இறங்கின. பித்தளைப் பாத்திரங்கள் சிலவும் இறங்கின. ஒவ்வொன்றிலும் தவசங்களும் பருப்பு வகைகளும் கருப்பட்டியும் தேங்காயும் என்று பலவும் இருந்தன. நங்கை ஓடிவந்து பொன்னாளைக் கட்டிக்கொண்டாள். 'நல்லவழி பொறந்திருச்சாயா' என்றாள். பூவரசடியில் தடுக்குகளைப் போட்டுக் கண் மூடிப் படுத்தபடி பேசிக்கொண்டிருந்த பாட்டிகள் எழுந்து 'காளி இருந்திருந்தா இன்னம் பெரிய சீராக் கொண்டாந்து எறக்கீருப்பாங்க' என்று தங்களுக்குள் பேசிக்கொண்டனர்.

'இன்னம் பையன் பொறக்கட்டும், மாமஞ் சீரு பவுனா வந்து எறங்கீரும்.' 'மாமனுக்குத்தான் பையனிருக்குதே. இவளுக்குப் பிள்ள பொறந்தா ஒன்னுக்கு ஒன்னு கட்டி வெச்சரலாம். அங்கயும் ஒன்னு தான். இங்கயும் ஒன்னுதான். சொத்தோட சொத்து, சொந்தத்தோட சொந்தம்.' 'நாம்ப நெனைக்கறம், அந்த மேல போறவனும் நெனைக்கோனு மில்ல.' 'அது செரி, நாம்ப நெனச்சதே நடந்துட்டா அப்பறம் அவனிருந்து எதுக்காவுது சொல்லு.' 'நீ எண்ணறத நாஞ் செய்வனான்னு வீம்புக்காச்சும் மாத்திப்புடுவானாயா. அதனாலதான் பல சனம் என்ன வேணுமின்னு கேக்காது, உம் விருப்பப்படி வழியுடு சாமின்னு வேண்டிக்கிட்டு வந்திரும்.' இப்படிப் பலவும் பேசிக்கொண்டார்கள்.

சீராயும் வல்லாயும் தாங்கள் கண்டுபிடித்த பெருமையை மறுபடியும் முதலில் இருந்து விதவிதமாகச் சொன்னார்கள். பருப்புடன் சோறு

தின்றதும் பொன்னாவுக்கு உடலில் ஒரு தெம்பு வந்திருந்தது. நங்கையின் கைகளைப் பிடித்தபடி வெளியே வந்து கல்லில் உட்கார்ந்துகொண்டாள். நங்கை அவள் தலையைப் பிரித்து எண்ணெய் தடவினாள். பல நாட்களாகத் தலையில் பொன்னா அக்கறை காட்டியிருக்கவில்லை. சிக்குப் பிடித்துப் பன்னாடை போலத் தலை கிடந்தது. 'பொழுதோடத்திக்கித் தலக்கி அரப்புத் தேச்சு ஊத்திக்க. அப்பத்தான் சிக்க முழுசா எடுக்க முடியும்' என்று சொல்லியபடி மைகோதியால் சிக்கெடுத்தாள் நங்கை. வலிக்காமல் மென்மையாகத் தலையை அப்படியும் இப்படியும் திருப்பிச் சீவினாள். பொன்னா ஒன்றும் பிடிபடாத மனநிலையில் இருந்தாள். அம்மாவும் மாமியாரும் இத்தனை சந்தோசப்படுவார்கள் என்று நினைக்கவேயில்லை. அப்புறம், ஊரே கூடி வந்து சந்தோசப்பட்டுப் போகிறது. பிறந்த வீட்டுச் சீர் வந்து இறங்குகிறது. எல்லா முகங்களிலும் பெரிய களை. ஒருவயிறு திறந்தால் இத்தனை பேருக்குச் சந்தோசம்.

குழந்தை இல்லை என்பதை இந்த ஊரும் உலகமும் ஏன் துக்கமாகக் கருதுகின்றன என்று இப்போது கொஞ்சம் பிடிபட்ட மாதிரி இருந்தது பொன்னாவுக்கு. ஒருகுழந்தைக்குள் பெரிய கொண்டாட்டம் அடங்கியிருக்கிறது. தொடக்கமே இப்படி என்றால் இன்னும் குழந்தை பிறந்து வளர வளர எப்படியெல்லாம் இருக்குமோ என்று நினைத்தாள். 'காத்தால நேரந்தான் ஓங்கரிப்பு இருக்கும். எக்கி எக்கி எடுக்காத. தொண்ட புண்ணாப் போயிரும். துளி கருப்பட்டிய வாயில போட்டுக்க. அடங்கீரும். கொஞ்ச நேரந்தின்னிப் படுத்திருந்திட்டு எந்திருச்சீன்னா கிறுகிறுப்பு கொறஞ்சிரும். வெய்ய வர வர நல்லாவே தெம்பாயிரலாம். முடிஞ்ச வேலயச் செய்யி. அஞ்சு பொறந்திட்டா ஓங்கரிப்பு நின்னு போயிரும். அப்பறம் சாதாரணமா இருக்கலாம்' என்று பலவிதமாக யோசனைகளைச் சொல்லிக்கொண்டேயிருந்தாள் நங்கை.

முத்துவிடம் சீராயி 'முத்துப்பையா, இன்னமே என்ன நம்புளுக்கு? உஞ் சேக்காளிதான் அவசரப்பட்டுப் போயிச் சேந்துட்டான். போனவன நெனச்சா இன்னமே குத்துக் கல்லாட்டம் எந்திருச்சா வரப் போறான். இருந்திருந்தா எல்லாருக்கும் சந்தோசந்தான். அப்பனத் தின்னூட்டுத்தான் இது உதிக்கோணும்னு இருந்திருக்குது. இன்னமே நீதான் சாமீ... எங்களுக்கு எணதொணயா இருக்கோணும். ராத்திரி மழ பெஞ்சுது. இன்னைக்குக் காத்தாலயே அவன் இருந்திருந்தா ஏருக் கட்டியிருப்பான். கம்புக்கும் கடலைக்கும் பட்டம் தாண்டிருச்சி. சோளத்தயாச்சும் காடு முழுக்க எறச்சுடலாம். இந்த அஞ்சாறு சீவனுக்கும் தீனிக்கும் கட்டும். புல்லுப் பூடு வந்திச்சின்னாப்

புடுங்கிப் போடலாம். அவபாட்டுக்கு ஊட்டப் பாத்துக்கிட்டு இருந்து பெத்து வரட்டும். நான் இந்தக் காட்டப் பாக்கறன். எதுனா செய்யி சாமீ' என்றாள்.

'இன்னம் பொழுதிருக்குது அத்த. ஒரு அணப்புக்கு இன்னைக்கே சோளம் வெதச்சுட்டர்றன். மிச்சத்த நாளைக்குப் பாத்துக்கலாம். ஈரம் இருக்க இருக்க வெதச்சிர்லாம். எதயும் கொற போட வேண்டாம்' என்றான். 'ஆமாஞ் சாமி. ஊட்டுல ஒன்னு வளர்றப்பக் காட்டுலயும் வெள்ளாம இருக்கோணும். அப்பத்தான் நல்லது. காடு நெறையறாப்பல ஊடும் நெறையும். இன்னைக்கே போட்டுட்டுருப்பா. சோளம் எவ்வளவு வெச்சிருக்கறான்னு தெரீல. வெதச்சோளம் முழுசுக்கும் வராது. கம்பும் கடலையும் போடலான்னு நெனச்சிக்கிட்டு மிச்சத்துக்கு ஏத்தாப்பலதான் சோளம் வெச்சிருப்பான். பொன்னாளக் கேக்கலாம், இல்லீனாப் போயி வளவூட்டுல பாத்தாத் தெரீது' என்றாள். காட்டுப்பக்கம் போய் எந்த அணப்பிலிருந்து தொடங்கலாம் என்று பார்க்கக் கிளம்பினான் முத்து.

பொன்னாவின் முகத்தை இன்னும் நேருக்கு நேர் பார்க்க முத்துவுக்குத் தைரியமில்லை. என்னவென்று விசாரிப்பது? பெருநோம்பிதான் அவளுக்குக் குழந்தையைக் கொடுத்திருக் கிறது. அவள் பக்கம் குறையில்லை. காளியிடம்தான். காளி இருந்திருந்தால் என்ன நினைத்திருப்பான்? தன் குறையை எல்லாருக்கும் தெரியப்படுத்த வந்த குழந்தை என்று வருத்தப் பட்டிருப்பானா. ஊரெல்லாம் இனி ஒன்றும் சொல்ல முடியாது என்று சந்தோசப்பட்டிருப்பானா. ஏதோ ஒரு சாமி கொடுத்த குழந்தை. நினைத்துப் பார்த்தால் எல்லாருமே சாமி கொடுத்த குழந்தைதான். நூல் பிடித்த மாதிரி எந்தப் பிசிரும் இல்லாமல் வந்து சேர்ந்த வம்சம் எது? எந்தக் குடும்பத்தை எடுத்தாலும் ஏதாவது ஒரு கதை இருக்கிறது. அவன் அங்கே போனான், அவள் இங்கே போனாள் என்று பேர் வாங்காத குடும்பம் எது? 'கண்டவனுக்குப் பொறந்த தொண்டு' என்று அவனை எத்தனையோ முறை அப்பன் பேசியிருக்கிறார். அப்படியானால் அப்படி ஒரு அபிப்ராயம் அவருக்கு இருப்பதாகத்தானே ஆகிறது. யோசித்தால் ஆள் மாறிப் போனது, இனம் மாறிப் போனது, ஊர் மாறிப் போனது, நாடு மாறிப் போனது என்று எத்தனை கதைகள்.

செவ்வூரில் 'வெள்ளயன் காடு' என்று ஒன்று இருக்கிறது. அந்த ஊருக்குக் கூலியோர் ஓட்டப் போனபோது தெரிந்தது. அந்தக் குடும்பத்தில் தலைமுறைக்கு ஒராளாவது வெள்ளை வெளேர் என்று வெள்ளைக்காரன் மாதிரியே பிறப்பது

வழக்கம். வெளுப்பாக இருப்பதைப் பெருமையாகத்தான் நினைக்கிறார்கள். காட்டுக்காரர் வெளுப்புத்தான். அவரிடம் பேசிக் கொண்டிருந்தபோது சொன்னார், ‘அந்தக் காலத்துல எங்க வம்சத்துல ஒரு பிள்ள தழதழன்னு அருமையா இருப்பாளாம். நம்ம சனமாட்டம் கருப்புத்தான். இருந்தாலும் மொகக்கள ஆருக்கும் பாத்ததும் புடிச்சிருமாம். கலியாணம் ஆயிப் புரசனோட தேருப் பாக்கப் போயிருக்குது. அங்க இவளப் பாத்த ஒரு வெள்ளக்காரத் தொர உடமாட்டன்னு கூட்டிக்கிட்டுப் போயிட்டானாம். பிரசங்காரனும் பொறத்தாண்டயே போயி பங்களாவுக்கு மின்னால நின்னுக்கிட்டுக் கெடக்கறானாம். மறுநாக் காத்தல வெரைக்கும் அங்கதான் உக்கோந்திருந்தானாம். உள்ள போன பொண்டாட்டிய அப்பிடியேவா உட்டுட்டு வர முடியும்? இல்ல, அவன எதுத்துச் சண்டதான் போட முடியுமா சொல்லு. மறுநா அழுதுக்கிட்டே வந்தாளாம். பொறத்தாண்டயே வந்த வெள்ளக்காரன் சிரிச்சுக்கிட்டே வந்து இவன் முதுவுல தட்டிக் குடுக்கறானாம் பாத்துக்க. இப்பிடி ஒரு அழவான பொண்டாட்டி உனக்குக் கெடச்சிருக்கறா, சந்தோசமா இருன்னு அதுக்கு அர்த்தம். பணத்த எடுத்துக் கத்தயா நீட்டறானாமே. இவன் அதத் தொடவே இல்லயாமா. அழுதானாம். செரி, எதக் குடுத்தாச் சந்தோசப்படுவான்னு பாத்துட்டு இந்த ஊர்ல இருந்த பத்தேக்கரா பொறம்போக்கு நெலத்தப் பட்டாப் போட்டுக் குடுத்தானாம். குடியானவன் மண்ணுக் கெடச்சாப் போதும் எதையும் மறந்திருவான், எதையும் குடுத்திருவான். அப்பிடிக் கெடச்ச நெலம் பாத்துக்க இது. முப்பாட்டியோ நாப்பாட்டியோ அவ மூலம் கெடச்சது இது. இல்லீனா இப்பேர்ப்பட்ட தோட்டங்காட்ட வாங்கச் சமுத்தேது? அந்த வெள்ளக்காரன் போட்ட வெத இன்னம் வந்துக்கிட்டே இருக்குது. ஒரு தலமொறையில பிள்ளயோ பையனோ வெள்ளையாத்தான் பொறக்குது. வெள்ளயன் காடுன்னு பேரு நெலச்சுப் போச்சு. இங்க ஊருலயுந்தான் மறவா நடக்குது. வெள்ளக்காரனோட போனது ஊருக்கே தெரிஞ்சு நடந்துச்சு. நான் ஆரு கேட்டாலும் இதுதான்னு சொல்லீருவன். கலியாணத்துக்கே கூடி வரம்போது வெள்ளையாக் கொழந்த பொறக்கும்னு சொல்லித்தான் செய்யறது’ என்று அவர் விலாவாரியாகச் சொன்னார். கூடவே ‘வெள்ளையா இருந்தா எவனும் கொறையா நெனைக்கறது இல்ல, எல்லாரும் பெருமையாத்தானப்பா பாக்கறாங்க’ என்றார். எதுவும் எடுத்துக்கொள்ளும் மனதில்தான் இருக்கிறது.

முத்து காட்டைப் பார்த்தான். எல்லா அணப்புகளும் கரை கட்டி ஒழுங்கோடுதான் இருந்தன. கொஞ்சம் கொளுஞ்சிகள் தலை தெரிந்தன. ஈரம் நன்றாக இருந்த

பள்ளமான அணப்பு ஒன்றைத் தேர்வுசெய்து அதில் இருந்த கொளுஞ்சிகளைப் பிடுங்கத் தொடங்கினான். இதுவும்கூட எத்தனையோ கைப்பட்ட நிலம்தான். அடுத்து வருகிற ஆள் உழுது விதைக்காமலா இருக்கிறார்கள்? பொன்னாவுக்குக் கஷ்டமில்லாமல் எல்லா ஏற்பாடுகளையும் செய்ய வேண்டும். காளி இல்லாத குறையை ஒருபோதும் தீர்க்க முடியாது. அப்படிக் கூடிக் கிடந்தவர்கள் இருவரும். அவளுக்காக எல்லாவற்றையும் விட்டுவிட்டுத் தொண்டுப்பட்டியே கதியாகக் கிடந்தான். கலியாணத்துக்கு முன்னால் மாதம் ஒருமுறையேனும் ஆள் தேடிப் போய்விடுவார்கள். அவன் கலியாணத்துக்குத் தங்கச்சியைக் கேட்டபோது வெளியே சந்தோசமாக ஒத்துக்கொண்டாலும் கலியாணத்துக்கு அப்புறம் எப்படி இருப்பானோ என்று பயம் இருந்ததுதான். ஆனால் இந்த அளவு அவன் பொன்னாவே கதி என்று கிடப்பான் என எதிர்பார்க்கவில்லை. அவளும் அவனைப் பிடிக்குள் வைத்திருந்தாள். அவளுக்குப் பிடிக்காத யாருடனாவது கூட்டுச் சேர்ந்துவிட்டால் நடை தடத்தில் தீயை அள்ளிக் கொட்டிவிடுவாள்.

அதற்கேற்ற மாதிரி அவனை வைத்திருந்தாள். 'நீ எனக்குச் செஞ்சதுலயே பெரிய விசயம் தங்கச்சியக் குடுத்ததுதான் மச்சான்' என்று அடிக்கடி சொல்வான். கொஞ்சம் தன்னையும் நினைத்துப் பார்த்திருந்தால் இந்த முடிவுக்கு வந்திருக்க மாட்டான். பொன்னாவைத் தனக்குரிய பொக்கிசமாக நினைத்துவிட்டான். காளி இல்லாமல் அங்கே ஓரியாக இருப்பதாக உணர்ந்தான் முத்து. பாதி அணப்புக்குக் கொளுஞ்சி பிடுங்கியிருந்தபோது அப்பன் 'டே பயா' என்று கூப்பிட்டார். காளி போன பிறகு முத்துவின் மேல் அப்பனுக்குப் பாசம் கூடிவிட்டது. 'வர்றன் வர்றன்' என்று கத்திச் சொன்னான். என்றாலும் மிச்சத்தையும் பிடுங்கி ஒரு கத்தையாகக் கட்டித் தூக்கிக்கொண்டுதான் போனான். எல்லாம் பிஞ்சுக் கொளுஞ்சிகள். ஒவ்வொன்றில் பூக்கள் தெரிகின்றன. இன்னும் பிஞ்சுகூட வைக்கவில்லை. அப்படியே குப்பைக் குழியில் போட்டால் அருமையான எருவாகும். காளிதான் இப்படிச் சின்னச் சின்னதையும் யோசித்துச் செய்வான். அவன் போய்விட்டாலும் யோசனைகளை விட்டுத்தான் சென்றிருக்கிறான் என்று எண்ணிக்கொண்டு நடந்தான் முத்து.

அவனே இருந்திருந்தால் எப்படி இருக்கும் என்னும் எண்ணத்தைத் தவிர்க்க முடியவில்லை.

◯

16

அந்த வழக்கம் பற்றி முத்துவுக்கு எதுவும் தெரியவில்லை. அப்பனுக்குத் தெரிந்திருந்தது. நல்லவேளையாகத் தொரட்டுப் பாட்டிதான் அதை நினைவுபடுத்தினாள். பொழுது இறங்கி வெயில் தாழ ஆரம்பித்ததும் பாட்டிகள் எல்லாரும் கிளம்பினார்கள். சீராகக் கொண்டு வந்திருந்ததில் ஆளுக்கு இரண்டு வாழைப்பழமும் ஒவ்வொரு சில் கருப்பட்டியும் வாங்கி மடியில் கட்டிக்கொண்டார்கள். 'கெழவீகளுக்கே இத்தன குடுக்கறியே, வந்து சேதி சொன்ன காரானுக்கு என்னப்பா குடுத்த?' என்றாள் குள்ளப்பாட்டி. 'அதெல்லாம் அவன் மனசு குளிர்ற மாதிரி குடுத்தாச்சாயா' என்றான் முத்து. காரான் உடனே போய்விட்டான். வேறு யாருக்கு இது தெரிந்தாலும் போகத் தயாராகத்தான் இருப்பார்கள். வலுசப் பையன்களுக்குத் தெரிந்தால் உடனே ஒரே ஓட்டத்தில் போய்ச் சேதி சொல்லி ஆசுவம் வாங்கிக்கொள்வார்கள். அதனால் அவன் யாருக்கும் தெரிவிக்கவில்லை. காடுகளுக்குள் புகுந்து குறுக்குத் தடத்தில் சீக்கிரம் போய்விட்டான்.

போகும் வழியில் காட்டுக்குள்ளேயே முத்துவைப் பார்த்துச் சேதி சொன்னான். அவனுக்கு உண்டான உற்சாகத்தில் 'காரான் எப்பேர்ப்பட்ட சேதி கொண்டாந்திருக்கற நீ' என்று சொல்லி ஓடி வந்து அவனைக் கட்டித் தூக்கிக்கொண்டான். 'சாமி உடுங்க. ஆராச்சும் பாத்தா என்ன சொல்லுவாங்க' என்றவன் கூச்சப்பட்டான். 'செரி, ஊட்டுக்கு வா' என்று சொல்லிவிட்டு ஒரே ஓட்டமாகப் போய் விட்டான். காரான் அங்கே போய்ச் சேர்வதற்குள் அவனுக்குப் புது வேட்டி துண்டும் பணம் இரண்டு ரூபாயும் எடுத்து வைத்திருந்து கொடுத்தான். 'போதுமா காரான்' என்றும் கேட்டான். காரானுக்கு

அப்படியொரு சந்தோசம். அங்கேயே மத்தியானச் சோறு உண்டுவிட்டு அவர்களோடே வண்டியில் வந்து ஊரில் இறங்கிக்கொண்டான். பொன்னாவுக்கும் சீராயிக்கும் துணையாகக் காட்டுவேலை செய்ய வளவில் பொம்பளை ஆள் இருந்தால் சொல்லும்படியும் ஒருவார்த்தை அவனிடம் சொல்லி வைத்தான் முத்து.

வெற்றிலை பாக்குக் கொடுக்கச் சொல்லி வாய் நிறையப் போட்டுக்கொண்டு 'பொன்னா நல்லபடியாப் பெத்து வளத்துருவா. நாங்கெல்லாம் எதுக்கு இருக்கறம்? எதுனாலும் கூப்பிடுங்க. வந்து வாய்க்கு ருசியாச் செஞ்சு குடுக்கறம். ஒரு கைப்பாடா இருந்தாத் தங்கம் தங்கமாச் செஞ்சாலும் மாத்தானாப் போயிரும். வேற வேற கைப்பக்குவத்துல ஒன்னயே செஞ்சாலும் நல்லா இருக்கும்' என்று தேனாப் பாட்டி சொன்னார். உடனே தொரட்டுப் பாட்டி 'சேதிய ஊருக்குச் சொல்லீருங்காயா. எனக்குக்கூட நெனப்பு வல்ல பாத்துக்க' என்று ஞாபகப்படுத்தினார். அப்புறம்தான் வழக்கம் புரிந்தது. புருசன் செத்தபோது பெண்டாட்டி முழுகாமல் இருந்தால் ஊருக்கு அதைத் தெரிவிக்க வேண்டும். காரியம் செய்யும் அன்றைக்கு ஊரே கூடியிருக்கும். கானக் காட்டுக்குப் போய்வந்து வீட்டுக்குள் சாமி கும்பிட்டு முடித்ததும் சவரான் வாசலுக்கு வந்து நிறைசொம்புத் தண்ணீரைக் கீழே வைத்துவிட்டு நிற்பான். பெண்டாட்டிக்காரி குளித்து முழுகிய ஈரச் சேலையோடு வந்து நிறைசொம்பைத் தொட்டுக் கும்பிடுவாள். உடனே அவன் சத்தமிட்டுச் சொல்வான்.

'பங்காளியூடு மாமன் மச்சனன் ஊரு சாதி சனம் எல்லாரும் கூடியிருக்கற இந்தச் சபைக்கு ஒரு சேதிங்க சாமீகளா. இன்ன கெழம இன்ன நேரத்தில இன்ன ஊரு இன்ன காட்டு இன்னாரோட மவன் இன்னாரோட பெத்துப் பொறப்பு இன்னைக்குத் தாலி வாங்கி வெள்ளை உடுத்து நிக்கிற இன்னோரோட புருசங்காரரு இந்த ஒலகத்த உட்டுப் பரலோகம் போயிச் சேந்துட்டாருங்க சாமீவளா. அவரு போற எடத்துல ஒரு விங்கனமும் இல்லாத சாமியோட போயிச் சேரோணும்னு காரியம் வெச்சிருக்கற இன்ன நாள்ல அவரோட உத்தம பத்தினியாயா வவுத்துல கருவ உட்டுட்டுப் போயிருக்கற சேதிய அவிய ஊருக்கு மின்னால நின்னு சொல்றாங்க சாமீவளா. இன்ன மாசம் இன்ன நாள்ல கருவுக்கு இத்தன மாசமாவுதுன்னு கணக்குச் சொல்றாங்க சாமீவளா. பத்து நா இரவது நா முன்னப் பின்ன ஆவறது ஆண்டவன் கணக்குங்க சாமீவளா. புருசங்காரரு போயிச் சேந்த கஷ்டம் பொறுக்காத இருக்கற அவியளுக்காக இந்தச்

சேதிய நான் சபைக்கு முன்னால நின்னு சொல்றங்க சாமீவளா. எல்லாரும் ஒரு சொல்லு ஏறுமாறாச் சொல்லாத ஏத்துக்கோணும் சாமீவளா.'

எல்லாருக்கும் கேட்கும்படி அவன் கத்தி அறிவிப்பான். ஊர்ப் பெரிய மனிதர் ஒருவர் எல்லாரின் சார்பாகவும் 'செரீப்பா. ஏத்துக்கிட்டமப்பா. மேல காரியத்தப் பாருங்க' என்று சொல்வார். அதுவரைக்கும் கும்பிட்டு நிற்கும் பெண்ணை யாராவது கட்டுக்கழுத்தி ஒருத்தி வந்து அழைத்துக்கொண்டு உள்ளே செல்வாள். நாளைக்கு யாரும் புருசனில்லாமல் பிள்ளை பெற்றுவிட்டாள் என்று கேவலமாகச் சொல்லிவிடக் கூடாது என்பதற்காக இந்த ஏற்பாடு. காரியம் செய்யும் வரைக்கும் கருவுற்றிருக்கும் சேதி தெரியவில்லை, அதற்குப் பிறகுதான் தெரிய வருகிறது என்றால் அதையும் ஊருக்குச் சொல்ல வேண்டும். ஊர்த் தலைவரிடம் சொல்லி சேதிக்கூட்டம் போட்டு அங்கே போய்ப் பொதுவில் எல்லாருக்கும் தகவல் தெரிவிக்க வேண்டும். இல்லாவிட்டால் ஊரை விட்டு ஒதுக்கி வைத்துவிடுவார்கள். பாட்டி இதைச் சொன்ன பிறகுதான் ஒவ்வொருவரும் 'ஆமாமா' என்றார்கள். ஊரில் அப்படி நடந்து வெகுகாலமாகி விட்டது. அதனால் ஒருவருக்கும் நினைவு வரவில்லை. முதலில் போய்த் தகவல் சொல்லி என்றைக்கு சேதிக்கூட்டம் போடுவது என்று முடிவு செய்த பின்னால் ஆளை விட்டு அறிவிக்க வேண்டும். கூட்டத்தில் சேதி சொல்லும்போது பங்காளிகள் முன்வந்து நிற்க வேண்டும். காளி வீட்டுக்கு ஒத்தைக்கு ஒருவன். அவன் அப்பனும் அப்படித்தான். தாத்தனும். அதனால் உடம்பங்காளிகள் என்று ஒருவரையும் ஊரில் சொல்ல முடியாது.

ஊரில் கொஞ்சம் வீடுகள் காளிக்குப் பங்காளிகள். அந்த வீடுகளுக்குப் போய்ச் சொல்வதற்கும் ஊருக்குச் சொல்வதற்கும் சீராயி கட்டாயம் போயாக வேண்டும். முத்து சொன்னான் 'நீங்க மொதல்ல போயித் தலைவருகிட்டச் சொல்லீருங்கத்த. எங்கப்பனையும் கூடக் கூட்டிக்கிட்டுப் போங்க. என்னைக்குச் சேதிக்கூட்டமுன்னு தெரிஞ்சுக்கிட்டுப் பங்காளியூட்ட நாளைக்குக் காத்தாலக்கிப் போய்க் கூப்பட்டர்லாம். அதுக்கு நீங்கதான் போவோணும். நான் போறதுக்கு என்ன, இவ எவண்டா மாமன் மச்சனன் வந்து கூப்பட வந்துட்டான்னு பேசிருவாங்க, அதுக்குத்தான்.'

சீராயி முத்துவின் அப்பனோடு புறப்பட்டாள். அவர்களோடு நடந்துகொண்டே தொரட்டுப் பாட்டி சொன்னது பொன்னாவின் காதுகளில் விழுந்தது. 'பிரசன் உயிரோட

இருக்கறப்பவே அவனால உண்டான கருவு இது, கண்டவங்கிட்டப் போயி வாங்கிக்கிட்டு வந்ததில்லன்னு ஊருக்குச் சொல்றது' என்று பாட்டி விளக்கம் சொல்லிப் போனாள்.

நங்கை தலை சீவிவிடக் கல்லில் உட்கார்ந்திருந்த பொன்னா எழுந்துபோய்க் கட்டிலில் சுருண்டு படுத்துக்கொண்டாள். காளியின் மேல் காலையில் இருந்த பிரியம் முழுக்க இப்போது வடிந்து போய்விட்டது. ஊருக்கு முன்னால் போய் நின்று 'நான் இவனுக்குத்தான் முந்தானை விரித்தேன்' என்று சொல்ல வேண்டிய அவமானத்தைக் கொடுத்துவிட்டுப் போயிருக்கிறான். இவனுக்கு இல்லை, எவனுக்கோதான் முந்தானை விரித்தேன் என்று சொன்னால் ஊர் என்ன செய்துவிடும்? நேற்று இரவு வந்து அத்தனை பேசினானே, இன்றைக்கு என்ன செய்வான்? ஊரார் முன் போய் நிற்கிறாளே பொண்டாட்டி என்று காப்பாற்ற வருவானா? செத்தாலும் விடாது ஏதாவது ஒரு விதத்தில் இம்சைப்படுத்திக் கொண்டுதான் இருப்பான் போல. என்ன செய்து அவனைத் துறப்பதென்று அவளுக்குத் தெரியவில்லை.

கவிழ்ந்து படுத்து அழுதுகொண்டிருந்த பொன்னாவின் அருகில் வந்து தலையைத் தடவிய வல்லாயி 'கமுந்து படுக்காத கண்ணு. எப்பவும் ஒஞ்சரிச்சுத்தான் படுக்கோணும். அழுவாத. இதெல்லாம் நாம பட்டாவோணும்னு விதி இருக்குது. விதிய நெனச்சுக்க. அவன் போய்ட்டாலும் நாம பொழச்சாவோணும். ஊர ஒலகத்தப் பகச்சுக்கிட்டுப் பொழைக்க முடியுமா? நீ சும்மா முன்னால வந்து நில்லு போதும்' என்று சொல்லித் தேற்றினாள்.

எழுந்து ஒருக்களித்துப் படுத்தாள் பொன்னா. 'நீங்க போங்க நான் பாத்துக்கறன்' என்று சொல்லி நங்கை வந்தாள். 'இதெதுக்கு அழுவற. வவுத்துப் பிள்ளையோட அழுவக் கூடாது. நாங்கெல்லாம் உனக்குக் கூட இருக்கறம், அப்பறம் என்ன? ஊருக்குன்னு சிலது வெச்சிருப்பாங்க. பொம்பளைங்க மனசு என்ன பாடு படும்னு அவுங்களுக்குத் தெரீமா? நாலு பேருக்கு முன்னால போயி நிக்கற கஷ்டம் தெரிஞ்சா எதுக்கு உட்டுட்டுச் சாவறான்? இருக்கறவனுக்கு மட்டும் பொம்பள கஷ்டம் தெரியவா போவுது. இதையெல்லாம் ரொம்ப யோசிக்காத. இப்பிடிச் செய்யோணுமா, செரி, செஞ்சர்றன் அப்பிடீன்னு போவோணும். எத்தன கோயில் கொளம்னு ஏறி எறங்குன. ஓராயிரம் வேண்டுதல வெச்சிருப்ப. இன்னைக்குக் கெடச்சிருக்குது. அந்தச் சந்தோசத்த மனசுல வெச்சுக்க. இதுமில்லாத போயிருந்தா மொட்டக்காடாக் கெடக்கோணும். அண்ணன்னாலும் அப்பன்னாலும் எல்லாம் ஒரு அளவுதான். உனக்குன்னு ஒன்னு இப்ப வந்திருச்சு. அத

நெனச்சு சந்தோசப்படு. எல்லாத்துக்கும் கஷ்டப்பட்டாப் பட்டுக்கிட்டே இருக்க வேண்டியதுதான்' என்று ரொம்ப நேரம் பேசினாள்.

தொண்டுப்பட்டியை விட்டு வளவு வீட்டுக்குக் குடிபோய் விடலாமா என்று அப்போது அவளுக்கு யோசனை வந்தது. காளியின் நினைவோடு எப்போதும் இருக்க வேண்டும் என்றுதான் அவனுக்குப் பிடித்த தொண்டுப்பட்டியிலேயே இருக்க நினைத்தாள். இங்கே இருந்தால் ஒவ்வொரு கஷ்டமாகக் கொடுத்துக்கொண்டேதான் இருப்பான். பெற்றுக்கொண்டு வரும்வரை அம்மா வீட்டுக்குப் போய் இருக்கலாமா என்றும் அவளுக்கு யோசனை வந்தது.

காளியைப் பற்றிக் கோபத்தோடு யோசித்துக்கொண்டிருந்தாள்.

○

17

சேதிக்கூட்டம் அடுத்த வாரம் வெள்ளிக் கிழமை இரவுதான் நடந்தது. அவசரம் தவிர மற்ற சமயங்களில் எல்லாம் வெள்ளிக்கிழமையே ஊர்க்கூட்ட நாள். ஊர் முழுவதற்கும் சேதி போய்ச் சேர்ந்திருந்தது. வளவுக்குள் குடியிருந்த வீடுகள் பத்துப் பதினைந்துதான். அதனால் காடுகாட்டுக்குப் போய் ஊரானை விட்டுச் சேதி சொன்னார்கள். வெளுத்தானுக்கும் சவரானுக்கும் சீராயி நேரே போய்ச் சொல்லி வந்தாள். வெளுத்தானுக்கு மாத்து விரிக்கும் வேலை மட்டும்தான். சவரான்தான் மற்ற எல்லாம். என்னென்ன பொருள் வேண்டுமோ எல்லாவற்றையும் வாங்கி வரச் சொல்லி அவனிடமே ஐந்து ரூபாயை எடுத்துக் கொடுத்துவிட்டான் முத்து. சீராயி கேட்டபோது 'எல்லாம் பாத்துக்கறன் உடுங்க' என்று மட்டும் சொன்னான். பங்காளிகள் பதினேழு வீடு. எல்லாருக்கும் போய் சீராயி நேராகவே சொல்லிவந்தாள்.

'அந்தக் கூளியாயிக்கு எங்கூட்டு மேல என்ன கோவமோ தெரீல. இத்தன கஷ்டத்தக் குடுக்கறா. பொதகுழியில எறக்கீட்டான்னு கவலப்பட்டுக்கிட்டுக் கெடந்தன். புடிச்சு மேல ஏறிக்கோன்னு இப்ப ஒரு கொடிய நீட்டியிருக்கறா. கொடி அந்து போவாத பதனமாப் புடிச்சு ஏறி வரோணும். புருசனையுந் தின்னு பையனையுந் தின்னு ஒண்டியாக் கெடக்கற முண்ட நானு. எம் மருமவ இப்ப மாசமா இருக்கறது ஒன்னுதான் எனக்குத் தெம்பு. இந்தூர்ல எனக்கு உங்கள உட்டா ஆரு இருக்கறா. ஒடம் பங்காளின்னு ஆருமில்ல. நீங்கதான் எதுக்குன்னாலும் முன்னால நிக்கோணும்' என்று நயமாகவே எல்லாரிடமும் சொன்னாள். காளி சாவுக்குக் காரியம் எல்லாம் முத்துதான் செய்தான். அது ஒரு சிலருக்கு மன

வருத்தமாக இருந்தது. 'காரியத்தப்ப எங்களயெல்லாம் நெனப்பு வல்லியே சீரா உனக்கு. இப்ப மட்டும் பங்காளிவ நெனப்பு வந்திருச்சா' என்று சிரித்தபடி கேட்டார்கள். இந்தக் கேள்வி எப்பவாவது வரும் என்று அவள் எதிர்பார்த்ததுதான்.

'ஒடம் பங்காளின்னு ஒரு ஊடு இருந்திருந்தா அன்னைக்குப் பிரச்சின இல்ல. உங்கள்ல நான் எந்த ஊட்டுப் பசவளயின்னு கூப்புடுவன். ஒருட்டக் கூப்புட்டா இன்னொரு ஊட்டுக்குப் பொல்லாப்பு. அதும் அன்னைக்கு எனக்கு எந்த நெனப்பும் ஓடுல. இந்த வைராவுல ஒவ்வொருத்தனும் பொம்பளைவளச் சீப்பட உட்டுட்டு இப்பிடிச் செத்துப் போறானுவளேன்னு மருவிக் கெடந்தன். அந்த நேரத்துல சாங்கியம் பண்றது ஆருன்னு கேட்டப்ப மச்சனன் வந்து நின்னுட்டான். அவனுக்குக் காளி மேல அப்பிடி உசுரு. ரண்டு பேரும் சிறுவயசு சினேகம். அதுலதான் பொண்ணே குடுத்தாங்க. அவன் முன்னால வந்து நிக்கறப்ப நாந் தடங்கல் சொல்ல முடியல. அவனுக்கும் ஒரு ஆறுதலாப் போயிருமின்னுதான் உட்டன். வாந்து செத்திருந்தா பங்காளியூட்டுப் பிள்ளைவள மருவராலுப் போடச் சொல்லிச் சீரு செஞ்சிருப்பன். ரண்டு பொம்பளைவள அத்தாந்தரத்துல உட்டுட்டுப் போறானே இந்த நாயிக்குச் சாங்கியம் ஒரு கேடா? என்னமோ பேருக்கு மச்சனன் பொண்டாட்டி நம்ம பிள்ளையாவற மொறைல அவ கூர மேல சோத்தப் போட்டா. அட சாமீ... காளி... உனக்கே இது நாயமா. கூர மேல சோறு போட்டுக் காத்திருந்தம் காத்திருந்தம் கூரச் சோறு கொத்திப் போவக் காக்கா வந்து கத்துலியே காலம் வந்து சேரலியே காளீப்பா காளீப்பா உனக்குக் கணக்கு முடியலியே காலம் வந்து சேரலியே காலம் வந்து சேரலியே' என்று ஒப்பாரியோடு முடித்தாள். பங்காளி வீட்டுப் பெண்கள் 'சீரக்கா ... அழுவாத. எதோ கேக்கோணுமேன்னு கேட்டுட்டம். பொம்பள கஷ்டம் பொம்பளைக்குத்தான் தெரியும். உனக்கு ஆரு வராத போயர்றா. ஆம்பளைவ எல்லாருத்தயும் அனுப்பி வெச்சிர்றம். பொம்பளைவளும் வந்து நிக்கறம் போ' என்று சொல்லி அனுப்பிவைத்தார்கள்.

சீராயி பிறந்த வீட்டுச் சொந்தங்களுக்கும் போய்ச் சொல்லி வந்தாள். அவளுக்கு இரண்டு தம்பிகள். வரப் போக நன்றாகத்தான் இருந்தார்கள். காளி சிறுவயசில் மாமன் வீட்டுக்குப் போய்ச் சில நாட்கள் தங்கியிருப்பான். மாமன்களுக்கு அவர்கள் முன் நிற்காமல் காளியே பெண் பார்த்துக்கொண்டான் என்னும் வருத்தம் இருந்தது. அதனால் போக்குவரத்தை நிறுத்திக்கொண்டார்கள். அவர்கள் சொந்தத்தில் அவன் பெண் பார்த்திருந்தால் சீர் செனத்தி என்று வரப்போகச் சொந்தம் விட்டுப் போயிருக்காது. அவனுக்குக் குழந்தை இல்லை என்றதும் சொத்து மேல் கொஞ்சம்

ஆசை வைத்துப் பேசினார்கள். ஒன்றிரண்டு வருசம் ஊர்க் கோயில் நோம்பிக்கும் கூப்பிட்டார்கள். காளியும் பொன்னாவும் போய் வந்தார்கள். என்றாலும் பொன்னாவோடு அவர்களுக்கு ஒத்து வரவில்லை. பெரிய மாமன் பெண்டாட்டியோடு பொன்னாவுக்குப் பெரிய பிரச்சினை உண்டாகிவிட்டது.

கலியாணமாகி அது ஏழாவது வருசம். ஊர்க் கோயில் நோம்பிக்கு இரண்டு மாமன் வீட்டாரும் வந்து கூப்பிட்டுப் போயிருந்தார்கள். முதல் மாமன் பெண்டாட்டி பொங்கல் நாளன்று காலையிலேயே வந்து சேர்ந்துவிட வேண்டும் என்று பலமுறை ஆசையாகக் கூப்பிட்டுவிட்டுப் போயிருந்தாள். சீராயி 'கூப்பிட்டிருக்கறால்ல போ' என்று வற்புறுத்தினாள். மாடுகன்றைப் பார்த்துவிட்டுப் பொழுதோடு வருவதாகச் சொன்ன காளியும் அவளைப் போகச் சொன்னான். இரண்டு சீப்புப் பழத்தைக் கையில் பிடித்துக்கொண்டு போனாள் பொன்னா. ஊர் ஒன்றும் தூரமில்லை. தலையூர். ஒரு ஐந்து கல் தொலைவுதான். பொழுது கிளம்பிச் சோறு குடித்துவிட்டுக் கிளம்பியவள் நெற்றிக் கட்டு நேரத்துக்கு அங்கே போய்விட்டாள். ஒரம்பரை யாரும் வந்திருக்கவில்லை. எல்லாரும் பொழுதோடத்தான் வருவார்கள்.

பொன்னாவுக்கு நிறைய வேலைகள் இருந்தன. விளக்கு மாவு இடிக்கவும் வடைக்கு மாவு ஆட்டவும் என்று போனதி லிருந்து வேலையாகச் செய்தாள். பொன்னா கொண்டு போயிருந்த இரண்டு சீப்புப் பழத்தையும் அவளே எடுத்து வைத்துக்கொண்டாள். சின்ன மாமன் வீட்டுக்கு ஒரு சீப்புப் பழம் தேவை. சரி, போகும்போது சொல்லிவிட்டு எடுத்துச் செல்லலாம் என்று பொன்னா பேசவில்லை. மத்தியானம் மாவுக்குப் பாவுக் காய்ச்சி உருண்டை பிடித்துக்கொண்டிருந்தார்கள். கம்பு மாவு ஒரு ஆலச்சட்டி. அரிசி மாவு விளக்குக்கு மட்டும். கடலை மாவு நான்கைந்து உருண்டை மட்டும் வருமளவுக்கு. அவளுடைய பையனுக்குக் கடலை மாவுதான் பிடிக்குமாம். அதனால் கடலை விலை அதிகம் என்றாலும் கொஞ்சமாகப் போட்டுச் செய்தார்கள். உருண்டை பிடித்தபடியே பொன்னாவிடம் கேட்டாள்.

'அண்ணமூட்டோட போக்குவரத்து உண்டுதான.' 'ஏக்கா, இல்லாத என்ன. என்னயவுட எங்கூட்டுக்காரருக்கும் எங்கண்ணனுக்குந்தான் அப்பிடிச் சினேகம். நா போவுலீனாலும் கேக்க மாட்டாங்க. அவுரு போவுலீன்னா நேரா வந்தே கூட்டிக்கிட்டுப் போயிருவாங்க.' 'அதான் ஊரே சொல்லுதே. எதுக்கும் ஒரு அளவோட வெச்சுக்கங்க. பிள்ள இல்லீன்னு சொத்தக்கீது அண்ணன் பேருக்கு எழுதி வெச்சராதீங்க.'

பொன்னாவுக்கு இந்தப் பேச்சு ஒருமாதிரி இருந்தது. ‘எங்களுக்கு என்ன வயசா ஆயிருச்சு, இப்பவே சொத்துக்கென்னக்கா?’ என்றாள். ‘இல்ல பொன்னா, உனக்குத் தெரியாது. எங்கூட்டுக் காரரும் தம்பியும் சேந்துக்கிட்டு அக்காளுக்கு வேணும் வேணுமின்னு எதப் பாத்தாலும் கொண்டோயிக் குடுத்திருவாங்க. புரசனத் தின்னவளுக்கு எங்கள உட்டா ஆரிருக்கறான்னு சொல்லிச் சொல்லியே எங்களக் கம்முனு இருக்க வெச்சிருவாங்க. எங்க சொத்து அங்க இருக்குது பாத்துக்க’ என்றாள் முகத்தைக் காட்டாமல் ஆலச்சட்டிக்குள் குனிந்தபடியே.

பொன்னாவுக்குக் கோபம் தாங்கவில்லை. பிடித்துக் கொண்டிருந்த மாவை அப்படியே பராத்தில் அடித்தாள். ‘எங்க மாமியாளுக்கு என்னத்தக் கொண்டாந்து கொட்டீட்டீங்க. நான் கலியாணம் ஆயி வந்ததுக்கப்பறந்தான் நாலு செம்பண்டாவும் பித்தாளப் போவுனியும் அந்த ஊட்டுக்கு வந்துச்சு. மஞ் சட்டி நாலும் வாப்பாடு போன பான ரண்டுந்தான் அங்க இருந்துச்சு. அக்காளுக்குத் தம்பீவ கொண்டாந்து கொட்டுனதுல செவுருலெல்லாம் தங்கமா எழச்சு வெச்சிருக்குதா? ஆளு இன்னம் இப்பிடித் தெடமா இருக்கையிலயே சொத்துக்கு இந்த அடிப் போடறியே. நிய்யெல்லாம் ஆளக் கொன்னுட்டுக்கூடத் தூக்கிக்கிட்டு வந்திருவ. எதுக்கு இந்த எழ எழயறின்னு இன்னைக்குத் தெரிஞ்சு போச்சே. உம்பையன் பிள்ளைக்கு வேணுமின்னா சம்பாரிச்சு வெய்யி. அனாமத்துச் சொத்த நச்சிக்கிட்டு நாக்கத் தொங்கப் போடாத ஆமா’ என்று சொல்லிவிட்டு வேகமாக ஊருக்கு வந்துவிட்டாள். அன்றைக்குக் காளியையும் போக விடவில்லை.

சீராயிக்குப் பிறந்த வீடு. சொந்தத் தம்பிகள். ‘என்னயப் பத்தி அது சொன்னாங்க இது சொன்னாங்கன்னு இங்க வந்து சொல்ற வேல வெச்சுக்காத. தம்பியூடு தூக்கித் தலையில கல்ல வெப்பாங்க. செமந்துக்கிட்டு வந்து சேரு’ என்று சொல்லியனுப்பினாள். அத்தோடு சரி. அதன்பிறகு அந்தப் பக்கம் எட்டிப் பார்க்கவில்லை. சீராயிதான் எப்போதாவது போய் வருவாள். என்ன இருந்தாலும் இந்தச் செய்தியை அவர்களுக்குச் சொல்ல வேண்டும் என்பதற்காகவும் தன் பக்கமும் நான்கு ஆட்கள் நிற்க வேண்டும் என்றும் விரும்பித் தம்பிகளுக்குப் போய்ச் சொன்னாள். ‘உங்களுக்காவத்தான் எழவுக்கே வந்தம். அவ பேச்சக் கேட்டுக்கிட்டுக் காளியும் இந்தப் பக்கமே எட்டிப் பாக்கலியே. மாமமூடு இன்னம் என்னத்தக் குடுப்பாங்களாமா. பொம்பளைக்குப் பேச்சப் பாரு. எல்லாம் அவ மனம் போலத்தான் நடக்குது’ என்று பெரியதம்பி கத்தினான்.

சீராயி சொன்னாள் 'தடி அடிச்சுத் தண்ணி வெலகற தில்லைடா. ஆரு பேச்சுப் பெருசுன்னு இப்ப எதுக்கு? என்னமோ நடந்தது நடந்து போச்சு. அவ கொஞ்சம் வாய்த் துடுக்குத்தான், இல்லீங்கல. வண்டில கட்டுன மாடு ஒன்னு வேலிக்கு இழுக்குது, ஒன்னு தண்ணிக்கு இழுக்குதுன்னா எப்பிடி? போய்ச் சேர வேண்டாமா. சேதிக்கூட்டத்துல சொல்லறப்பச் சொந்தம் நாலு பேரு வேணுமின்னாங்க. எஞ் சொந்தம் உங்களத் தவிர ஆரு இருக்கறா. அக்கா வந்து சொல்றன். வந்து எனக்கு முன்னால நின்னீங்கன்னா எனக்கு மருவாதியா இருக்கும், உங்களுக்கும் கெவுருதியா இருக்கும். அப்பறம் உங்களோட பிரியம்' என்று சொல்லிவிட்டு வந்தாள்.

இது சேதி தெரிவிக்கும் சடங்குதான் என்றாலும் யாராவது ஒரு வார்த்தை ஏதாவது சொல்லிவிடுவார்களோ என்று கொஞ்சம் பயமாகவும் இருந்தது. இந்த ஒருவாரத்தில் சில பேச்சுக்கள் அவள் காதுகளுக்கு வந்திருந்தன. இத்தனை வருசமாக இல்லாமல் இப்போது மட்டும் எப்படிக் குழந்தை உருவானது? குழந்தை கிடைக்கப் போகிறபோது எப்படிப் புருசன் செத்தான்? இதில் என்னவோ இருக்கிறது. பொன்னா சாதாரணமானவள் அல்ல. எதையும் செய்யத் துணியும் கைகாரி. என்னவோ செய்திருக்கிறாள். அந்த ரகசியம் காளிக்குத் தெரிந்ததால்தான் ரோசம் பொறுக்க முடியாமல் நாணுக்கிட்டான் என்று ஒன்றிரண்டு பேர் பேசினார்களாம். யாரோ பேசியது போலச் சொல்லித் தங்கள் சந்தேகத்தைச் சீராயிடமே கேட்டவர்கள் உண்டு. நோம்பிக்கு வண்டி கட்டிக்கொண்டு போனதைப் பார்த்தவர்களும் இருந்தனர்.

'போறவ நாப்பது வயசுக்காரின்னா பொச்சிருக்காத போறான்னு சொல்லலாம். வயசுப் பொம்பள போனான்னா சும்மாவா? பிள்ள வரம் வாங்கத்தான் போயிருக்கோணும். அது பிரசங்காரனுக்குப் புடிக்கலயாட்டம் இருக்குது. எல்லாப் புரசனுமா இத ஒத்துக்கறான். ஒன்னு ரண்டு இப்பிடி ரோசத்தோட இருக்கறதுதான். இது காளி கொழந்த இல்ல, நோம்பிக் கொழந்த' என்று ஏளனம் பேசியதும் அவள் காதுகளுக்கு வந்தன. கேட்டவர்கள் யாருக்கும் அவள் தகுமானம் சொல்லவில்லை. 'என்னமோ எங்க பொழப்பு இப்பிடி ஆயிப் போச்சு. ஊரே அறிய போறவல்லாம் நானும் பொம்பளயின்னு திரியறா. எங்களுக்கு இந்தப் பேரு. எல்லாம் மேல இருக்கறவன் பாத்துக்குவான் போ' என்று மட்டும் பொதுவாகச் சொன்னாள். ஆனாலும் சேதிக்கூட்டத்தில் ஏதும் ஏடாகூடமாகிவிடக் கூடாது என்று பலம் திரட்டினாள் சீராயி.

தொரட்டுப் பாட்டியிடம்கூட மெதுவாகச் சொல்லி வைத்தாள். 'என்னமோ நீங்கல்லாம் அன்னைக்கு வந்து நாலு நல்ல வார்த்த சொன்னீங்க. மனசுக்குத் தெம்பா இருந்துச்சு. நம்மள சந்தோசமா இருக்க உடறாங்களா? என்னென்னமோ பேசறாங்களாம். ஆயா, சேதிக்கூட்டத்துக்கு நீங்கெல்லாம் செத்தங்கூர வந்தீங்கன்னா எங்களுக்கும் தெம்பா இருக்கும். பொதுவாப் பொம்பளைங்க ஊர்க்கூட்டத்துக்குப் போவறதில்ல. இது ரண்டு பொம்பளையோட பொழப்பு விசயம். நாம பொம்பளைங்க கொஞ்சம் எச்சா இருந்தா நல்லது. ஆரும் ஒரு வார்த்த பேசாத பாத்துக்கலாம்' என்றாள். 'எங்காதுக்கு வந்துச்சு சீரா. நீ தெகிரியமாப் போ. நாங்க அஞ்சாறு கெழடுங்க ஊர்ல எதுக்குக் கெடக்கறம். ஊட்டுல குந்தியிருக்கறதுக்கு அங்க வந்து இருக்கறம். பொழுதிருக்கவே வந்தர்றம். நீ வேலயப் பாரு' என்று பாட்டியும் சொன்னார். முத்துகூட 'எதுக்குங்க அத்த, எல்லாப் பக்கமும் போயிச் சொல்லிக்கிட்டு இருக்கறீங்க. நாலு பேரு போதாதா' என்றான்.

சீராயி சிரித்தாளே தவிர அவளுடைய பயத்தை அவனிடம் சொல்லவில்லை.

○

18

ஒருவாரம் இடையில் இருந்ததால் பொன்னாவும் கொஞ்சம் தைரியமாகிவிட்டாள். அதற்கு எத்தனையோ துணைகள் அவளுக்குக் கிடைத்தன. விடிய விடிய யோசித்துக் கிடந்தாள். வந்து சேர்ந்த ஆட்களும் காளியின் நினைவு கூட்டும் இடங்களும் அவளுக்கு உதவின. பொன்னாவின் நடமாட்டமும் தொண்டுப்பட்டியை விட்டுக் காட்டுக்குள்ளும் விரிந்தது. காட்டை இனித் தான்தான் பார்க்க வேண்டும் என்பதை மனதில் கொண்டாள். அது ஒருவகையில் அவளுக்குச் சந்தோசமாகவும் இருந்தது. மறுநாள் விடிகாலையிலேயே முத்து பண்ணயத்தாள் செங்கானைக் கூட்டிக்கொண்டு வந்துவிட்டான். முதல்நாள் சின்ன அணப்பில் சோளம் விதைத்து ஓட்டியிருந்தான். காலையில் இன்னொரு அணப்பிலும் கொளுஞ்சிகளைப் பிடுங்கிப் போட்டுவிட்டு சோளத்தை விதைத்து ஏர் பூட்டினான். செங்கான் இன்னொரு அணப்பில் கொளுஞ்சி பிடுங்கினான்.

அணப்புகளில் வேறு எந்த வேலையும் இல்லை. கரைகள் மாட்டைக் கையில் பிடித்து மேய்க்கும் அளவுக்கு ஒருமார் அகலம் கொண்டவையாக இருந்தன. அவற்றில் ஓரிடத்திலும் கல்லோ கரடோ இல்லை. கயிற்றைக் கையில் பிடித்துக் கொண்டு மாட்டைக் கரையில் விட்டால் எந்த இடைஞ்சலும் இல்லாமல் அதுபாட்டுக்கு மேய்ந்து போய்க்கொண்டே இருக்கும். ஒரு தடங்கலும் இல்லை. காட்டுக்குள் கலப்பையை இடறுவதற்கோ காலைப் பதம் பார்க்கவோ ஒரு கல்லும் இல்லை. மண்ணைச் சலித்தெடுத்துக் கொழிமண் ஆக்கி வைத்திருந்தான் காளி. அணப்புகள் மேல்பக்கம்

உயரமாகிப் பின் படிப்படியாகத் தாழ்ந்து போயின. ஆனால் ஒரு அணைப்புக்கும் இன்னொரு அணைப்புக்கும் இடையே ஒருவிரல் நீளமே உயர வித்தியாசம் இருக்கும். அணைப்புக்குள் மண் சமமாகப் பரவியிருந்தது. விழும் மழைநீர் அந்த இடத்திலேயே உள்ளிறங்க வேண்டியதுதான். தேங்கினால் அணைப்பு முழுக்கவும் தேங்கும். தேங்கிப் பின் மண்ணை அரிக்காமல் மேவியபடி அடுத்த அணைப்புக்குச் செல்லும்.

இந்தக் காடு முழுக்கச் செம்மண். ஆனால் சில இடங்களில் மண் நிறம் மாறிக் கருமை கலந்து தெரிந்தது. முத்து அள்ளிப் பார்த்தான். எருக் கலந்த மண். சாணி, புழுக்கை, இலை தழை எதையும் வீணாக்காமல் எருவாக்கிக் காட்டு மண்ணில் இரண்டறக் கலந்து வைத்திருக்கிறான். நான்கைந்து வருசத்திற்கு என்றாலும் மண் வளம் குன்றாது. நான்கே நான்கு ஏக்கர் என்றாலும் இப்படி வைத்திருப்பதால் காளியின் கையில் எப்போதும் காசு புழங்கும். எதைச் செய்யவும் சுணக்கமில்லை. இல்லாவிட்டால் குழந்தைக்காக வேண்டு மட்டும் செலவு செய்திருக்க முடியுமா? உழுவதற்கு இப்படி நிலம் இருந்தால் எத்தனை நாட்களுக்கு வேண்டுமானாலும் சலிப்பில்லாமல் ஏர் பூட்டலாம் என்று முத்துவுக்கு முதலில் தோன்றியது. ஒவ்வொன்றிலும் இப்படித் திருத்தமாக இருக்க வேண்டும் என்னும் மனநிலைதான் அவனுடைய சாவுக்கும் காரணமாகிவிட்டதோ. கொஞ்சம் அப்படி இப்படி இருந்தால் என்ன? கலப்பையில் ஒரு கல் சிக்கினால் உடனே ஏரை நிறுத்தலாம். கொளுவுக்கு எதுவும் சேதம் பட்டிருக்குமோ என்று பார்க்கும் நேரத்தில் மாடுகள் தேக்கம் தேறும். ஆளுக்கும் ஒரு கணம் மனம் வேறொன்றில் லயிக்கும். யாரையாவது துணைக்குக் கூப்பிடலாம். நான்கு வார்த்தை பேச ஒரு சந்தர்ப்பம். இந்த நிலத்தில் கலப்பையைப் பிடித்தால் போய்க்கொண்டே இருக்க வேண்டியதுதான்.

இதில் வேலை செய்யும்போது சலிப்பு வர நிறையவே காரணங்கள் இருக்கின்றன. யாரையும் எதற்கும் அண்டாமல் தனக்குள் காளி ஒடுங்கிக்கொள்ள இப்படி எல்லாம் செய்தானோ. அவன் பண்படுத்திய நிலத்தில் ஒரு மரு இல்லை. அவன் உருவாக்கிய தொண்டுப்பட்டியில் ஒரு குறை இல்லை. அவன் போட்ட வாய்க்காலிலும் பாத்தியிலும் ஒரு இடறல் இல்லை. அவன் பயன்படுத்திய ஏற்ற வாரியில் சிறு சுணக்கம் இல்லை. அவன் வைத்த மரங்களில் சிறுபிசிரும் இல்லை. அவன் வளர்த்த ஆடுமாடுகளில் ஒரு வற்றல்கூட இல்லை. தன் பெண்டாட்டியிடம் மட்டும் அப்படி ஒன்று வர அவன் மனம்

எப்படி ஒப்பும்? கூடவே இருந்தும் அவனுடைய இந்த இயல்பை எப்படிப் புரிந்துகொள்ளாமல் போனோம் என்று முத்துவுக்கு வியப்பாக இருந்தது. சிறுவயதில் அவனிடம் இப்படி இருந்த மாதிரி தெரியவில்லை. சொற்களின் விரட்டலுக்குப் பயந்து தொண்டுப்பட்டிக்குள் முடங்கிக்கொண்ட பிறகுதான் கொஞ்சம் கொஞ்சமாக இந்த மனநிலை வந்து சேர்ந்திருக்கக்கூடும்.

கோடை உழவு போடாததால் இப்போது இரண்டு உழவு போட்டான். அதனால் ஒரு அணப்புக்கே நேரம் எடுத்தது. ஒன்றை ஓட்டி முடித்துவிட்டுப் பார்த்தால் செங்கான் காடு முழுவதும் கொளுஞ்சிகளைப் பிடுங்கிவிட்டு அள்ளிக்கத்தை கட்டிக்கொண்டிருந்தான். செங்கான் பெரிய வேலைக்காரன் தான் என்று மனதிற்குள் மெச்சினான். மாட்டை அவிழ்த்துக் கொண்டுபோய்த் தாழி காட்டி நிழலில் கட்டித் தீனி அள்ளிப் போட்டான். பழைய சோற்றைக் குடித்துவிட்டு முத்து கிளம்பினான். வல்லாயியிடம் 'அம்மா நான் ஊருக்குப் போறன். செங்கான் இருக்கறான், மிச்சத்த ஓட்டட்டும். நான் நாளைக்குக் காத்தாலக்கி வர்றன்' என்று சொன்னான். பொன்னா அப்போது எழுந்து வாய் கொப்பளித்துவிட்டுச் சுக்குக் காப்பி குடித்துக்கொண்டு உட்கார்ந்திருந்தாள். அவளிடம் இன்னும் முகம் கொடுத்துப் பேசவில்லை. பேசினால் எதுவும் சொல்லிவிடுவாளோ என்று பயந்தான். அவளாகப் பேசட்டும் என்று காத்திருந்தான். மறுபடியும் செங்கான் போய் ஏர் பூட்டியபோது மெதுவாகக் காட்டுக்குள் பொன்னா போய்க் கிணற்றடிப் பாலமரத்தடியில் உட்கார்ந்தாள்.

அங்கிருந்து பார்க்கக் காடு முழுவதும் தெளிவாகத் தெரிந்தது. கொளுஞ்சிகள் பிடுங்கப்பட்டவுடன் பெரிய களம் போலக் காடு விரிந்திருந்தது. கிழக்குப் பக்க மூலை அணப்பில்தான் இப்போது ஏர் நின்றது. அங்கேதான் அன்றைக்குப் பூவரசங்கொம்பை நட்டு வைத்ததும் அதை சீராயி பிடுங்கி எறிந்த பிறகு ஒரு மொழுக்குக் கல்லை எடுத்து நட்டு வைத்ததும் நினைவுக்கு வந்தன. அதைக் கவனிக்காமல் செங்கான் ஏர் ஓட்டிவிடக் கூடாது என்று சட்டென்று தோன்ற மெல்ல எழுந்து அங்கே போனாள். வெயில் சுள்ளென்று அடித்தது. இப்படி வெயிலிருந்தால் ஈரம் ஒரு நாளைக்குத்தான் தாங்கும். ஆனால் இன்றைக்குள் முழுவதும் விதைத்து ஓட்டிவிட முடியுமா? முடியாவிட்டால் அடுத்த மழைக்குத்தான். பொன்னா வருவதைப் பார்த்த செங்கான் 'வெயில்ல எதுக்கு கண்ணு வர்றீங்க' என்றான்.

செங்கான் வெகுகாலமாக முத்து வீட்டுப் பண்ணயம் கட்டிக்கொண்டிருக்கிறான். பொன்னாவிடம் பாசம் கூடுதல். ‘இந்த மூலயில ஒரு சாமி இருக்குது. அது மேல உட்டு ஓட்டீரப் போறீன்னு சொல்ல வந்தன்’ என்று கிழமூலைக்குப் போய்க் கல்லைத் தேடினாள். மண்ணிலிருந்து முளைத்தெழுந்த ஒளிப் புதுமையுடன் கல் பளீரென்று தெரிந்தது. செம்மண் நிறம் ஏறிய கல். இரண்டு அணப்புகளின் கரைகளும் இணையும் மூலை. வாரியைப் போல மண்ணை இழுத்துவிட்டு அகலமாக்கி இருந்தான் காளி. மாடு மேய்க்கும்போது அவ்விடத்தில் உட்கார்ந்துகொள்ள அது ஒரு வாகு. கல்லுக்குச் சற்றே பின்னால் பாலைச் செடிகள் நான்கைந்து முளைத்திருந்தன. அவை முளைத்துப் பல நாட்கள் ஆகியிருக்க வேண்டும். ஒவ்வொரு முறையும் வெட்டிவிட்டாலும் வேரிருந்து தழைந்து வந்த அறிகுறி தெரிந்தது. இனி அதில் ஒன்றைப் பெரிதாக வளர விட்டுவிடலாம் என்று நினைத்தாள். அவ்விடத்தில் ஒரு பாத்தியளவு விடும்படி செங்கானிடம் சொன்னாள். ‘நெவுலுக்குப் போ கன்னு, நாம் பாத்துக்கறன்’ என்று அவன் சொன்னான்.

‘கெணத்துல தண்ணி இருக்குது. ரண்டு செரவு மொளவாச் செடியும் தக்காளியும் நட்டரலாம். ஒரு அணப்புல ஆரியம் நடலாம். என்ன வாரம் ஒருக்காத் தண்ணி உட்டாப் போதும். அடுத்த வருசத்திக்கெல்லாம் நானே எறச்சிருவன். இந்த வருசம் நிய்யோ அண்ணனோ வந்து எறச்சுட்டுப் போயிருங்க. முழுசும் சோளம் வெதைக்க வேண்டாம். கம்பும் இன்னமே வெதைக்க முடியாது. அதனால ஆரியம் நட்டாத்தான் சோத்துக்காவும்’ என்று அவனிடம் மடமடவென்று பேசினாள். ‘செரி கன்னு, அப்பிடியே உட்ரலாம். கத்திரிப் பாத்தி அணப்பையும் பக்கத்துப் பெரிய அணப்பையும் வெதைக்காத உட்ரலாம். அதுல நீங்க சொன்னாப்பல செஞ்சிருவம். அப்படீன்னா இன்னைக்கே சோளம் வெதப்பு முடிஞ்சாலும் முடிஞ்சிரும். இப்படி எந்திரிச்சு வந்து காட்டுக் காரியத்தப் பாராயா. எல்லாக் கஷ்டமும் அதா அந்தப் பாலமரத்துப் பஞ்சாட்டம் பறந்து போயிரும்’ என்று அவன் சொன்னது மனதுக்கு இதமாக இருந்தது.

அவன் வற்புறுத்தலால் மறுபடியும் பாலமரத்தடிக்குப் போனாள். தொண்டுப்பட்டியில் இருந்து அம்மா கூப்பிட்டாள். சாப்பிடவாக இருக்கும். இனி இரண்டு சீவனுக்குச் சேர்த்துச் சாப்பிட வேண்டும். கொஞ்சம் பொறுத்துப் போகலாம். அம்மாவுக்குப் பதில் கொடுக்கும் அளவு குரல் எழும்பாது என்று தோன்றியது. உடல் பலத்தை எல்லாம் காளி இரண்டு

நாளில் முழுதாக உறிஞ்சிவிட்டான். மரத்தைப் பார்த்தால் அவன். காட்டுக்கு வந்தால் அவன். எல்லா இடத்திலும் எல்லாப் பொருள்களிலும் தன்னை நிறைத்து வைத்துவிட்டுப் போயிருக்கிறான். அவனிடமிருந்து விடுபடுவது இயலாத செயல். இன்னும் ஒருவாரம். ஊருக்கு முன் நிற்க வேண்டும். என்ன சொல்லப் போகிறோம்? இந்தக் குழந்தை காளியால் உருவானதுதான் என்று எல்லாருக்கும் அறிவிக்க வேண்டும். முந்தாநாள் இரவு வந்து கூடிக் கிடந்தவன் அவன். ஒரே இரவில் மூன்றுமாதக் கருவை உள்ளே வைத்துவிட்டுப் போகிற வலு உள்ளவன். அதற்காக அவன் படுத்திய பாடு கொஞ்சமில்லை. தன் உயிரைச் சுருட்டிப் பத்திரமாக வைத்திருக்கிறான்.

இல்லை, மூன்று மாதத்திற்கு முன் என்றாலும் நோம்பிக்குக் கூப்பிட முத்து வந்த அன்றைக்கு இரவு நடுச்சாமத்தில் வந்து கதவைத் தட்டினான் காளி. அவன் தட்டல் ஓசை ஒரே தடவையில் அவள் மூளைக்குள் வந்து உசுப்பிவிடும். எழுந்து வந்து கதவைத் திறந்தாள். 'அண்ணன் வந்திருக்குது, இப்பக்கூட வராட்டி என்ன, அண்ணன் என்ன நெனைக்கும்?' என்றாள். வாரித் தன்னோடு சேர்த்துக்கொண்டவன் 'உங்கண்ணன் இடியே உழுந்தாலும் இப்பத்திக்கு எந்திருக்க மாட்டான். எனக்குத்தான் உன் நெனப்புல தூக்கமே வருல' என்றான். அந்த நாளைக்கூடக் கணக்கு வைத்துக்கொள்ளலாம். அப்படியே மார்மேல் படுத்துத் தூங்கிவிட்டவனை எழுப்பித் தொண்டுப்பட்டிக்கு அனுப்பினாள். அண்ணன் விழித்துப் பார்த்தால் என்ன நினைப்பார் என்னும் பதற்றத்தைத் தவிர்க்க முடியவில்லை. எழுந்த பிறகும் போக மாட்டான் போலிருந்தது. வெளியே தள்ளிக் கதவைத் தாழிட்டுக் கொண்டாள். பெருநோம்பியில்தான் வயிற்றில் உதித்தது என்று கொண்டாலும் அன்றைக்கெல்லாம் காளியின் நினைவு ஒருநொடியும் விட்டுப் போகவில்லை.

காளியைத் தவிர்க்க நினைத்து எத்தனையோ பேரை விட்டு ஓடினாள். கடைசியில் அவள் ஒடுங்கிய நெஞ்சாங்கூட்டிலும் காளி இருந்தான். கண்ணை மூடினாலும் காளி, திறந்தாலும் காளி. வேறு வழியில்லாமல் காளியையே மனதாரத் தழுவினாள். அப்படியிருக்க இந்தச் சிசுவை அவனுடையதல்ல என்று யாரால் சொல்ல முடியும்? காளியாலேயே இல்லை என்று சொல்ல முடியாது. ஊருக்கு முன்னாலும் சரி, இந்த உலகத்துக்கு முன்னாலும் சரி, 'இது காளி கொடுத்த உயிர்' என்று ஓங்கிச் சொல்லலாம். அவளுக்கு இப்போது தைரியம் மிகுந்திருந்தது. சீராயி ஏதோ கல்யாணத்திற்கு அழைக்கிற மாதிரி ஊரெல்லாம்

ஆலவாயன் 117

ஓடி ஓடி அழைத்துக்கொண்டிருக்கிறாள். ராத்திரி சம்பந்திகள் இரண்டு பேரும் சேர்ந்து யாருக்கெல்லாம் சொல்ல வேண்டும், யாரையெல்லாம் கட்டாயம் வரச் சொல்ல வேண்டும் என்று பட்டியல் தயாரித்தார்கள். அதில் பொன்னாவின் அப்புச்சி வீட்டுப் பெயர்கூடச் சேர்ந்திருந்தது. யாரும் வேண்டியதில்லை. இப்போது பொன்னாவால் யாரிடமும் சொல்ல முடியும். பால மரத்தடி நிழலில் படுத்தாள்.

காளி விரித்து வைத்திருக்கும் மடி.

○

19

சனிக்கிழமை ராத்திரி நிலா வெளிச்சம். பொன்னாவுடன் சீராயி, வல்லாயி மட்டும்தான் இருந்தார்கள். தினமும் யாராவது ஒருவர் பேச்சுத் துணைக்கு வந்து பழகிப் போய்விட்டதால் இப்படி ஒவ்வொரு நாளைக்கு யாரும் இல்லை என்றால் என்னவோ இழந்ததைப் போலத் தோன்றும். பொன்னா காலை நேரத்தில்தான் ரொம்பவும் கஷ்டப்படுகிறாள். பொழுது ஏற ஏறக் கொஞ்சம் எதுக்குளிக்கிற மாதிரி இருக்கிறதே தவிரச் சமாளிக்க முடிகிறது. இன்றைக்குக்கூடக் காட்டுப்பக்கம் போயிருந்துவிட்டு வெகுநேரம் கழித்துத்தான் வந்தாள். காட்டை இதுநாள் வரையில் அவள் முழுதாகப் பார்க்காதது போலவே இருந்தது. இப்போதுதான் ஒவ்வொரு பகுதியையும் அவள் அறிகிறாள். சில இடங்கள் நம்முடைய காட்டில் இப்படி ஒரு பகுதி இருக்கிறதா என்று ஆச்சரியத்தைத் தருகின்றன. பார்க்கும் ஒவ்வொன்றிலும் காளி இதில் என்ன செய்திருப்பான், நாம் என்ன செய்யலாம் என்று தோன்றுவதைத் தவிர்க்க முடியவில்லை.

காலை நேர அசத்தலில் வெகுநேரம் தூங்கி விடுவதால் ராத்திரியில் சீக்கிரம் தூக்கம் வருவ தில்லை. பூவரசு அசைந்தாலோ நாய் குரைத்தாலோ காளி மறுபடியும் வந்துவிட்டானோ என்று எண்ணம் வருகிறது. அவன் வருகையை ஆவலோடு எதிர்பார்க்கவும் செய்கிறாள். ஆனால் இனி ஒருமுறை அப்படி வருவானா என்பது சந்தேகம். அவனுடைய வேலை முடிந்துவிட்டது. அதற்காகத்தான் இந்த மூன்று மாத அடப்புப் போல. வரவில்லை என்றாலும் இங்கே எங்காவது இருப்பான். ஒரு காக்காயாகக் காட்டுக்குள் திரிந்துகொண்டிருப்பான். அவன் கண்களுக்கு எல்லாம் தெரியக்கூடும். அவனைத்தான் கண்டு பிடிக்க நம்மால் முடியவில்லை. யோசித்தபடி படுத்திருந்தாள். வெளியே சம்பந்திகள் இரண்டு

பேரும் முணுமுணுவென்று பேசிக்கொண்டிருந்தார்கள். இன்னும் யாரையேனும் அழைப்பது பாக்கியிருக்கலாம்.

தன் தம்பிகள் வீட்டுக்கெல்லாம் போய்க் கூப்பிட்டு வந்தது பொன்னாவுக்குப் பிடிக்கவில்லை. என்றாலும் சீராயி 'நாம ஏறங்கிப் போயிட்டமுன்னு நெனச்சுக்கிட்டு இருக்கறாங்க. இல்ல நாங்க ஏறி வாரமுன்னு சொல்ல வேண்டாமா. அதுக்குத்தான் போனன்' என்று சொன்னாள். அப்படிச் செய்வதில் சீராயிக்குத் திருப்தி என்றால் செய்யட்டும். அவளை முடிந்தவரை எதுவும் கடுமையாகச் சொல்லக்கூடாது என்று பொன்னா நினைத்திருந்தாள். தனக்காவது ஒரு கஷ்டம். அவளுக்கு இரண்டு கஷ்டம். வேலிச்சந்தில் ஏதோ அசைவைக் கண்டு நாய் குரைத்தது. 'சரக்குன்னு ஓடக்கான் ஓடுன்னாக் கூட இந்த நாய் ஒலச்சிருது' என்று எழுந்தாள் சீராயி. ஆட்கள் வரும் சத்தம் கேட்டது. பட்டிக்குப் படலைச் சாத்திக் கட்டியிருந்தார்கள். 'சாமீ . . .' என்று அழைக்கும் குரலும் நாய்க் குலைப்பை மீறிக் கேட்டது. 'ஆரப்பா அது' என்று படலுக்குப் போனாள். 'நாந்தான் காரானுங்க சாமீ... இந்நேரத்துக்கு வந்தா உங்ககிட்டப் பேசத் தோதா இருக்குமின்னு வந்தங்க சாமீ . . .' என்று சொன்னான் அவன். 'தாராளமா வாப்பா... நாங்கூட இந்நேரத்திக்கி வரமுடி என்னமோ ஏதோன்னு நெனச்சிட்டன்' என்று வரவேற்றாள்.

அவன் பெண்டாட்டியும் மருமகளும் உடன் வந்திருந்தார்கள். 'சோறுண்டீங்களா?' என்று விசாரித்தாள். அவர்கள் உண்டுவிட்டுத்தான் வந்திருந்தார்கள். பொன்னாவுக்குப் பொழுதிறங்கி நேரத்தில் சாப்பிடவென்று கடலைக்காய் வறுத்துக் கொடுத்திருந்தார்கள். அதில் கொஞ்சம் மிச்சமிருந்தது. கொண்டு வந்து ஆளுக்கொரு கை கொடுத்தாள் அவள். வாங்கித் துண்டில் கட்டிக்கொண்டு காரான் வந்த விஷயத்தைச் சொன்னான். 'அன்னைக்குப் பண்ணாடிச்சி மாசமா இருக்கற சேதிய அடையூருக்குப் போயிச் சொல்லீட்டு வந்தது நாந்தானுங்க. அன்னைக்கு முத்தண்ணரு வண்டிலயே ஏத்திக்கிட்டு வந்து நம்மூர்லயே உட்டுட்டாருங்க. நம்ம பண்ணயத்தப் பாக்கறதுக்கு ஒரு பொம்பளையாளு இருந்தாச் சொல்லு, கூடமாட வேல செய்யறதுக்கு ஒத்தாசயா இருக்கும்னாங்க. அதான் பேசிட்டுப் போலாம்னு வந்தங்க' என்றான். 'அப்பிடியா ஒன்னும் சொல்லுலியே. ஆளு வெச்சுச் செய்யற அளவுக்கு இங்க என்ன வேலயிருக்குது' என்றாள் சீராயி. 'எங்கிட்டக்கூட இந்தப் பேச்ச எடுக்கலியே. எதுனாப் பேச்சுக்குச் சொன்னானோ என்னமோ. எதுக்கும் நாளைக்கு அவங்கிட்டக் கேட்டுட்டுச் சொல்லுட்டுமா' என்றாள் வல்லாயி. அவனுக்குப் பொக்கென்று போய்விட்டது.

நம்பிக்கையோடு வந்தவனுக்கு என்ன சொல்வதென்று தெரியவில்லை. பெண்டாட்டியும் மருமகளும் என்ன பேசப் போகிறார்களோ என்றும் அவனுக்குப் பயமாக இருந்தது.

பொன்னா எழுந்து வெளியே வந்து கல்லில் உட்கார்ந்தாள். அவர்கள் கட்டிலுக்குக் கொஞ்சதூரத்தில் கீழே உட்கார்ந் திருந்தார்கள். 'அண்ணன் ஒசிச்சுத்தான் சொல்லியிருக்கும். நம்மகிட்டச் சொல்லப் பல ஒசனையில மறந்திருக்கும்' என்றாள் பொன்னா. 'செரி, நாம இப்ப ஆளு வெச்சு வேல செய்யற அளவுக்கா இருக்கறம்?' என்றாள் சீராயி. பொன்னாவுக்குத் தெரியும், அவள் அம்மாவுக்கு ஊருக்குப் போகிற எண்ணம் வந்துவிட்டது. எப்போது மூன்று மாதம் ஆகும் என்று மிகவும் எதிர்பார்த்துக்கொண்டிருக்கிறாள். ஊரிலும் வேலை அதிகம். நங்கை ஒருத்தியால் செய்ய முடியாது. பொன்னாவை ஊருக்குக் கூட்டிப்போய்ப் பேறு பார்த்து ஏழு மாதம் கழித்து அனுப்பலாம் என்பதும் அவர்கள் யோசனையில் இருக்கிறது. அப்படியானால் சீராயி ஒருத்தியால் ஆடு மாடுகளை எல்லாம் பார்க்க முடியாது என்று முத்து ஆளுக்குச் சொல்லியிருப்பான். பொன்னாவுக்கு ஊருக்குப் போகும் எண்ணம் அடியோடு இல்லை. இந்தத் தொண்டுப்பட்டியில்தான் பெற்றெடுக்க வேண்டும், குழந்தையின் சத்தத்தைப் பூவரசிலிருந்து காளி கேட்க வேண்டும் என்று திட்டம் வைத்திருக்கிறாள். காட்டையும் இங்கிருந்தால்தான் பார்க்க முடியும். அதனால் ஆள் இருப்பது நல்லதுதான்.

'ஆரு காரான் வேலைக்கு வரப் போறா? உன்னோட பொண்டாட்டியா மருமவளா?' என்றாள். 'மருமவதான் சாமீ. மூனு கொழந்த ஆயிருச்சு. மவங்காரன் எங்காச்சும் காட்டு வேல சிக்குனாப் போறான். என்னமோ வாங்கறதக் கள்ளுக் குடிச்சுப்புட்டு வந்தர்றான். ஊட்டுல சோத்துக்கு என்ன சாமீ பண்றது? எதோ இப்பத்திக்கு நாங்க இருக்கறம், பாத்துக்கறம். பெரிசாவப் பெரிசாவ முடியுமா சாமீ. கொழந்தைங்கள எம் பொண்டாட்டிக்காரி பாத்துக்கறங்கரா. அதுவளுக்கு ரண்டு வாய்க் கஞ்சி ஊத்திட்டமுன்னா ஓடி வெளையாடிக்கிட்டுக் கெடக்குது. மருமவ வந்து பண்ணயத்து வேல செய்யட்டும். எதோ சோத்துக்கொறயாச்சும் தீருமில்ல' என்றான். சீராயி 'கொழந்தைங்கள வெச்சிக்கிட்டு ஒழுங்கா வேலைக்கு வருவாளா. இதெல்லாம் ஒன்னு செரிப்படாது' என்றாள்.

பொன்னாவுக்கு இது நல்ல ஏற்பாடுதான் என்று தோன்றியது. காரானின் மருமகள் போன வருசம் ஆரியப்பூட்டை பொறுக்க வந்தாள். அவள்பாட்டுக்கு வேலை செய்துகொண்டிருந்தாள். வெட்டிப்பேச்சுப் பேசிப் பொழுதைக் கடத்தவில்லை. அடி

மடியில் பூட்டைகளை அள்ளிப் போட்டுக்கொள்ளவில்லை. பேரணிக்கூடை தூக்கக்கூட முன்னால் வந்து நின்றாள். வேலைக்குச் சளைக்காதவள் என்பது போதும். பிள்ளை குட்டியைப் பார்த்துக்கொண்டு ஒன்றிரண்டு நாள் வராமல் போனால் பரவாயில்லை. ‘அதெல்லாம் வந்திருவா. என்ன சொல்ற வெங்கா? வேலக்குச் செரியா வந்தரோணும். இது பொம்பளைங்க பண்ணயம். செரியா இல்லீனா ஆவாது’ என்றாள். வெங்காயி உடனே எழுந்து நின்றுகொண்டாள்.

‘வந்திருவங்க சாமீ. பிள்ளைக்கு ஏழாவுது. ஊட்டு வேலயெல்லாம் செஞ்சு குடுத்திருவா. பையனுக்கு இப்ப அஞ்சு வருசமாவப் போவுது. இன்னொன்னு முடிஞ்சா எங்காச்சும் பண்ணயத்துக்கு ஆடு மேய்க்க உட்ருவனுங்க. பிள்ளைக்கு மூனாவுதுங்க. சோத்தக் கரச்சுக் குடிக்கத் தெரீது. அப்பிடி இல்லீனா இங்க எடுத்தாந்து வெளையாட உட்டுட்டு வேல செஞ்சிருவனுங்க’ என்றாள். சீராயி மனதுக்குள் பலதையும் யோசித்து இது நல்லதுதான் என்று முடிவுக்கு வந்தாள். ஆள் இல்லையென்றால் தான்தான் ரொம்பவும் கஷ்டப்பட வேண்டும் என்பதும் மனதில் இருந்தது. வல்லாயி இது நல்ல சந்தர்ப்பம் என்று கருதி ‘நானும் ஊருக்குப் போயிருவன். அங்க கொள்ள வேல கெடக்குது. ஒருத்தி பாவம் அவ என்ன பண்ணுவா? கூலியப் பேசிக்க. செரியா வந்து வேல செய்யி’ என்றாள்.

‘செரி, நாளைக்கு வாரயா, முத்து வந்துட்டான்னா வெச்சுப் பேசிக்கலாம்’ என்றாள் சீராயி. ‘அதெல்லாம் வேண்டாம். இப்பவே கேளு காரான். ஊரு வழக்கத்த அனுசரிச்சுக் கேளு. பொம்பளயாளுக்குப் பண்ணயம் பாக்க உண்டானது என்னமோ அதச் சொல்லு. எங்க பண்ணயம் சின்னது. வேலயும் அதுக் கேத்தாப்பலதான் இருக்கும். ஒருத்தர மாதிரி இன்னைக்கொன்னு நாளைக்கொன்னு பேசறவங்க இல்ல நாங்க. கேளு’ என்றாள் பொன்னா. ‘உங்களுக்குத் தெரியாதுங்களா. பொம்பளையாளுக்கு ரண்டு மொடா தவசம். பொங்கலுக்கும் நோம்பிக்கும் பொடவ. அப்பறம் உங்களால முடிஞ்சது கல்லக்காயோ தட்டப்பயிறோ இருக்கறது குடுக்காதயா உட்ருவீங்க’ என்றான். ‘ரண்டு மொடா தவசம் எச்சு’ என்றாள் சீராயி. ‘இப்பிடிச் சொன்னா எப்பிடீங்க சாமீ, வெருசம் முழுக்க இத வாங்கித்தான சோறு திங்கோணும்’ என்று காரான் சொன்னான்.

பொன்னா உடனே ‘செரி, கொழந்தைங்களுக்குத்தான குடுக்கறம் உடு அத்த. நீ கேட்டபடி வாங்கிக்க. ஒரம்பர ஊட்டுக்குப் போறமின்னு அங்க போயி இங்க போயி இருந்துக்கிட்டு வேலயக் கெடுக்கக் கூடாது, பாத்துக்க. செரியா

இருக்கோணும். பொம்பள பண்ணயம் அம்பலம் அம்பலமுன்னு செலவாந்தாரஞ் சொல்றாப்பல ஆயிரக்கூடாது' என்றாள் பொன்னா. நின்றபடியே இருந்த வெங்கா 'கொறயில்லாத நடந்துக்குவங்க சாமீ' என்றாள். அவள் கை குவித்துக் கும்பிடுவது வெளிச்சத்தில் தெரிந்தது. காரானின் பொண்டாட்டியும் எழுந்து 'எந்தம்பி பிள்ளதாங்க சாமீ. அதெல்லாம் படிமானமா நடந்துக்குவா. நீங்க பாத்துக்குங்க. உங்கள நம்பித்தான இருக்கறம்' என்று கும்பிட்டாள். சீராயி உடனே 'அக்கா நீ போயி ஒரு படி கம்பு கொண்டா' என்றாள். காரானின் பெண்டாட்டி 'பொன்னுச் சாமி, மாசமா இருக்கறவுங்க, அவுங்க கையிலயே அள்ளிக் குடுக்கட்டும் மவராசி' என்றாள். அவள் சொன்னது பொன்னாவுக்கு ரொம்பவும் திருப்தியாக இருந்தது. உள்ளே போனாள்.

'இப்பப் பாத்துக்க ஆனிமாசம். சித்தரயிலிருந்து கணக்கு. மூனு மாசம் கொறையுது. அதுக்கேத்தாப்பல வாங்கிக்கோணும்' என்று சீராயி சொல்லிக்கொண்டிருந்தாள். மடியில் கம்பைக் கொட்டிய பொன்னா 'நாளையில இருந்து வந்தர்றயா' என்றாள். 'நாளைக்கு ஒன்னும் இருக்கட்டுங்க. கோழியொண்ணு இருக்குது அடிக்கலாமின்னு இருக்கறம். நாளான்னிக்கு வந்தரட்டும். அது சோமாரக் கெழமயாவும் இருக்குது' என்று காரான் சொல்ல 'செரி அப்பிடித்தான் வரட்டும்' எனச் சொன்னாள்.

பொன்னாவின் மனதில் பெரிய சந்தோசம் படர்ந்தது.

20

பொன்னாவுக்குத் தெளிச்சி வந்திருந்த போது வெங்காயி வந்தாள். பொழுது அண்ணாந்து பார்க்கும்படி மேலேறியிருந்தது. இன்னும் நாக்கு சூடாக நெல்லஞ்சோறு கேட்கிறது. தினமும் மூன்று வேளையும் அவளுக்கு மட்டும் நெல்லஞ்சோறு வைக்கிறார்கள். இப்படியே தின்றுகொண்டிருக்க முடியாது. அப்பன் வீட்டிலிருந்து வந்த சீரில் அரிசியும் ஐந்தாறு வள்ளம் அளவுக்கு இருந்தது. அவசரத்திற்கு அதை வைத்துக்கொள்ள வேண்டும். ஒருமாதத்தில் இந்தத் தொந்தரவு தீர்ந்துவிடும் என்றுதான் எல்லாரும் சொல்கிறார்கள். அவ்வப் போது வயிற்றைத் தொட்டும் தடவியும் பார்க்கிறாள். ஒன்றும் தெரிவதில்லை. கொஞ்ச நேரம் என்றாலும் பசி மிகுந்து எரிச்சல் கண்டு விடுகிறது. உள்ளே இருக்கும் இன்னொரு உயிர் கேட்கும் போல. அதன் பேச்சு இப்படித்தான் எரிச்சலாக வருமோ. அப்போது எதை வேண்டுமானாலும் சாப்பிட முடிவதில்லை. இது இதுதான் வேண்டும் என்று நாக்கும் வயிறும் கேட்கின்றன.

மூக்குக்குக்கூட இத்தனை ஆற்றல் உண்டு என்பது இப்போதுதான் தெரிகிறது. மூக்குக்குப் பிடிக்காத எதையும் நாக்கு ஏற்பதில்லை. நீத்தண்ணி கொஞ்சம் புளித்திருந்தாலும் தூரத்தில் கொண்டு வரும்போதே மூக்கு உணர்ந்துவிடுகிறது. தூரத்து வாசனைகளையும் நாயைப் போல மோப்பம் கொள்கிறது. மாட்டுச் சாணமும் ஆட்டுப் புழுக்கையும்கூட இப்போது நாற்றம் கூடிவிட்டன. நாயின் மொச்சையைத் தாங்க முடியவில்லை. இன்னும் ஆசையாய்ப் போய்ச் சோச்சட்டியைத் திறக்க முடியவில்லை. முகத்தில் அடித்து விரட்டுகிறது. உடலை வசப்படுத்த இயலவில்லை. அதன் இயல்புக்கு ஏற்பத்தான் போக வேண்டியிருக்கிறது. வெள்ளிக்கிழமை சேதிக் கூட்டம் பற்றியே சீராயி பேசுகிறாள். 'அத்த என்ன

செஞ்சிருவாங்க, ஆரு ஒன்னுஞ் சொல்ல மாட்டாங்க' என்றாலும் கேட்பதில்லை.

வெங்காயியைப் பண்ணயத்துக்குப் பேசிவிட்டுக் கிளம்பும் போது படலைச் சாத்திக் கட்டப் போன சீராயியிடம் காரான் 'பழையூர்ல எங்க சொந்தமிருக்குதுங்க சாமி. அன்னைக்குச் சந்தயில பாத்துப் பேசிக்கிட்டு இருந்தம். ரொம்ப வருசமாச்சி போக்கு வரத்து இல்ல. சாமி பாக்க நம்ம வண்டியில ஏத்திக்கிட்டுப் போனாங்களாமா. அதச் சொன்னாங்க. காளிச்சாமி விசயத்தக் கேட்டு நல்லவியளுக்கு இப்பிடி வந்துருது பாருன்னு வருத்தப்பட்டாங்க' என்று சொன்னானாம். அதைப் பெரிது படுத்தாமல் கேட்டுக்கொண்டு வந்த சீராயி அவர்கள் போனதும் 'பெருநோம்பிக்குப் போனப்ப வண்டியில ஆள ஏத்திக்கிட்டுப் போனீங்களா?' என்று வல்லாயிடம் கேட்டாள். இரண்டு குழந்தைகளோடு புருசன் பெண்டாட்டி என ஒரு குடும்பத்தையே அன்றைக்கு ஏற்றிப் போனார்கள். அவன் பெயர்கூட மாரன் என்று சொன்ன நினைவு. மாடுகளின் மொழியை அப்படிக் கற்று வைத்திருக்கிறான். அவன் குழந்தையின் மூஞ்சி இன்னும் மனதில் அப்படியே இருக்கிறது பொன்னாவுக்கு. அந்த விவரத்தைச் சொன்னாள் வல்லாயி. 'அவன் காரானுக்குச் சொந்தமாமா. விசாரிச்சிருக்கறான் பாத்துக்க' என்று பதற்றப்பட்டாள். பொன்னா வந்து சொன்னாள், 'தடத்துல போவையில ஆயரம் பேரு பாப்பாங்க. அதுக்கெல்லாம் பயந்துக்கிட்டு இருந்தா ஆவுமா?' என்று சொன்னாள். என்றாலும் சீராயி சமாதானமாகவில்லை.

இன்னும் நான்கு நாட்கள். அதன்பின்தான் அவள் தெளிவாவாள் என்று பொன்னா விட்டுவிட்டாள். இருக்கிற பதற்றத்தில் யாரிடமாவது எதையாவது அவள் வாய்தவறிச் சொல்லிவிடுவாளோ என்று பயமாகவும் இருந்தது. இதைப் பெரிய விசேசம் போலவும் கருதுகிறாள். வெங்காயியைப் பார்க்கச் சந்தோசமாயிருந்தது. முகத்தில் அப்படி ஒரு மலர்ச்சி. இருபத்தைந்து இருபத்தாறு வயதுதான் இருக்கும். தலையை விளக்கெண்ணெய் வைத்துப் படியச் சீவியிருந்தாள். கழுத்தில் கருகமணி ஒன்றைப் போட்டிருந்தாள். 'காட்டு வேலைக்குத்தான் வந்திருக்கறயா வெங்கா' என்று கேட்டதும் சிரித்தாள். 'நல்லாருக்குது. ஊருக்குப் போயிட்டு இப்பிடியே வந்திட்டயோன்னு கேட்டன்' என்று சொல்லிக்கொண்டே அவளோடு காட்டுக்குப் போனாள். வல்லாயி 'நீ வேலயெல்லாம் ஒன்னுஞ் செய்யாதீடி பொன்னா' என்று சத்தம் போட்டாள். 'நான் நெவுலொணத்தியா உக்காந்திருக்கறன். உங்கூட்டுல இருந்து வண்டியில வந்து எறங்குனாச் சட்டி நெறஞ்சிரும்' என்று சொல்லிவிட்டுக் கூடையைத் தூக்கிக்கொண்டு

போனாள். பட்டிக்கு வெளியே போவதற்குள் வெங்காயி கூடையை வாங்கிக்கொண்டாள். பொன்னாவின் பேச்சு கொஞ்சம்கூட வருத்தம் தரவில்லை. முன்பு போலப் பேச்சு பொன்னாவுக்கு வர ஆரம்பித்துவிட்டது என்று சந்தோசப்பட்டாள் வல்லாயி.

சொன்னது போலவே பொன்னா பாலமரத்தடி நிழலில் தான் உட்கார்ந்திருந்தாள். கத்தரிப் பாத்திக்கு அருகிலேயே ஒருபாத்தி அளவுக்குக் கொத்திக் கால்பாத்தி மிளகாய் நாற்றும் அரைப்பாத்தி ஆரிய நாற்றும் விட வேண்டும் என்பதுதான் வேலை. வெங்காயி மண்வெட்டியை எடுத்துக்கொண்டு போய் வெட்டினாள். ஏற்கனவே அங்கே பாத்தி போட்ட தடம் இருந்தது. அதற்குள் வெட்டினாள். கை ஓயாமல் வெங்காயி வெட்டுவதையே பார்த்தாள். அந்தப் பக்கம் இந்தப் பக்கம் பார்க்காமல் வேலையில் மும்முரமாக இருந்தாள். முழுவதையும் வெட்டி முடித்துப் பாத்திக் கரைகளையும் எடுத்துக் கட்டியதும் பொன்னா கூப்பிட்டாள். தொண்டுப்பட்டிக்குப் போய் தண்ணீர் குடித்துவிட்டுத் தனக்கும் ஒரு சொம்பு தண்ணீர் வாங்கிக் கொண்டு வரச் சொன்னாள். போனவள் குடித்துவிட்டுக் கூடைக்குள் சொம்புத் தண்ணீரை வைத்துக் கொண்டுவந்தாள். ‘பண்ணயக்காரிச்சி ஆளுட்டாளா’ என்று வல்லாயி கேட்டதை வெங்காயி சொல்லவில்லை. மறுபடியும் தொண்டுப்பட்டிக்குப் போய்க் குப்பைக்குழியில் வறச் சாணியாகப் பார்த்து இரண்டு கூடை அள்ளி வரச் சொன்னாள். வெங்காயி போய் வரக் கொஞ்சம் நேரமாயிற்று. வல்லாயி மட்டும் தனியாக இருந்ததால் பேச்சுக்குப் பிடித்துக்கொண்டாள்.

சாணியை உதிர்த்துப் பாத்திக்குள் இறைத்து நன்றாகக் கிளறிவிட்டாள் வெங்காயி. பின் முதலிலேயே சட்டியில் கொண்டு வந்திருந்த மிளகாய் விதையையும் விதை ஆரியத்தையும் நாற்று வருகிற மாதிரி நெருக்கமாகப் போடச் சொன்னாள். ‘உங்க கையால வெதச்சுடுங்க சாமி’ என்றாள் வெங்காயி. ‘அதான் இப்பிடி வெள்ளையக் கட்டிக்கிட்டுக் கெடக்கறனே. இன்னமே எம் மூஞ்சியில முழிச்சா ஆவாதும்பாங்க. என்னய எதித்தாப்பல பாத்தாத் திரும்பிக்குவாங்க. நல்ல காரியத்துக்கு முன்னால நிக்கக்கூடாதும்பா. எதுலயாச்சும் என்னயச் சேத்திக்குவாங்களா சொல்லு. முந்தி பிள்ளையில்லாதவன்னு ஒதுக்குனாங்க. இப்பப் பிள்ள வந்துட்டாலும் புரசன் இல்லாத முண்டைன்னு ஒதுக்கீருவாங்க. எம் பொழப்பே இப்பிடி ஆயிருச்சு வெங்கா. எங்கயும் முன்னால போய் நிக்க எனக்குக் குடுத்து வெக்கல. எனக்கு இந்தக் கோலத்தக் குடுத்துட்டுப் போயிட்டானே’ என்று புலம்பினாள் பொன்னா.

'சாமீ... வெள்ளச் சீலக்காரிய சாமியாச் சொல்றாங்களே. அத நெனச்சுக்குங்க. அதும் இப்ப மாசமா இருக்கறீங்க, உங்க கைல போட்டா நல்லா மொளைக்கும்' என்றாள் வெங்காயி. 'வெள்ளச்சீல மதிப்பு அதுதான். சாமி கோயில்ல கெடக்கறாப்பல நானும் இந்தத் தொண்டுப்பட்டியோட நின்னுக்கோணும் பாத்துக்க. பொம்பளைக்கு எப்பவுமே ஊடும் வாசலும்தான். இப்ப எனக்கு அதுகூட இல்ல. வாசல்லகூட வந்து நிக்க முடியாது. உங்கையால போடு, நல்லா மொளைக்கும். நிய்யும் மூனப் பெத்தவதான' என்றாள். 'சீலயில என்னருக்குதுங்க. சாயச்சீலயே கட்டி யிருக்கலாம். எங்களூதுல எல்லாம் இத ஆரு பாக்கறா' என்று வெங்காயி ஆதங்கப்பட்டுக்கொண்டே விதை தூவினாள். 'நீங்க அறுத்துக் கட்டிக்குவீங்க. ஆம்பளயாட்டம் பொம்பளயும் எத்தன பேர வேணுன்னாலும் கலியாணம் பண்ணிக்கலாம்னு சொல்லுவீங்க. இங்க பாரு, எம் வவுத்துக் கொழந்த எம் புருசனுக்குத்தான் உருவாச்சுன்னு பத்துப் பேருக்கு மின்னால நின்னு சொல்லோணுமாம். எங்கெங்கயோ போயிச் சோச்சட்டியில யும் சாச்சட்டியிலயும் மட்டுமா, கரட்டூரு எச்சத் தொட்டியில யும் ஏறி எறங்கீட்டு வர்ற நாய்வ முன்னால போயி நான் நிக்கோணுமாம். அவனுவெல்லாம் ஞாயகாரனுங்க. இந்தக் கத உங்களூதுல உண்டா சொல்லு.' பொன்னா இப்படிப் பேசி மாதக் கணக்காயிற்று. என்னவோ வெங்காயியைப் பார்த்ததும் பேசத் தோன்றியது.

'எங்களூதுல புரசனத் தின்னவள்னு ஆரும் இருக்கக் கூடாதும்பாங்க. எங்க சின்னாயா பையனுக்கு இப்பப் போன மாசந்தான் கலியாணம் நடந்துச்சுக்கங்க சாமி. அவியஅப்பன் செத்து அஞ்சாறு வருசமாச்சு. சின்னாயா தனியாத்தான் இருந்தா. இந்த வயசுக்கு அப்பறம் கலியாணம் பண்ணி என்ன பண்றா? ஆனாக் கலியாணச் சாங்கியமெல்லாம் செய்யோணு மின்னாப் புரசன் இருக்கோணுமாமா. அதனால சின்னாயாளுக்கு எங்கப்பன் பொட்டு வெச்சுக் கட்டிக்கிட்டாரு. நாலு பேருத்துக்கு முன்னால சாமி கோயில்ல பொட்ட அள்ளி நெத்தியில வெச்சாரு. அதான் கலியாணம். அப்பறம் எங்கப்பனும் சின்னாயாளும் சேந்து அப்பன் அம்மா மொறச் சாங்கியமெல்லாம் பையன் கலியாணத்துக்குச் செஞ்சாங்க. என்னமோ இல்லாதவங்க இப்படித்தான். உங்களாட்டம் இருக்கப் பட்டவியதான் என்னென்னமோ பாக்கறீங்க' என்று வெங்காயி பேசினாள்.

ஆரியப்பூட்டை பொறுக்க வந்தபோது இப்படிக் கலகல வென்று பேசுகிறவள் மாதிரியே தெரியவில்லை. கமுக்கமாக இருந்தாள். வேலையைக் கை செய்துகொண்டேயிருந்தது. பெருமூச்சோடு 'நாங்க மட்டும் என்னத்த வெச்சிருக்கறம். இதான்

இந்த மண்ணுக் கெடக்குது, அவ்வளவுதான். வேறென்ன மசுரா இருக்குது இவுங்களுக்கு. பெரும வந்து எருமயாட்டம் முன்னால நிக்குது' என்று கோபத்தோடு வார்த்தை வந்துவிட்டது. கோபம் தன் மேலா இல்லை பொதுவானதா என்று வெங்காயிக்குப் புரியவில்லை. தான் ஏதும் தப்பாகச் சொல்லிவிட்டோமோ என்றிருந்தது. ஆனால் பிறகும் பொன்னா இயல்பாகப் பேசினாள். எழுந்து வந்து விதை போட்டதைப் பார்த்தாள். 'வேலயில கெட்டிதான் நிய்யி. செரி, தண்ணிதான் உடோணும். பொழுதோட எங்கண்ணன் வரும். ஏத்தக் கட்டச் சொல்ல வேண்டீதுதான்' என்றாள். 'இதுக்கா ஏத்தக் கட்டோணும். அஞ்சாறு கொடம் சேந்தி ஊத்துனாப் போதுமே' என்றாள் வெங்காயி. 'சேந்தி ஊத்த ஆரு இருக்கறா? என்னால இப்ப முடியாது. உன்னயச் சேந்தி ஊத்தச் சொல்லீருவன். மாமியாளும் அம்மாளும் எதுனாச் சொல்லீருவாங்க. ஏத்தலே எறச்சுக்கலாம் வா' என்று சொன்னாள்.

கத்தரியில் லேசாகத் தளிர்கள் தெரிந்தன. ஆரியம் நடவும் மிளகாய் போடவும் விட்ட அணப்புகளை உழவு போட்டு வைக்க முத்துவை வரச் சொல்லியிருந்தாள். முத்துவோ செங்கானோ வரும்போது நாலு பறி இறைத்துவிடுவார்கள். சோளம் விதைத்த அணப்புகள் அனைத்தும் புழுதியாகத் தெரிந்தன. அதைத் தாண்டி ஒரு நீள அணப்பை விதைக்க வேண்டாம் என்று சொல்லிவிட்டாள். அது இட்டேரியை ஒட்டி இருந்தது. ஆடுகள் மேய்க்கவும் மாடுகளைக் கட்டவும் அது ஆகும் என்று எண்ணமிட்டிருந்தாள். தென்னையடியில் விழுந்து கிடந்த ஐந்தாறு மட்டைகளைத் தூக்கிவந்து விதை போட்ட பாத்தியை முழுக்கவும் மூடினாள் வெங்காயி. வெயில் நேரடியாகப் பட்டால் மண் சூட்டில் விதை கருகிச் சரியாக முளைக்காமல் போய்விடும். வேலைப் பொறுப்பு இருக்கிறது, சொல்லாமலே ஒரு வேலையைச் செய்கிறாள், இவளைக் கொண்டே பண்ணயத்தை நடத்திவிடலாம் என்று நம்பிக்கை வந்தது பொன்னாவுக்கு. தொண்டுப்பட்டிக்குப் போகும்போது பொன்னா சொன்னாள், 'வெங்கா, என்னயச் சாமீன்னும் கூப்பட வேண்டாம், பண்ணாடிச்சின்னும் கூப்பட வேண்டாம், பொன்னுன்னு கூப்புடு, அது போதும்.' 'ஆராச்சும் எதுனா சொல்லுவாங்க பொன்னு' என்று வெங்காயி சிரித்தாள். 'பொன்னுங்கறது மருவாதியான வார்த்ததான். ஆரும் ஒன்னும் சொல்ல மாட்டாங்க' என்று சந்தோசமாகச் சிரித்தாள் பொன்னா.

அன்றைக்குப் பலமுறை சிரித்திருந்தாள் பொன்னா.

21

தினமும் நாளை எண்ணிக்கொண்டே இருந்தார்கள். ஒன்றை எதிர்கொள்ளும் நாளல்ல, அதை எதிர்பார்த்துத் தயாராகும் நாட்களே முக்கியமானவை. பதற்றமும் வலியும் துயரும் எதிர்பார்ப்பும் கற்பனையும் என எல்லாம் கலந்து பரபரப்பை விளைக்கும் நாட்கள் அவை. அவற்றைக் கடப்பதற்கு எதுவும் உதவாது. அவையே கடந்து செல்வதுதான் உதவி. அதை வைத்து ஒவ்வொரு வருக்கும் ஒவ்வொரு திட்டமும் உருவாகிறது. சீராயிக்கு அதில் தன் குடும்பத்திற்கே விடிவு இருப்பதாக எண்ணம். பொன்னாவுக்குப் பண்ணயம் பார்ப்பது பற்றித் திட்டம். சேதிக்கூட்டம் முடிந்து அடப்பும் முடிந்துவிட்டால் ஊருக்குப் போய்விடலாம் என்று வல்லாயி ஆவலாக இருந்தாள். வெங்காயி இருப்பதால் எல்லாம் பார்த்துக்கொள்வார்கள். இரண்டு மூன்று நாட்களுக்கு ஒருமுறை இரவில் வந்து தங்கிப் போகலாம். ஏதாவது செய்துகொண்டு வந்தும் கொடுத்துப் போகலாம். சேதிக்கூட்டம் நல்லபடியாக முடிந்தால் போதும். தினமும் நாளை எண்ணுவதுதான் சீராயிக்கு வேலை.

செவ்வாய் இரவு அன்று 'பொதன் வெசாழன் இன்னம் ரண்டு பொழுது இருக்குது' என்றாள் அவள். 'அதுக்கு அப்பறம் என்ன மேலோகம் போயிப் பையனோட சேந்துக்குவியா' என்று குரல் வெளியேயிருந்து கேட்டது. நாய்கூடக் குலைக்கவில்லை. என்றாலும் 'படலக் கட்டாத வந்துட்டனாட்டம் இருக்குது. எதோ நாய் உள்ள வருது பாரு, போய் முடுக்கி உடக்கா' என்றாள் அவள், வந்தது நல்லையன் என்பதைத் தெரிந்து கொண்டு. 'இந்த நாய ஆரும் முடுக்கி உட்ர முடியாது பாத்துக்க நங்க. இதே பாத்துப் போனாத்தான்'

என்றபடியே அவர் வந்து கட்டில் ஒன்றில் படுத்துக்கொண்டார். 'என்ன கொழுந்தனாருக்கு ரொம்பக் களப்பாட்டம் இருக்குது. பிள்ளையும் குட்டியும் காலக் கட்டிக்கிட்டுக் கெடக்குது. வேல செஞ்சு முடியில' என்று கேலி பேசினாள் சீராயி.

நல்லையன் கல்யாணமே செய்துகொள்ளவில்லை. தம்பிகள் இருவர். தன் சொத்தைத் தனியாகப் பிரித்துக்கொண்டார். வீட்டை விட்டு எங்காவது சுற்றிவிட்டு வாரம், மாதம் கழித்து ஊருக்கு வருவார். சிலசமயம் யாராவது பொம்பளையைக் கூட்டி வந்து கொஞ்ச நாளைக்கு வைத்திருப்பார். அப்புறம் அனுப்பி விடுவார். ஊரைப் பற்றியோ உறவினரைப் பற்றியோ கவலைப்பட மாட்டார். காளிக்குப் பங்காளி முறையில் சித்தப்பா. அவனோடு ரொம்பவும் அணுக்கமாக இருந்தார். அவ்வப்போது தொண்டுப்பட்டிக்கு வந்து தங்கிக்கொள்வார். சந்தோசமாகப் பேசுவார். அவருடன் பேசினால் எல்லாக் கவலையும் ஓடிவிடும். அவர் பேச்சு பொன்னாவுக்கும் பிடிக்கும். உள்ளிருந்து வந்து 'வாங்க மாமா' என்று வரவேற்றாள் பொன்னா. 'என்ன மருமவளே, கொழந்தயக் குடுத்துட்டுப் பாக்கக் குடுத்து வெக்காத போயிட்டானா காளி' என்றார். அவள் எதுவும் பேசாமல் நின்றாள்.

'சில பேரு இப்பிடித்தான். பொழைக்கறது எப்ப, சாவறது எப்பன்னே அவனுங்களுக்குத் தெரியாது. பொழப்பு வரும்போது சாவானுங்க. சாவு வரும்போது பொழக்க வேணுமின்னு அழுவுவாங்க. பொழைக்கவும் பயப்படக் கூடாது, சாவவும் பயப்படக் கூடாது. அததுக்கான நேரத்த அததுக்குக் குடுக்கோணும். எத்தனையோ சொல்லியிருக்கறன் இவனுக்கு. இருந்தாலும் எல்லாத்தயும் காதோட வெச்சுக்கிட்டான். உள்ளயே உடுல பாத்துக்க. செரி, எங்க போச்சு சொந்தப் புத்தி?' என்றார். பொன்னாவுக்கு அவர் பேச்சைக் கேட்கக் கேட்க அழுகை வந்தது. காளியைப் பற்றி அவருக்கு எல்லாம் தெரியும். அவரிடம் பேசினால்தான் கொஞ்சம் ஆறுதல் கிடைக்கிறது என்று அவனே சொல்வான். 'சித்தப்பனாட்டம் இருக்கலாமின்னா எங்க முடியுது? அதுக்கு ஒரு தனி மனசு வேணும்' என்பான். பொன்னா அழுகையை அடக்க இயலாமல் முந்தானையை வாயில் பொத்திக்கொண்டாள்.

'அழுவாதயாயா. போனவனுக்கு அழுதா எந்திரிச்சா வந்தரப் போறான்? இருக்கற காலத்துக்குச் சந்தோசமா இருக்கோணும். சந்தோசம்னா என்னன்னு தெரியாத போறவன நாம என்ன புடிச்சா வெக்க முடியும்? அன்னைக்கு நான்

இங்கதான் இருந்தன். ஊரு ஒலகமெல்லாம் சுத்தி வர்றன். என்னாலயே தாங்கிக்க முடியில. அவன எம்பையனாத்தான் நெனச்சிருப்பனாட்டம் இருக்குது. அன்னைக்குத்தான் எனக்கே அது புரிஞ்சுது. எங்கப்பன் அம்மா போனப்பக்கூட எனக்கு ஒரு சொட்டுக் கண்ணீரு வர்ல. இந்த நாய்க்குத்தான் அன்னைக்கு அழுதன். இவனப் புடிக்காதவங்க ஆரு இங்க. உனக்குப் புடிக்கலயா இவன? எப்பிடி அவனோட இருந்தயின்னு ஊருக்கே தெரியும். உங்க மாமியாளுக்குப் புடிக்கலயா இவன? அவந்தான ஒலகம் அவளுக்கு. உங்கொண்ணனுக்குப் புடிக்கலயா இவன? அன்னைக்கு அப்பிடி மண்ணுல உழுந்து பொரண்டு கத்திக்கிட்டு அழுவறானே. உனக்கு நல்லதுதானடா நெனச்சன், எதுக்கு இப்பிடிப் பண்ணுனன்னு கத்தறானே. ஒரு ஆம்பள அப்பிடி அழுது அன்னைக்குத்தானாயா பாத்தன். இப்பிடி ஒரு மச்சனன் எவனுக்குக் கெடைப்பான். இன்னம் ஆருக்குப் புடிக்கல இவன? உங்கம்மா உங்கொப்பனுக்குப் புடிக்கலயா? எனக்குப் புடிக்கலயா? ஊருல எவனுக்குப் புடிக்கல? எல்லாருக்கும் புடிச்சவன் காளி. இத்தன பேருக்கு நம்மளப் புடிச்சிருக்குதுன்னு அவனுக்குத் தெரீல. புடிச்சவங்களோட பொழைக்கறதும் புடிச்சவங்களுக்காகப் பொழைக்கறதும் தான பொழப்பு. ஊரு வாயி நாற வாயி. அது கொட்டாவி உட்டாலே பீக்காட்டு நாத்தம் அடிக்கும். இன்னம் தொறந்து பேசுனா என்னாவும். அந்த நாத்தத்துக்கெல்லாம் நாம பொணையாவ முடியுமா? செரி, போனவன் உங்கையில ஒன்னக் குடுத்துட்டுப் போயிருக்கறான். அந்த வரைக்கும் நல்லது. இன்னமே பெத்தெடுத்து அத வெச்சுக்கிட்டுச் சந்தோசமா இரு. பையனாப் பெத்துக் குடு. பேரனுக்கு எஞ்சொத்தயும் எழுதி வெச்சர்றன்' என்று அவளுக்கு ஆதரவாகப் பேசினார்.

'பிள்ளதான் வேணும் மாமா. பையன்னா இப்பிடி ஒருத்தியத் தவிக்க உட்டுட்டுப் போற பாவத்தச் செய்வான்' என்று மெதுவாகச் சொன்னாள். 'பையன்னாலும் செரி, பிள்ளைன்னாலும் செரி மருமவளே. நம்ம சனத்துல பிள்ளயின்னாப் பாவம் கொஞ்சம் கஷ்டம். பையன்னாப் பரவால்ல. அதுக்குச் சொன்னன். பையனுக்கு ஊடும் காடும் மட்டுமில்ல, இந்த ஒலகமே சொந்தம். எங்க வேண்ணாலும் போலாம் வரலாம், எப்ப வேண்ணாலும் போலாம் வரலாம். காளிய ஒரெடத்துல புடிச்சு வெக்க உங்க மாமியாளால முடிஞ்சுதா கேளு. நெனச்சா நெனச்சபடி இருக்க ஆம்பளைக்கு இங்க முடியும். பொம்பளைக்கு அது இல்ல. ஒரெடத்துலயே கெடக்கோணும். அந்தப் பக்கம் இந்தப் பக்கம் பாக்கக்கூட முடியாது. மொவர போட்டுட்டுக்

கழுத்துல கவுறு போட்டுக் கட்டிப்புட்டாக் கன்னுக்குட்டி என்ன செய்ய முடியும்? அது மாதிரிதான். ஆம்பளயா இருந்தா பொண்டாட்டி போய்ட்டாலும் இன்னொன்னக் கட்டிக்கலாம், வெச்சுக்கலாம், போவலாம் வரலாம். உனக்குப் பாரு வெள்ளச் சீலயக் குடுத்துட்டாங்க. வெள்ளக்காரங்கிட்டச் சொல்லி வெள்ளச்சீலயத் தடுத்துப்புடோணும். இதக் கட்டிக்கிட்டு இங்கயே கெடக்கோணும் நீ. இன்னொருத்தனக் கட்டிக்க முடியுமா? அந்தத் தெகிரியம் உனக்கு வருமா? எல்லாத்தயும் உட்டுட்டு மொடங்கிக் கெடக்கற உசுரு பொம்பள. அதான் பையனாப் பொறந்து சந்தோசமா இருக்கட்டுமேன்னு சொன்னன். உனக்குப் பிள்ளதான் வேணுமின்னா அதையே பெத்துக்க' என்றார் அவர்.

'ஒன்னே ஒன்னுதான். பரம்பரைக்கு ஆணுதான் வேணும். என்ன இருந்தாலும் பிள்ளையின்னா இன்னொருத்தன் ஊட்டுக்குப் போறவதான்' என்றாள் சீராயி. 'ஆமா, கட்டிக் குடுத்துட்டு நாமதான் அலஞ்சிக்கிட்டுக் கெடக்கோணும். இதா நாங்க அலையறாப்பல. பையன்னா இருந்த எடத்துல இருந்துக்க லாம்' என்றாள் வல்லாயி. 'நங்க, ஆம்பளதான் பரம்பரயத் தூக்கி நிறுத்தறானா. பிள்ள நிறுத்தாத போயிருதா. என்ன பரம்பர? காக்காய்க்குப் பரம்பர இருக்குதா, குருவிக்குப் பரம்பர இருக்குதா? மனசனுக்கு மட்டும் எதுக்குப் பரம்பர, வாரிசு எல்லாம். இந்த ஒலகத்துல பொறக்கற எல்லாம் உசிரும் ஒன்னுதான். பொறந்து பொழச்சுச் சாவுது. அவ்வளவுதான். செரி நங்க, பரம்பர பரம்பர யின்னு சொல்லறயே, உங்கப்பன் பேரு என்ன சொல்லு' என்று கேட்டார். 'உனக்குத் தெரியாதா. எங்கப்பன் சோனான்' என்றாள் சீராயி. 'செரி, உங்க பாட்டன்?' 'எங்க பாட்டன் நான் பெருசாவற வெரைக்கும் இருந்துச்சே, ஏந் தெரியாது? பேரு மாரப்பனோ என்னமோ. கும்பக்கட்டுப் பாட்டாருன்னு ஊரே சொல்லும்.' 'செரி, பாட்டனோட அப்பம் பேரு என்ன?' 'பாட்டனோட அப்பம் பேரெல்லாம் ஆருக்குத் தெரியும். நீ எதுக்கு அதெல்லாம் கேக்கற. நேத்து நடந்தது இன்னைக்கு நெனப்பிருக்க மாட்டீங்குது.'

'உங்க பாட்டனோட அப்பம் பேருகூடத் தெரீல. இது மாதிரிதான உனக்கும். உம் பேரனோட பையனுக்கு உம்பேரு தெரியுமான்னு நெனச்சுப் பாரு. பரம்பரயாம் பரம்பர.' 'அட அப்பா உங்கிட்ட வாய் குடுத்து மீள முடியுமா? போட்டு வெச்சுக் காலகாலமா மனசன் போய்க்கிட்டிருக்கற தடத்துல போறம். நீ அதுல போவ மாட்டன், புதுத்தடந்தான் போடுவன்னு ஒத்தக்கால்ல நிக்கற' என்று முடித்தாள் சீராயி. 'பிள்ளயின்னு இருந்தா மொடாக்குள்ள போட்டு வெச்சிருக்கற பூச்சி அரிச்ச

புதுச்சீலய எடுத்துக் கட்டிக்கிட்டுப் போயிட்டு வரலாம், நாலு நாளைக்கு இருந்துட்டு வரலாம். கோழி அடிச்சுப் புட்டுச் சுட்டுப் போடும். நாளைக்குப் போயிச் சேந்தமுன்னா தலமாட்டுல வந்து உக்கோந்துக்கிட்டு அழுவும். பையன் வெளிய நின்னுக்கிட்டுத் துண்ட வெச்சு ம்கும்ம்கும்னு பொய்க் கண்ணீர் சிந்துவான்' என்று வல்லாயிக்கும் விளக்கம் சொன்னார். 'நீ சொல்ற, செரியாத்தான் தெரீது. ஆனா சனம் அப்பிடியா நெனைக்குது. சனத்தும் பொறத்தாண்ட போறம்' என்று சீராயி பெருமூச்சு விட்டாள்.

'செரி அத உடு நங்க. என்னமோ ஊருக்குச் சேதி சொல்றமுன்னு கூட்டம் கூட்டியிருக்குதாமா. ஊரெல்லாம் அழப்பு வெக்கறயாமா. என்னயக் கூப்படக் காணாம்' எனக் கேட்டார் மாமன். 'உன்னோட ஊட்டுப்பக்கம் வந்து பாத்தன் பயா. ஆளுக்காரப் பையந்தான் இருந்தான். நீ எங்க போயிருக்கற எப்ப வருவன்னு தெரீலன்னு சொல்லீட்டான்' என்று விவரம் சொன்னாள். 'ஆமா ஊர்ல இருக்கறவன் பொண்டாட்டி எல்லாம் அவ அவ புரசனுக்குத்தான் பிள்ளப் பெத்துக் குடுத்தாளாமா. அதயெல்லாம் ஊருக்கு மின்னால வந்து நிரூவிச்சுக் காட்டிருவாங்களா?' என்று கேட்டார். 'உங்கிட்டப் பேசுனா ஊருப் பொம்பள எல்லாரும் அவுசாரின்னு சொல்லீருவ போ.' 'நீ சொல்லு, எல்லாரும் உத்தம பத்தினின்னு.' 'நானெல்லாம் சொல்லுல போ. எவளோ எப்பிடியோ போறா, நம்புளுக்கு என்ன?' 'எனக்குக் கலியாணம் ஆவுல, பிள்ளயில்லயின்னு சொல்றீங்க. கணக்குப் பாத்தா இந்த ஊர்லயே எனக்குப் பொறந்தது அஞ்சாறு இருக்குது தெரீமா' என்று சிரித்தார். 'அப்பிடீன்னா சொத்த அதுவளுக்குப் பிரிச்சு எழுதி வெச்சிரு' என்றாள் சீராயி.

'நாங் குடுக்கத்தான் நெனக்கறன். அம்மாக்காரிவ ஒத்துக்க மாட்டீங்கறாளுவ, என்ன செய்யட்டும் சொல்லு.' 'அட கொழுந்தனாரே, ஊர்ல வெச்சிருக்கற மொறைய மீறிக்கிட்டு இங்க பொழைக்க முடியுமா?' 'செரி, கவலப்படாத. நானும் வந்தர்றன். என்னயப் பாத்தா எவனும் பேச மாட்டான். பேசுனான்னா அப்பறம் பாத்துக்கறன்' என்றார். 'அட வா. வந்து அதும் இதும் பேசீராத. அப்பறம் இந்த ஊரு உன்னயக்கூட எங்களோட சேத்து வெச்சுப் பேசிருமப்பா. இப்பவே எல்லாரும் வந்து கண்ணால பாத்த மாதிரி என்னென்னமோ பேசுதுவ. எப்பிடியோ நல்லபடியா சேதி சொல்லி முடிச்சு ஊடு வந்து சேந்தாப் போதும்னு இருக்குது' என்று சீராயி தன் கவலையைச்

சொன்னாள். 'என்னயப் பத்தி ஊருக்கே இப்பிடி ஒரு பயமிருக்குதா. அப்ப இத வெச்சுக்கிட்டு இந்த ஊருக்காரனுவள என்ன பண்றன்னு பாரு' என்றார் வேகத்தோடு. 'செரி, ஆளயே ரொம்ப நாளாக் காணாமே. எங்க போன?' என்று கேட்டாள் சீராயி. நல்லையன் மாமா சொல்லும் சம்பவங்கள் அனைத்தும் கதை போலத்தான் இருக்கும். கொஞ்ச நேரம் கதை கேட்கும் ஆவலில் வெளியே கல்லில் வந்து உட்கார்ந்துகொண்டாள் பொன்னா.

பூவரசை அசைத்த காற்று இதமாக வீசிற்று.

O

22

'நானு உசுருக்குப் பயந்து ஓடி ஒளிஞ்சுக் கிட்டுக் கெடக்கறன் நங்க. ஊட்டுப்பக்கம் வந்தாலும் பகல்ல காட்டப் பாத்துட்டு ராத்திரியில எங்காச்சும் ஓடிப் போயிருவன். இதா இன்னைக்கே இங்கதான் படுத்துக்கப் போறன். காளி இருந்தப்ப இங்க வந்தா இது மாதிரி ஒரெடம் நம்மளுக்கு வாய்க்காதான்னு இருக்கும். சும்மா ஆசப்பட்டு என்ன செய்றது? அவனாட்டம் ஒன்ன ஆக்கறதுக்கு ஆரால முடியும். அனுபவிக்கத்தான் குடுத்து வெக்கல. அவன் இல்லீனாலும் இதுதான் எனக்கு இப்பவும் பாதுகாப்பா இருக்குது பாத்துக்க. என்னயக் கொல செய்யறமுன்னு மூனு பேரு சுத்திக்கிட்டுத் திரியறாங்க. ஒருநா ராத்திரி அங்க தங்குனன்னாப் போச்சு. உசிரப் போக்கிருவானுங்க' என்று பயத்துடன் கிசுகிசுப்பாகச் சொன்னார் மாமா. இவருக்கு ஏதோ கிறுக்குப் பிடித்துவிட்டதோ என்று தோன்றியது பொன்னாவுக்கு. எந்த வீட்டுப் பெண் மீதாவது வலுவந்தமாகக் கை வைத்து விட்டாரோ, அவர்கள்தான் துரத்துகிறார்களோ என்றும் நினைத்தாள்.

'உன்னயக் கொல்றதுக்கு இன்னொருத்தன் பொறந்து வரோணுமே கொழுந்தனாரு. கிறுக்க னாட்டம் என்னமோ சொல்ற' என்றாள் சீராயி. 'என்னோடச் சின்னத்தம்பியும் அவனோட பசங்க ரண்டு பேருந்தான் எம்மேல குறியாச் சுத்தறானுங்க. ஒருத்தன் செயிலுக்குப் போனாலுஞ் செரி, ஆள முடிச்சுப்புட்டுத்தான் வேற வேலயின்னு சொல்றாங்களாமா. நானும் சும்மா இல்ல, நம்மூரு மணியாரங்கிட்டப் போயிப் பிராது குடுத்திட்டன். சொத்துக்காவ எந்தம்பியும் தம்பி பசவளும் என்னையக் கொல்றமின்னு அலயறாங்க. எனக்கு எதுனா ஆச்சுன்னா அவனுவ மூனு பேரையும் உள்ள வெச்சிரோணும்னு சொல்லீட்டன்' என்றார்.

'சொத்துக்கு இப்ப என்ன அவசரம். இன்னம் நீதான் ரண்டு பொண்டாட்டி கட்டறாப்பல முறுக்கமாத்தான இருக்கற. அதுக்குள்ள என்னமாம்' என்றாள் சீராயி. 'அதெல்லாம் ரண்டு பேரும் போட்டியில இருக்கறானுங்க. கருமாந்தரம் இந்தச் சொத்த வித்துத் தல முழுவீட்டு எங்காச்சும் பரதேசம் போயரலாமின்னு நெனப்பு ஓடுது' என்று சலித்துக்கொண்டு விவரத்தைச் சொன்னார் மாமன்.

பாகம் பிரித்தபோது தனக்கு மூன்றில் ஒருபாகம் வேண்டும் என்று கேட்டு வாங்கிக்கொண்டார். அப்போதிருந்தே அந்தச் சொத்தை முழுமையாகக் கவர்ந்துகொள்ள தம்பியர் இருவரும் போட்டி போட்டார்கள். அவருக்குக் கோழி அடித்துக் குழம்பு வைத்துத் தருவது, பலகாரம் செய்து தருவது என்று கவனிப்பில் பலத்த போட்டி. அவரும் வருகிறவரைக்கும் லாபம் என்று சாப்பிட்டுக்கொண்டிருந்தார். ஒருவரும் அவர்மீது பிரியம் காட்டவில்லை. சொத்து மீதுதான் பிரியம். இப்போதைக்கு ஒன்றும் நடக்காது என்று தெரிந்ததும் வேறு வழிகளைக் கையாள ஆரம்பித்தார்கள். மூத்தவனுக்கு ஒரு பையன், இரண்டு பிள்ளைகள். இளையவனுக்கு இரண்டு பையன்கள், இரண்டு பிள்ளைகள். மூத்தவன் சொத்து ஒரு பையனுக்கு முழுதாகக் கிடைத்துவிடும். பிள்ளைகளுக்குப் பாடுபட்டுக் கலியாணம் செய்துவிட்டால் போதும். ஆனால் இளையவன் இரண்டு பிள்ளைகளுக்கும் கலியாணம் செய்துவிட்ட பின் சொத்தைப் பிரித்தால் இரண்டு பையன்களுக்கும் பாதிபாதியாகவே வரும். அதனால் எப்படியாவது பெரியப்பனின் சொத்து கைக்கு வந்துவிட்டால் இரண்டு பேருக்கும் போதும் என்று எதிர்பார்த்திருந்தார்கள். அதற்காக அவரை எப்படி வளைப்பது என்று திட்டமிட்டார்கள். நல்லையனுக்குப் பெண் பித்து உண்டு என்பதால் இளையவனின் பெண்டாட்டியை அனுப்பினார்கள்.

ஒருநாள் ராத்திரி எட்டு மணிக்குக் கோழிக் குழம்பும் நெல்லஞ் சோறுமாக வந்தவள் கூட இருந்து பரிமாற ஆரம்பித்துவிட்டாள். வைத்துவிட்டுப் போவதுதான் வழக்கம். பரிமாறியவள் பேச்சும் பார்வையும் அவருக்கு வெளிப்படையாக அழைப்பு விடுத்தன. நான்கு பிள்ளைகளைப் பெற்றிருந்தாலும் வயது நாற்பதைத் தாண்டியிருந்தாலும் இளமைக்குரிய மிடுக்குடன் இருந்தாள். அவளை இத்தனை நெருக்கத்தில் இதுவரைக்கும் பார்த்ததில்லை. சரி, முயன்று பார்ப்போமே என்று கை வைத்தார். இணக்கம் கிடைத்துவிட்டது. அப்புறம் வாரத்திற்கு ஒருநாள் புருசன், பையன்கள், பிள்ளைகள் எல்லாருக்கும் தெரிந்தே இரவு நெடுநேரத்திற்குப் பிறகு அவருடைய கொட்டாயிக்கு அவள் வருவாள். அவருக்கென்ன, எங்கெங்கோ போய் எவளையோ

தேடிக்கொண்டிருப்பதற்கு இருந்த இடத்திற்கே ஆள் வருகிறதே என்று சந்தோசமாக இருந்தார். அவளுக்கு அவரை மிகவும் பிடித்துவிட்டது. வாரம் ஒருநாள் என்பது போய் அடிக்கடி வரத் தொடங்கினாள்.

அவர் சொன்னார், 'நாள் முழுக்கக் காட்டுல வேல செய்யறது. ராத்திரியானா கள்ள வவுறு நெறைய முட்டியாட்டம் குடிச்சுப்புடறது. ஊட்டுக்கு எங்க வர்றான்? பட்டிக் குடுசுலயே நீட்டிப் படுத்துக்கறது. ஒரு பிள்ளக்கிக் கலியாணம் பண்ணிட்டான். இன்னொன்னு சின்னது. பசங்க ரண்டும் கலியாண வயசுல நிக்குது. ஊட்டுக்கு வந்தாலும் என்ன பண்ண முடியும்? காஞ்சு கெடந்த காட்டுல மழ பெஞ்சதுன்னா என்ன பண்ணும்? முடிஞ்ச வரைக்கும் உறிஞ்சிக்குமுல்ல. அதுதான் ஆயிப் போச்சு. நான் எத்தன பேரப் பாத்தவன், அவளுக்கு என்ன புடிக்கும்னு தெரிஞ்சிக்கிட்டன். அவளையும் சும்மா சொல்லக்கூடாது. நில்லுன்னா நிப்பா, உக்கோருன்னா உக்கோருவா, அட பிள்ள குமிஞ்சுக்க அப்படீன்னு சொன்னா பட்னு குமிஞ்சு நின்னுக்குவா. என்ன சொன்னாலும் கேப்பா. இப்பிடி ஒருத்தியக் கட்டிக் குடும்பம் நடத்தத் துப்பில்லாத உடறான் பாரு. அவனெல்லாம் மனசனா?'

மூவருக்குமே இதைக் கேட்டதும் அப்படிச் சிரிப்பு வந்தது. பொன்னா கட்டுப்படுத்திக்கொண்டு உட்கார்ந்திருந்தாள். சீராயி 'உனக்கு எதப் பேசறதுன்னா தெரீது. வெக்கம் மானமில்லாத எல்லாத்தயும் பேசற' என்றாள். 'இதயெல்லாம் பேசோணும் நங்க. பொம்பளகிட்ட உனக்குப் புடிக்குதா இல்லயான்னு கேக்கோணும். கரட்டூரு வேசயாத் தெருவுக்குப் போய்ப் பாரு. ஆவாதவன எல்லாம் செருப்புல அடிச்சுத் தொரத்தீருவாங்க' என்றார். அப்படித் தொடர்ந்த அவள் அதிக நேரம் அவருடனேயே இருக்கத் தொடங்கிவிட்டாள். புருசனோ பையன்களோ போய்க் கூப்பிட்டால் 'வர்றம் போ' என்று அசட்டையாகச் சொல்லி அனுப்பினாள். அவருக்குச் சோறாக்கி வைப்பது, அவருடைய காட்டில் வேலை செய்வது, அவருடன் சிரித்துப் பேசுவது என்று அவள் போக்கே முழுக்க மாறிப் போயிற்று. அவரே போகச் சொன்னால்கூடப் போவதில்லை.

சொத்துக்காகத்தான் இவ்வளவு இழைகிறாள் என்று நினைத்து 'சொத்த உம் பேர்ல எழுதட்டுமா, பசவ பேர்ல எழுதட்டுமா. ஆரு பேருல எழுதுனாலும் எனக்கப்பறம் அவுங்களுக்குன்னுதான் எழுதுவன்' என்று கேட்டார். அதற்கு அவள் சொன்னாள், 'சொத்து வேணுமின்னுதான் என்னயப் போவச் சொன்னாங்க. நானும் அதுக்குத்தான் வந்த. ஆனா இப்ப

எனக்குச் சொத்தும் வேண்டாம், அந்த நாய்வளும் வேண்டாம். உங்களோடவே இருந்தர்றன். அது போதும். உங்களாட்டம் நல்லவிய ஆரு இருக்கறா. உங்களப் போயி மோசமுன்னு பேசறாங்களே' என்று சொல்லிவிட்டாள். பகல் நேரத்தில் காட்டுக்குள்ளேயே இருவரும் கொஞ்சிக்கொள்வதைப் பார்த்துத் தம்பிக்குப் பொறுக்கவில்லை. அவளை வந்து கூப்பிட்டான். 'வர்றம் போ' என்று விட்டாள். 'என்னடி, அவனுதுல பாலாக் கொட்டுதா? ஏந்திக்கிட்டு நிக்கற' என்று கேட்டுவிட்டான். அவளும் முரண்டிக்கொண்டாள். 'ஆமாண்டா, கொட்டுது. நிய்யுந்தான் வெச்சிருக்கறயே, நிமித்திப் பாரேன்' என்று பதில் கொடுத்தாள். அப்போதுதான் தம்பிக்காரனுக்கு இது வேறு மாதிரி போய்விட்டது என்பது புரிந்து மயிரைப் பிடித்து இழுத்து முதுகில் இரண்டு சாத்துச் சாத்தி இழுத்துப்போனான்.

அவருக்கு அப்போதே பயம்தான். என்றாலும் இதில் நம்மீது தப்பு எதுவும் இல்லையே என்று பேசாமல் இருந்தார். அன்றைக்கு ராத்திரி மறுபடியும் அவரைத் தேடி வந்துவிட்டாள். பின்னாலேயே வந்த அவள் சின்ன மகன் 'ஒருநாளைக்குக்கூட சும்மா இருக்க மாட்டீங்குது' என்று திட்டியபடி வந்து வீட்டிற்குள் இருந்தவளை இழுத்துப்போனான். அவள் 'உடுடா. எனக்குப் பொறந்தவன் நிய்யி. என்னய இப்பிடிக் கேக்க ஆயிருச்சா. சொத்து வருதுன்னா அப்பன் மக்களெல்லாம் எதையும் உட்டுக் குடுப்பீங்கதான. அம்மாள இப்பிடி அனுப்பலாமான்னு அன்னைக்கு ஒருவார்த்த கேக்கத் துப்பு இருந்துதாடா. இன்னைக்கு வர்ற. மாமன் சொத்த உம்பேருக்கு எழுதி வெக்கறமின்னு சொல்லீட்டாருடா. அவருக்கு அப்பறம் உனக்குத்தான். அது போதுமில்ல, என்னய உடு. நான் அவுரு கூடவே இருந்து எங்காலத்தக் கழிச்சிர்றன். உங்களுக்கு ஒரு எடஞ்சலும் குடுக்கல. என்னய ஆரும் பாக்கவும் வேண்டாம். முடியாத காலத்துல கவுறு போட்டுத் தொங்கீர்றன்' என்று கத்தினாள்.

ராத்திரியில் இந்தச் சத்தம் பெரிய தம்பி வீட்டுக்கும் கேட்டுவிட்டது. அவர்களும் ஓடி வந்தார்கள். அதற்குள் அவளை இழுத்துக்கொண்டு போய்விட்டான். 'என்னய எம் பிரசன் கேக்கட்டும். அவனுக்கு நான் பதிலுச் சொல்லறன். நீ ஆருடா என்னயக் கேக்கறதுக்கு. தாய் மேல கை வெக்கறயே, நிய்யெல்லாம் ஆம்பளப் பையந்தானாடா' என்று அவள் கத்த முரட்டுக் கையால் அவள் வாயிலேயே குத்திவிட்டான். பல்லும் உதடுகளும் உடைந்து வாயெல்லாம் ரத்தத்தோடு போனாள். வந்து நின்ற பெரிய தம்பிக்கு 'ஒன்னும் இல்லைடா. புரசன் பொண்டாட்டி சண்ட. அதுக்கு எங்கிட்ட வெலக்கி உடச் சொல்லி வந்துட்டா. அதான் அவ பையன் வந்து கூட்டிக்கிட்டுப் போறான்' என்று

சொன்னார் அவர். அவனுக்கு நம்பிக்கை வரவில்லை. 'நானும் பாத்துக்கிட்டுத்தான் இருக்கறன். பொண்டாட்டிய உட்டு உன்னய வளச்சுப் போடப் பாக்கறானா. நானெல்லாம் அப்பிடி மானங் கெட்டவனில்ல. ஆனா அதக் காட்டுனா இதக் காட்டுனான்னு சொத்த எழுதிக்கீது வெச்ச. கழத்த அறுத்துப்புட்டு செயிலுக்குப் போயிருவனாமா' என்றான்.

'ஏண்டா சொத்து என்னோடது. நான் ஆருக்கு வேணு மின்னாலும் குடுப்பன். நீங்க என்னத்துக்குடா இப்பிடிச் சண்டைக்கு வர்றைங்க' என்றார். 'பாதி என்னுது. அது மட்டும் நெனப்புல இருக்கட்டும். இல்லீனா ராத்திரியோட ராத்திரியாக் கழத்த அறுத்து ஆரியக்காட்டுல போட்டுத் தண்ணி பாய்ச்சிருவன். அப்பறம் எங்க போனானோ ஆளக் காணாமின்னு சொல்லீருவன் பாத்துக்க' என்று மிரட்டிவிட்டுப் போனான். சீராயி கேட்டாள், 'இழுத்துக்கிட்டுப் போனாங்களே அவள என்ன செஞ்சாங்க?' 'அதயேங் கேக்கற போ' என்று கட்டிலில் இருந்து எழுந்துகொண்டார் அவர்.

காற்றுக்குப் பதற்றம் ஏற்பட்டு ஊளையிட்டது.

O

23

நல்லையன் மாமாவின் தம்பி பெண்டாட்டி சீலாயிக்கு அவர்மீது ஏற்பட்ட ஈடுபாட்டிற்குக் காரணம் இன்னதுதான் என்று சொல்ல முடியாது. அப்படிப் பைத்தியம் போலாகிவிட்டாள். புருசனும் பையன்களும் கண்டபடி அடி போட்டார்கள். எத்தனை கேவலமாகப் பேச முடியுமோ அத்தனை விதமாகப் பேசிப் பார்த்தார்கள். எல்லாவற்றிற்கும் அவர்கள் மொழியிலேயே பதில் கொடுத்தாள் அவள். மறுநாள் காலையில் எழுந்து பார்த்தால் ஆளைக் காணவில்லை. அவர் வீட்டில் போய்ச் சாணியள்ளிக் கொண்டிருந்தாள். வரட்டும் என்று விட்டார்கள். அவள் வருவதாக இல்லை. அவரும் தனக்குப் பிரச்சினை வந்துவிடும் என்று பயந்து போகும்படி எவ்வளவோ சொன்னார்.

‘இங்க பாரு, என்னய உனக்குப் புடிச்சிருக்குது செரி. ஆனா நீ எங்கயோ சந்தைல இருந்து நாங் கூட்டியார பொம்பள இல்ல. எந்தம்பி பொண்டாட்டி. ஒரு பிள்ளைக்குக் கலியாணம் மூச்சுப்புட்ட. இன்னம் மூனுக்கு மூய்க்கப் போற. குடும்பமா இருக்கறவ இப்பிடி வந்தா இருக்க முடியுமா? வாரத்துக்கு ஒருநாளைக்கோ ரண்டு நாளைக்கோ வா. சேந்து இருக்கலாம். அப்பிடி இருந்தா அவுங்களும் ஒன்னுஞ் சொல்ல மாட்டாங்க. இங்கயே வந்து இருக்கணும்னா உடுவாங்களா சொல்லு. சம்பந்தம் பண்ண வர்றவங்க, இப்பிடின்னு தெரிஞ்சா ஊடேறி வருவாங்களா? மறவா இருந்தா ரொம்ப நாளைக்கு இருக்கலாம், போ’ என்று எவ்வளவோ நைச்சியமாகச் சொல்லிப் பார்த்தார். அவள் போவதாக இல்லை.

‘அவுங்க மூஞ்சியப் பாத்தாவே புடிக்க மாட்டீங்குது. எப்பிடியோ எல்லாத்தயும் பாக்கட்டும். இன்னைக்கு அவுசேரின்னு என்னயத் திட்டறாங்க. அவுசேரி போன்னு உட்டது ஆரு? இவுங்கதான.

சொத்து வேணுன்னா பொண்டாட்டி அவுசேரி போனாலும் பரவால்ல. இப்பக் கேக்கறான் உந்தம்பிக்காரன், 'எங்கண்ணன் எப்பிடிப் பண்றான்னு சொல்லு, அப்பிடி நானும் பண்றன்' அப்பிடீங்கறான். இந்தப் பித்தி இத்தன நாளா எங்க போயிருந்துது. செத்தாலும் சாவனே தவர இன்னமே அங்க போவ மாட்டன். உனக்கு வேண்ணா ஒரு கொழந்தய பெத்துக் குடுக்கறன், வளத்துக்கிட்டு இருக்கலாம்' என்று கட்டாயமாகச் சொல்லிவிட்டாள்.

இப்படி முரண்டு பிடிக்கிறாளே என்னும் கோபத்தில் அவரும் கன்னத்தில் இரண்டு கொடுத்து 'புரசன் பொண்டாட்டி பசங்கன்னு குடும்பமே சேந்துக்கிட்டு என்னயக் கொடும பண்றீங்களா? என்னோட எந்தப் பொம்பளையையும் வெச்சுக்க மாட்டன். ஓடு நீ, வேணுன்னாக் கூப்புடறான் வா' என்று பேசி வெளியே பிடித்துத் தள்ளினார். அவளோ போவதாகத் தெரியவில்லை. கட்டுத்தரைப் பக்கம் உட்கார்ந்துகொண்டு அவரையே பார்த்துக்கொண்டிருக்கிறாள். என்ன இல்லை இவளுக்கு? புருசன், பிள்ளைகள் என்று குடும்பம். சொத்தும் சொந்தமும் குறைவில்லை. ஆனால் இப்படிப் பிச்சைக்காரி மாதிரி உட்கார்ந்துகொண்டிருக்கிறாளே என்று பரிதாபமாக இருந்தது. கூப்பிட்டுச் சோறு போட்டார். 'அங்கயும் போயிக்கிட்டு இங்கயும் வர்றதா இருந்தா இரு. இல்லீனா நீ எனக்கு வேண்டாம். எனக்கு ஒரு மசுரும் இல்ல, இப்பிடியே எல்லாத்தயும் போட்டுட்டுப் பரதேசம் போயிருவன்' என்றார். அவர் சொல்கிறபடி கேட்பதாகச் சொன்னாள். கூட்டிப்போய் விட்டு வந்தார்.

அன்றைக்கு ராத்திரி அவரைப் பார்க்கக் கிளம்பினாள் போல. உடனே போகக்கூடாது என்று தடுத்து அடித்திருக்கிறார்கள். அதையும் வாங்கிக்கொண்டு ஓடி வந்தாளாம். உடனே மூவரும் சேர்ந்து கோழியை அமுக்குகிற மாதிரி அமுக்கிப் பிடித்து வீட்டுக் கூச்சத்தில் கட்டிப் போட்டார்களாம். விடிய விடிய அப்படியே கிடந்திருக்கிறாள். காலையில் வீட்டு வேலையை எல்லாம் தனியாகப் பார்த்துக்கொண்டிருந்த தன் பிள்ளையிடம் கெஞ்சினாளாம். அவளும் பரிதாபப்பட்டு 'ஏம்மா இந்த வயசுல இப்பிடிப் பண்ற? மானக்கேடா இருக்குது. ஊருல நாலு பேருக்குத் தெரிஞ்சா தல நிமிந்து நடக்க முடியுமா?' என்று அழுதுகொண்டே அவிழ்த்துவிட்டாளாம். மகளோடு சேர்ந்து வீட்டு வேலைகளைப் பார்த்தவள் திடீரென்று காணாமல் போய்விட்டாளாம். தேடினால் வீட்டுக்கு முன்னால் இருந்த அணப்பைக் கடந்து நல்லையன் வீட்டுக்குப் போய்க் கொண்டிருந்தாளாம். இது சரிப்படாது என்று அவளை மாட்டு

வண்டியில் ஏற்றி அவளுடைய அப்பன் வீட்டுக்குக் கொண்டு போனார்களாம்.

அப்பன் வீடு சீரூர். அங்கே கொண்டு போய்க் கொஞ்ச நாளைக்கு இருக்கட்டும் என்று விட்டார்களாம். அவளுடைய அப்பன் அம்மா அண்ணன் தம்பி என்று பெரிய குடும்பம். பண்ணயமும் பெரிசுதான். அவர்கள் ஆள் மாற்றி மாற்றிக் கவனித்தபடி இருந்தார்களாம். மூன்று நாள் பிரமை பிடித்தவள் போல இருந்தவள் அன்றைக்கு இரவு கிளம்பி ஊருக்கு வந்து நல்லையன் வீடேறி நிற்கிறாள். நடுராத்திரியில் வந்தவளை என்ன செய்வது? 'என்ன செய்யறது? செரி, வந்த வரைக்கும் வரவுன்னு ஊட்டுக்குள்ள கூட்டிக்கிட்டுப் போயிச் சோறு போட்டன். வப்புவப்புன்னு அள்ளி அள்ளித் திங்கறா. என்னமோ சோத்தயே இதுவெரைக்கும் பாக்காதவ மாதிரி இருந்துச்சு. அப்பமூடு சோறு போட்டாங்களோ, இவ திங்க மாட்டமுன்னு சொல்லீட்டாளோ தெரீல. அட நம்மள நெனச்சு இப்பிடி ஒருத்தி இருக்கறான்னு சந்தோசமாத்தான் இருந்துச்சு. ஆனா இவள வெச்சுக்கிட்டு என்ன பண்றது? எங்கயாச்சும் கூட்டிக் கிட்டுப் போயி வெச்சுப் பொழைக்க முடியுமா? நாமளே ஒரு அத்தாந்தரம். இதுல இன்னொன்னச் சொமக்க முடியுமா? குளிருனா துப்பட்டி தேடுவன். குளிரு போயிருச்சுனா துப்பட்டியத் தூக்கி வீசிருவன். அதுதான் எனக்கு ஒத்து வரும். வந்துட்டாளேன்னு அன்னைக்குப் போத்திக்கிட்டன். வெடியங்காட்டிக் கூட்டிக்கிட்டுப் போயி அவுங்க ஊட்டுல உட்டுட்டு நேராப் பரதேசம் கௌம்பீட்டன். இந்தத் தரம் ஆறு மாசத்திக்கு வரக் கூடாதுன்னு நெனச்சுக்கிட்டுத்தான் போனன். ஆனா இப்ப எங்க முடியுது? வயசும் ஆவுதில்ல. ஒடம்புக்குச் சொகமில்ல. செரின்னு ஒருமாசத்திலயே வந்துட்டன். வந்தா ஆளுக்காரப் பையன் சொல்றான், 'அந்தப் பண்ணாடிச்சி தெனமும் ஒருக்கா வந்து எப்ப வருவாருன்னு கேட்டுட்டுப் போயிருவாங்க.' நானும் அவ கண்ணுலயே படக்கூடாதுன்னு ஒளிஞ்சு ஒளிஞ்சு இருந்து பாத்தன். ஒரே காட்டுக்குள்ள எங்க போயி ஒளியறது. ஓடியாந்துட்டா' என்றார்.

அவளை மறுபடியும் ஊருக்குக் கொண்டு போய்விட்டார்கள். பிறந்த வீட்டுக்காரர்கள் அவளுக்குப் பைத்தியம் பிடித்துவிட்டது என்று ஊருக்கெல்லாம் சொல்லிவிட்டார்கள். காட்டுக்குள் ஐந்தாறு தென்னை மரங்கள் இருந்தன. அங்கே கொண்டு போய் விலங்கு மாட்டிவிட்டார்கள். விலங்கு என்றால் சாதாரணமானது அல்ல. அந்தக் காலத்தில் கட்டுகிற மாதிரி தொண்டுமுட்டி கட்டிவிட்டார்கள். இரண்டு காலிலும் சங்கிலியைக் கோத்துக்

கட்டி அதில் ஒரு இரும்புக் குண்டையும் சேர்த்துவிட்டார்கள். கொஞ்சதூரம் நடக்க வேண்டும் என்றாலும் குண்டைக் கையில் தூக்கிக்கொண்டு போக வேண்டும். ரொம்பக் கனம். அங்கேயே நாய்க்குச் சோறு போடுகிற மாதிரி வைத்திருந்தார்கள். கால் முழுக்கப் புண்ணாகிச் சொதசொதவென்று நீர் கொட்டியது. பரிதாபப்பட்டு அவிழ்த்துவிட்டார்கள். இரண்டு நாள் இருந்து புண் கொஞ்சம் ஆறியதும் ஊருக்கு ஓடி வந்துவிட்டாள். நல்லையன்தான் ஏதோ செய்வினை செய்து மயக்கிவிட்டார் என்று பேச்சுக் கிளம்பியது. அதை முறிக்கச் செல்லிமலைக் கரட்டடிவாரத்தில் உள்ள வெப்பூருக்குப் போய்ச் செலவு செய்தார்கள். ஆனால் அவள் மாறவில்லை.

'என்ன செய்வின பண்ணுனயோ அத நிய்யே முறிச்சுப்புடு. இல்லீனா ஆளக் காலி பண்ணீருவம்' என்று அவருக்கு மிரட்டல் விட்டார்கள். 'அட நானெல்லாம் ஒன்னும் பண்ணுல. எனக்கெதுக்கு இந்தக் கொடும. சொடக்குப் போட்டன்னா ஓடியாரதுக்கு ஆயரம் பேரு இருக்கறாங்க. உம் பொண்டாட்டிதான் அரிசயமா' என்று எவ்வளவு சொன்னாலும் கேட்க மறுக்கிறார்கள். ஊரில் இருக்கையில் ஆளுக்காரப் பையன் ஆக்கி வைப்பதைத் தின்றுவிட்டுக் கிளம்பி எங்காவது போய்விடுவதும் பின் யாருக்கும் தெரியாமல் வந்து படுத்துக்கொள்வதும் என்று இப்போது பொழப்பு நடக்கிறது. தம்பியும் பையன்களும் அவரைப் பார்க்கிற பார்வை சரியில்லை. என்னவாவது செய்துவிடுவார்கள் என்று பயப்படுகிறார். தூங்கும்போது தலையில் கல்லைத் தூக்கிப் போடவும் செய்வார்கள். அவரைப் பார்க்கையில் 'அந்த அருவாள எடுத்தாடா' என்று தம்பியின் பெரிய பையன் ஜாடை பேசுகிறானாம். சீராயி சொன்னாள்:

'இப்பிடியுமா ஒரு பொம்பள இருப்பா? ஊரெல்லாம் அவளுக்கு என்னமோ கிறுக்குப் புடிச்சிருச்சுன்னு பேசுது. அப்பிடித்தான் சொல்றாங்க. முந்தா நேத்துப் போயிருந்தன். சேதிக்கூட்டத்துக்குக் கூப்படறதுக்குத்தான். அப்ப அவளப் பாத்தன். செவுத்துல சாஞ்சு உக்கோந்துக்கிட்டுப் பேயி புடிச்ச மாதிரி என்னய மொறச்சுப் பாத்தா. கிறுக்குத்தான் ஆயிட்டான்னு நானே நெனச்சன். நீ சொல்றதப் பாத்தா எனக்குக்கூட உம்மேலதான் சந்தேகமா இருக்குது. சோத்துல எதுனா மருந்து வெச்சுக் குடுத்திட்டீயா. இல்லீனா எதுக்கு இப்பிடி ஆவறா?'

'நங்க, எனக்கு இதா வேல. இத்தன வெருசம் பொழச்சுப் புட்டன். இப்பிடி ஒரு பொம்பளயப் பாக்கல. இது முத்திப் போச்சு. ஒன்னு அவளக் கொன்னுருவாங்க, இல்ல என்னயக் கொன்னுருவாங்க. அவளக் கொன்னா ஆளுப் போயிருவா,

சொத்து வராது. என்னயக் கொன்னுட்டா பிரச்சினயும் முடிஞ் சிரும், சொத்தும் வந்துரும். அப்பிடித்தான் கணக்குப் போடுவாங்க. அதான் என்ன பண்றதுன்னு ஓசிச்சுக் கொழம்பிக்கிட்டு இருக்கறன்' என்றார் அவர்.

'எப்பிடியோ நல்லாப் பொழச்சிக்கிட்டு இருந்த ஒரு குடும்பத்தக் கொலச்சுப்புட்ட. இப்பிடி எத்தன குடும்பத்தக் கொலச்சயோ போ. அந்தப் பாவமெல்லாம் உன்னயச் சும்மா உடாது பாத்துக்க' என்று சீராயி பயமுறுத்தினாள்.

'நிய்யே உன் நெஞ்சத் தொட்டுச் சொல்லு நங்க. இதுல எம்மேல என்ன தப்பு இருக்குது. சொத்துக்காவப் பொண்டாட்டிய அனுப்புனானே அவனத் தப்பு சொல்ல மாட்டீங்கற. என்னயச் சொல்ற. இதுதான் ஒலகம் பாத்துக்க. சொத்த வித்துப்புட்டு எங்காச்சும் போயிச் சாவற வெரைக்கும் அத வெச்சுத் தின்னுக்கறன். இல்லீனா கொதவு வெச்சுக் காசு வாங்கறன். நாளைக்குக் கொதவுப் பணத்தக் கட்டி ஆரு மீட்டுக்கறாங்களோ அவுங்க வெச்சுக்கட்டும். இல்லீனாக் கொதவுக்காரனே புடிச்சுக்கட்டும். எப்பிடியும் இன்னமே இந்த ஊருல இருக்க முடியாது. பரதேசந்தான். பாக்கறன். கரட்டூருல வக்கீலு ஒருத்தரு இருக்கறாரு, அவரப் போயிப் பாக்கலான்னும் நெனப்பு ஓடுது. கோயிலுக்குன்னு எழுதி வெச்சிட்டா, அங்கயே சாவறவரைக்கும் சோறு போட்டிருவாங்களான்னு கேக்கோணும். என்னமோ வெள்ளக்காரனெல்லாம் நாட்ட நம்மாளுங்க கிட்டயே குடுத்திட்டுப் போவப் போறாங்களாம். எப்பன்னு தெரீல. அப்பிடிப் போயிட்டா சட்டமெல்லாம் மாறும்னும் சொல்றாங்க. பாக்கலாம், எதுனா ஒரு முடிவு வந்துதான ஆவோணும்' என்றார்.

'எதுக்குடா அப்பா இந்தப் பாடு. ஒரு கலியாணத்தப் பண்ணிக்கிட்டு எல்லாராட்டம் இருந்திருந்தா இந்த வயசுல இப்பிடி ஓடி ஒளியற நெல வந்திருக்குமா' என்று பெருமூச்சு விட்டாள் சீராயி.

'காளி இருந்திருந்தா எனக்குப் பாதுகாப்பு. இப்ப அவனும் இல்ல. எதுக்காச்சும் அவசரம்னா இங்கதான் வருவன். வரக் கூடாதுன்னு சொல்லீராதீங்க. அப்பறம் காளியாட்டம் எனக்கும் பூவரச மரத்துல ஒரு வாத வெட்ட வேண்டி வந்திரும் பாத்துக்கங்க' என்று வாய்விட்டுச் சிரித்தார்.

'காளிய வந்தொடன அந்தப் பேச்சுப் பேசுனீங்க. இப்பக் காளியாட்டம் போயிருவன்னு சொல்றீங்க' என்றாள் வல்லாயி வெகுநேரமாகப் பேசாமல் கேட்டுக்கொண்டிருந்த மௌனத்தைக் கலைத்து.

'நானெதுக்குச் சாவறனக்கா. கொல்ல வந்தானுங்கன்னா நானும் ஒருத்தனயாச்சும் போட்டுட்டுத்தான் சாவன். இடுப்புலயே கத்திய வெச்சிக்கிட்டுத்தான் நானும் சுத்திக்கிட்டு இருக்கறன். பயந்தாங்கொள்ளி இல்ல இந்த நல்லான். எதுக்குச் சாவோணும். நாலு ஓசனையும் இருக்குது. எது ஒத்து வருதோ அதச் செய்யோணும். ஓசிக்க மூள இல்லாதவனா நானு. ஒரு பேச்சுக்குச் சொன்னன்' என்று மேலும் பேசிக்கொண்டேயிருந்தார். பொன்னா உள்ளே போய்ப் படுத்துக்கொண்டாள்.

அவளுக்குள் என்னென்னவோ யோசனைகள் ஓடிக் கொண்டிருந்தன.

○

24

சுக்குக் கருப்பட்டி போட்டுக் கலக்கிய பானகத்தை ஒவ்வொருவருக்கும் ஊற்றிக் கொடுத்தபடி இருந்தான் முத்து. சொப்பில் குடித்தது போகச் சிலர் போசியிலும் வாங்கிக்கொண்டனர். வர முடியாத கிழடுகளுக்கும் குழந்தைகளுக்கும் கொண்டு போவார்கள். இது வழக்கம்தான் என்பதால் முத்து பானை நிறையக் கலக்கி வைத்திருந்தான். இன்னும் கருப்பட்டி பக்கத்தில் கூடையிலேயே வைக்கப்பட்டிருந்தது. தண்ணீரும் இரண்டு குடம் இருந்தது. எல்லாம் பொழுதிருக்கவே அவன் பெண்டாட்டியையும் கூட்டி வந்து ஏற்பாடு செய்துவிட்டான். ஊர்க் கோயிலுக்கு முன்னால் பரந்த வெளியில் சாவடி. வேம்பின் அடியில் சுற்றிலும் கல் பாவியிருந்தது. எல்லாரும் பானகத்தைக் குடித்துவிட்டு அங்கங்கே இருந்த கல்லில் உட்கார்ந்து பழமை பேசிக்கொண்டிருந்தனர்.

வெளுத்தான் இரண்டு வெள்ளை வேட்டிகளை மாத்தாக விரித்திருக்க அதில் தேங்காய் பழங்கள் எல்லாம் வைத்திருந்தான் சவரன். பொன்னாவைக் கூட்டி வந்திருந்தார்கள். பெண்கள் பக்கம் ஒரு மூலையில் உட்கார்ந்திருந்தாள். அவளுக்குப் பக்கத்தில் வல்லாயும் முத்துவின் பெண்டாட்டியும் உட்கார்ந்திருந்தார்கள் பெண்கள் கூட்டம் நிறையவே இருந்தது. சீராயி கூப்பிட்டதற்காக வந்தவர்கள் அல்லாமல் இந்த மாதிரி ஒரு சாங்கியம் ஊரில் நடந்து பல காலம் ஆகிவிட்டதால் எப்படிச் செய்வார்கள் என்பதைப் பார்க்கும் ஆவலிலும் பலர் வந்திருந்தார்கள். தொரட்டுப் பாட்டி வந்து காலை நீட்டிக்கொண்டு உட்கார்ந்திருந்தார். இரண்டு தலைமுறைக்கு முன்னால் இப்படி நடந்த ஒன்றை அவர் சொல்லவும் அது யார் என்ன என்று

பெண்கள் விசாரித்துக்கொண்டிருந்தனர். வெளுத்தான் மூன்று நான்கு தீப்பந்தங்களை அங்கும் இங்குமாகப் பிடித்து நின்றனர். ஒவ்வொருவர் இடம் சரியாக இருக்கிறதா என்று பார்க்கத் தீப்பந்தத்தைக் கொண்டு வருமாறு கேட்டனர்.

பங்காளி வீட்டுக்காரர்கள் யார் யார் வந்துள்ளனர் என்று பார்த்தாள் சீராயி. கிட்டத்தட்ட எல்லா வீடுகளில் இருந்தும் ஒவ்வொருவரோ இருவரோ வந்திருந்தனர். சீராயின் தம்பிகள் இருவரும் வந்து ஆட்களோடு பேசிக்கொண்டிருந்தனர். வெளியூர் ஆட்கள் நிறைய வந்திருந்ததால் அவரவருக்குத் தெரிந்தவர்களோடு பேசி அளவளாவினர். திருப்தியாக இருந்தது அவளுக்கு. நல்லையனைக் காணவில்லை. பரதேசம் போய் விட்டானோ என்று நினைத்தாள். தம்பி வீட்டார் அடித்துப் போட்டிருப்பார்களோ என்றும் தோன்றியது. அப்படியெல்லாம் இருக்காது என்று மனதைத் திடப்படுத்திக்கொண்டாள். ஊர்த் தலைவர் எல்லாரிடமும் பேசியிருந்து பானகமும் குடித்துவிட்டு முன்னால் வந்தார். 'எல்லாரும் பானக்கம் குடிச்சிட்டீங்களா?' என்று பொதுவாகக் கேட்டார். தேக்கங்காட்டுக் கண்ணான் 'அதெல்லாம் வவுறு முட்டக் குடிச்சிட்டுச் சனம் மல்லறதுக்கு எடம் பாத்துக்கிட்டு இருக்குது. இன்னங் கொஞ்சநேரம் ஆச்சுனா சாவடியே நாறிரும்' என்றான்.

அவனுக்குச் சிறுவயசுதான். எகத்தாளமாகப் பேசுவதில் கெட்டி. 'யாருப்பா அது ஊருல இன்னொரு நல்லானாட்டம் இருக்குது' என்றார் ஊர்த் தலைவர். 'ஆமா. அவுருகூடவே சந்தசாரிக்குப் போயிக் கெடாரியா ஒன்னப் புடிச்சிக்கிட்டு வரலாம்னு பாக்கறன். கண்ணுக்கே சிக்க மாட்டீங்கராரு' என்றான் கண்ணான். எல்லாரும் சிரித்தார்கள். 'ஊர்ல ஒன்னும் கெடாரி சிக்குலயா உனக்கு?' 'இங்க எல்லாம் கெழடும் கிண்டுமாக் கெடக்குது.' 'தலமொறைக்கு ஒன்னு இப்பிடி இருக்கோணுமில்ல. எங்கயோ நல்லானக் காணாமே, சீரா அவனுக்குச் சொல்லி உட்டீங்களா' என்றார் ஊர்த் தலைவர். 'அதெல்லாம் சொல்லியாச்சுங்க. அவுரு பரதேசம் போயிருப்பாரு' என்று சீராயிக்குப் பதிலாக யாரோ சொன்னார்கள். 'அவுரு இருந்தாத்தான் ஊர்க்கூட்டம் செறக்குது' என்றபடி நல்லையனைப் பலரும் நினைவுகொண்டனர். எல்லாம் கலகலப்பாக இருப்பதால் ஒன்றும் பிரச்சினை வராது என்று சீராயிக்கு நிம்மதி வந்தது.

'செரி, ஆரம்பிச்சிரலாம். இன்னைக்கு ஊர்க்கூட்டம் எதுக்குன்னு எல்லாருக்கும் தெரீம். இது பொம்பள சம்பந்தப்பட்ட விசியம். அதனால பொம்பளைவ கூட்டம் வந்து சேந்திருக்குது.

பொம்பளைவள நாம ஊர்க்கூட்டத்துக்குக் கூப்பிடறது வழக்கமில்ல. இது ஒரு சாங்கியம் நடத்தற சேதிக்கூட்டம். அதனால எல்லாரும் வந்திருக்கறாங்க. நெறஞ்ச கூட்டம் இது. அதே மாதிரி சம்பந்தப்பட்டவங்க மனசு நெறையறாப்பல இது நடக்கோணும். செரி, சவரா ... உம் வேலய ஆரம்பிக்கலாம் நீ' என்றார் ஊர்த் தலைவர். 'பொம்பளைவள ஊர்க்கூட்டத்துல உட்டா ஆம்பளைங்க வண்டவாளமெல்லாம் நாறீரும்' என்று ஒரு குரல் வந்தது. 'வழமொறயச் சொன்னன். இப்ப அந்தப் பேச்செல்லாம் வேண்டாம். நீ ஆரம்பியப்பா' என்றார் அவர்.

தீப்பந்தம் ஒன்று மாத்து விரித்திருந்த இடத்திற்குப் பக்கத்தில் வந்தது. சாணியில் ஒரு சாமியைப் பிடித்து வைத்தான். பின் தேங்காயை உடைத்து நிறைசொம்புத் தண்ணியில் விட்டான். அரிக்கஞ்சட்டியில் பிசைந்து வைத்திருந்த சோற்று உருண்டையை அதன்முன் வைத்தான். பொன்னாவை அழைத்து வரச் சொன்னான். சாமிக்கு முன்னால் வந்து நின்றதும் சொம்புத் தண்ணீரை விளாவச் சொன்னான். பின் செஞ்சோற்று உருண்டைகள் மூன்றைக் கொடுத்துப் சாமியைச் சுற்றி மூன்று பக்கம் போடச் சொன்னான். ஊரைப் பார்த்துக் கும்பிடச் சொன்னதும் தலையை லேசாக நிமிர்ந்து கைகளைக் குவித்தாள். அவளை ஒருபக்கம் போய் நிற்கச் சொல்லிவிட்டுச் சவரான் சத்தமாகத் தொடங்கினான்.

'பெரியவங்க சின்னவங்க பொண்டு பிள்ளைவ எல்லாரும் கூடியிருக்கற இந்த ஊர்ச்சபைக்கு கும்புடுங்க சாமீ. இன்னைக்கு இந்தச் சேதிக்கூட்டம் போட்டிருக்கறது என்னத்துக்குன்னா, இன்னைக்கு மூனு மாசம் எட்டு நாளுக்கு மின்னால மாசி மாசம் இரவத்தி ரண்டா நாளு வெசாழக்கெழம அன்னைக்கு வெடிகாலம் நம்மூரு பெரியகாட்டு தங்கசாமி, சீராயி அவுங்க மகனும் பொன்னாயி ஊட்டுக்காரருமான காளியப்பரு தன்னுசிர மாச்சிக்கிட்டாருங்க சாமீ. அதுக்கப்பறம் மூனு மாசங் கழிச்சுப் பொன்னாயி அவுங்களுக்கு ஓங்கரிப்பும் மயக்கமும் வந்து சேர ஊருப் பண்டிதகாரிச்சி நாடி பாத்துக் கரு உருவாயிருக்குதுன்னு சொல்லீட்டாங்க சாமீ. இப்ப நாலாவது மாசம் நடக்குதுங்க. பத்துப் பாஞ்சு நாளு முன்ன பின்ன இருக்கலாமுங்க சாமீ. ஊருக்கு மின்னால நின்னு பொன்னாயி இந்தக் கருவு தன்னூட்டுக்காரருக்குத்தான் உருவாச்சுன்னும் இப்ப நாலாவது மாசம் நடக்குதுன்னும் சொல்லி மூனு சோத்துருண்டயப் போட்டிருக்கறாங்க சாமீ. அவுங்க வயித்துல வளர்ற கருவு காளியப்பரு பேரு சொல்லோணும். மேல போற சூரியனும் சந்திரனும் சாட்சி சாமியோவ். பத்தூட்டுப் பங்காளிவளும் இத

ஏத்துக்கிட்டு இங்க வந்திருக்கறாங்க. சொந்த பந்தம் உத்தாரு ஓரம்பர மாமன் மச்சனன் எல்லாரும் வெளியூர்ல இருந்து இங்க வந்திருக்கறாங்க. அவிய எல்லாரும் கருவு காளியப்பரு பேரு சொல்றதுதான்னு ஏத்துக்கிட்டிருக்கறாங்க சாமியோவ். வராத ஊட்டுல காட்டுல உள்ளூர்ல வெளியூர்ல இருக்கறவியளுக்கும் இது சம்மதந்தானுங்க. அதனால இத இந்தூரும் ஏத்துக்கோணும் சாமீ' என்று எல்லாருக்கும் கேட்கும்படி சொல்லிச் சற்றே இடைவெளி விட்டான்.

உடனே கூட்டத்திலிருந்து 'எல்லாப் பொம்பளைவளும் இப்பிடி வந்து சொன்னாப் பரவால்ல' என்று ஒரு குரல் கேட்டது. 'எல்லா ஆம்பளைவளும் எம் பொண்டாட்டிகிட்ட மட்டுந்தான் படுத்து எந்திரிச்சன்னு ஊருக்கு மின்னால வந்து சொல்லுங்களேண்டா' என்று தொரட்டுப் பாட்டி சத்தம் போட்டதும் பெண்கள் பக்கம் கசமுசவென்று பேச்சு வந்தது. ஊர்த் தலைவர் உடனே 'இன்னம் சவரான் சாங்கியம் முடியல. எல்லாரும் பேசாத இருங்கப்பா. கூட்டம் முடிஞ்சதுக்கப்பறம் உங்களுக்குள்ள பேசிக்கங்க. அந்தப் பிள்ள புருசனத் தின்னூட்டு இன்னம் தேக்கந் தேறாத கெடக்குது. அதும் மனசுல ஒன்னு படக் கூடாதுப்பா. பேசாத இருங்க' என்றார். 'நீ எதுக்கு நிறுத்துன. சொல்லி முடி' என்று சவரானைப் பார்த்துச் சொன்னார். உடனே அவன் 'சாமீவளே, நம்ம பொன்னாயி மேல தப்புச் சொல்லு தண்டச் சொல்லு, மொட்டச் சொல்லு மோளச் சொல்லு, குத்தச் சொல்லு கொறஞ்ச சொல்லு, வெட்டிச் சொல்லு வெங்கச் சொல்லு ஒன்னும் ஆரு வாயிலருந்தும் வரக் கூடாது சாமியோவ்' என்று முடித்தான்.

'பத்து மாசத்துல பொறந்துருமா' என்று ஒருகுரல் உள்ளிருந்து கேட்டது. யாரென்று கண்டுபிடிக்க முடியவில்லை. 'கொழந்த பொறக்கப் பத்து மாசந்தானப்பா. ஆருக்குச் சந்தேகம். நம்மூருல ஒருத்தருக்குக் கஷ்டம்னா அது எல்லாருக்கும் வந்தாப்பலதான். கலியாணம் ஆயிப் பனண்டு வெருசமாக் கொழந்த இல்லாத தன்னுசிரயே குடுத்திருக்கறான் காளிப்பன். அவம் பொண்டாட்டி மேல ஒரு சொல்லு சொத்த வராத பாத்துக்கோணும். அப்பிடி ஆராச்சும் எதுனா பேசுனாங்கன்னு ஊருக்குப் பெராது வந்துச்சுன்னா வெசாரிச்சுத் தண்டம் போட்டிருவம். இந்த மாதிரி ஒரு நெலம ஒரு பொம்பளைக்கு எப்பவோ ஒருக்கா வர்றது. அது நம்ம காலத்துல வந்திருச்சு. இன்னமே இப்பிடி ஆருக்கும் வரக்கூடாதப்பா. செரி, ஊரு ஏத்துக்கிடுச்சு. இன்னமே எல்லாரும் கலயலாம். பானக்கம் குடிக்காதவிய குடிச்சுட்டுப் போங்கப்பா' என்று கூட்டத்தை முடித்தார் ஊர்த் தலைவர்.

பழம் தேங்காயை எடுத்துக்கொண்டு பராத்தைப் பொன்னா கையில் கொடுத்தான் சவரான். 'தட்சண குடுங்க சாமியோவ்' என்று கேட்டான். உடனே முத்து போய்த் தலைவரிடம் காசுகளை எண்ணிக் கொடுத்தான். அவர் இருவருக்கும் பிரித்துக் கொடுத்தார். கூட்டம் பானகம் குடிக்கப் பானைக்கு முன்னால் போய் நின்றது. வேண்டாதவர்கள் பேசிக்கொண்டே கலைந்து சென்றார்கள். வெளியூர்ச் சொந்தங்களை எல்லாம் வீட்டுக்கு வந்து ராத்திரி தங்கிப் போகும்படி சீராயி அழைத்தாள். வீட்டில் சோறும் ஆக்கியிருந்தது. வருபவர்களை அழைத்துக்கொண்டு நடந்தாள்.

பொன்னா குனிந்த தலை நிமிரவில்லை.

◯

25

தன் உடலின் போக்கைப் படிப்படியாக அறிந்த பொன்னா அதை இயல்பாக்கிக்கொண்டாள். காலையில் எழ முடியாமல் இருப்பதும் எழுந்தாலும் எல்லாம் மந்தமாகப் போவதும் கிறுகிறுப்பும் தள்ளாட்டமும் கொண்டு உடல் பிடிப்பை எதிர் பார்ப்பதும் என எல்லாம் அவளுக்கு வசமாகின. ஒவ்வொன்றையும் பதற்றம் இல்லாமல் அதற்கேற்ற மாதிரி எதிர்கொண்டாள். வெங்காயி வருவதால் அம்மாவைக்கூட ஊருக்குப் போவதென்றால் போகச் சொன்னாள். அம்மாதான் அடப்பு முடிந்த பிறகு போவதாகச் சொல்லி அங்கேயே இருந்தாள். நால்வருக்குமான வேலைகள் தானாக அமைந்தன. அம்மா சோறாக்குவதும் சட்டிபானை கழுவுவதும் தண்ணீர் சேந்தி வருவதுமென வீட்டுக் காரியங்களை எடுத்துக்கொண்டு நிதானமாகச் செய்தாள். சீராயி மாடுகளைக் கொண்டுபோய் கொறை அணப்பில் கட்டிவிட்டுப் புல் பிடுங்கப் போவாள். ஒருகத்தை எப்பவும் உறுதி. சிலசமயம் குட்டிக்கொடி, வெண்ணம்புல் கிடைத்தால் இரண்டு கத்தை கொண்டு வருவாள். அப்புறம் ஆடுகளின் பின்னால் திரிந்தால் அவள் பொழுது கழிந்துவிடும்.

பொன்னாவின் மேற்பார்வையில் வெங்காயி காட்டு வேலைகளைச் செய்தாள். பொன்னாவுக்கு இப்போதுதான் காடும் வேலைகளும் பிடிபட்டன. இங்கே வந்த பன்னிரண்டு வருசங்களில் இது முழுக்கக் காளியின் கைவசத்தில் இருந்தது. வந்தால் அவளுக்குப் பிரியமான வேலைகளைச் செய்வாள். இல்லாவிட்டால் அவன் சொல்வதைச் செய்வாள். இப்போது ஒவ்வொன்றையும் புதிதாகப் பழகுவது போலிருக்கிறது. ஒவ்வொரு வேலையும் பிடிபடும்போது காளி அவளுக்கு முன்னால் பனை உயரம் எழுந்து நின்று சிரிப்பது போலிருக்கிறது. பலவற்றையும் தனக்கு ஏற்ற மாதிரி எளிமையாக்கிக்

கொண்டாள். இரண்டு தாழிகளைக் கிணற்றுக்கு அருகே கொண்டுபோய் வைக்கச் சொன்னாள் பொன்னா. இரண்டு குடம் நீர் பிடிக்குமளவுக்கான பெரிய மண் தாழிகள். சேந்தி அதில் ஊற்றிவிட்டால் மாடுகளுக்கு அங்கேயே தண்ணீர் காட்டிவிடலாம். எப்படியும் மேய்ச்சலுக்கெனக் கொண்டுபோய்க் கொறை அணைப்பிலோ இட்டேரியின் மேலோ கட்டுவதால் அது சுலபம். கட்டுத்தரையில் இருந்தாலும் இரண்டு முறை நடந்தால் மாடுகளைப் பிடித்துப் போய்க் காட்டிவிடலாம்.

தண்ணீர் சேந்தித் தொண்டுப்பட்டிக்குக் கொண்டு வந்தால் பல குடங்கள் சுமந்து வர வேண்டும். பெரிய வேலையாகப் போய்விடும். இரண்டு மூன்று குடம் வரைக்கும் எளிதாக இருக்கும். அதன்பின் சலிப்பாகிப் போகும். காளிக்கு எழுந்ததும் சாணியள்ளிப் போட்டுவிட்டுத் தண்ணீர் சேந்தி வருவதுதான் வேலையாக இருக்கும். அவன் வேகத்தை ஈடு செய்ய அவன்தான் வர வேண்டும். அதே மாதிரி மதகின் பக்கத்தில் ஒருமொடாவை வைத்தாள். தண்ணீர் சேந்தியதும் உடனே அதில் ஊற்றிவிடலாம். அங்கே சொப்பு ஒன்றையும் வைத்தாள். அதில் மொண்டு மதகில் நின்றபடி வார்த்துக்கொள்வது வசதியாக இருந்தது. பெரும்பாலும் மூவருமே பொழுதிறங்கி நேரத்தில்தான் தண்ணீர் வார்த்துக் கொள்ளும் பழக்கம். பகலில் வார்த்தாலும் காட்டுப்பக்கம் ஆண் வாடையே இப்போது அற்றுப் போய்விட்டதால் ஒன்றும் பிரச்சினை இல்லை.

வெங்காயி தூக்கிச் செல்வதற்கு என்று தனிக்குடம் ஒன்றையும் போட்டாள். கிணற்றில் வெங்காயி சேந்தக் கூடாது என்பதுதான் பிரச்சினை. சேந்தி ஊற்றினால் அதைக் கொண்டு போய்த் தொண்டுப்பட்டித் தாழிகளில் ஊற்றலாம். ஏற்றம் இறைக்கும்போது எல்லாவற்றையும் நிரப்பிக்கொள்ளலாம். தண்ணீர்ப் பிரச்சினையை இப்படி எளிதாக்கிக் கொண்டாள். காளி தினமும் எத்தனை குடம் தண்ணீர் சுமந்திருக்கிறான் என்பது இப்போதுதான் அவளுக்குப் பிடிபட்டது. அவன் ஒருபோதும் சலித்துப் பேசியதில்லை. அது அவனுக்குப் பெரிய வேலையாகவே தெரியவில்லை போலும். பட்டியையும் காட்டுக்குள் போட்டாள். தொண்டுப்பட்டியிலிருந்து பார்த்தால் கண்ணுக்குத் தெரிகிற தூரம். நாய்க்குச் சங்கிலி போட்டுப் பட்டியின் வெளியே கட்டினாள். பட்டிக்கு ஆள் வந்தாலும் நாய்க்குத் தெரியும். தொண்டுப்பட்டிக்கு ஆள் வந்தாலும் தெரியும். தொண்டுப்பட்டிக்கென்று நாய்க்குட்டி ஒன்றை எடுத்து வரும்படி செங்கானிடம் சொல்லியிருந்தாள். புரட்டாசியில் சினையாகி நாய்கள் குட்டி போடும். அதுவரைக்கும் பொறுத்திருக்க வேண்டும்.

அணப்புகளை எல்லாம் விதைத்துவிட்டதால் பட்டியை மாற்றிப் போடுவது முடியவில்லை. ஆனால் பட்டியைச் சுத்தம் செய்கிற வேலையும் வெங்காயிக்குப் போயிற்று. சோளம் முளைத்து இளம்பச்சையாகக் காடு முழுக்கப் பரவி நிற்கிறது. இன்னும் மூன்று மாதம். சோளத்தை அறுத்துவிட்டால் பட்டியை எங்கே வேண்டுமானாலும் போடலாம். இனிமேல் குடியிருப்பது தொண்டுப்பட்டிதான் என்றானது. ஊருக்குள் போய் இருந்துகொண்டால் ஆடு மாடுகளுக்குக் காவல் என்ன செய்வது? தொண்டுப்பட்டியில் இருப்பதைக் காளியின் அணைப்புக்குள் கட்டுண்டு கிடப்பதைப் போலவே நினைத்தாள் பொன்னா. அதை விட்டு ஒருபோதும் விலகியிருக்க முடியாது என்று தோன்றியது. வளவில் இருக்கும் வீட்டில் மொடாக்கள், தவசங்கள், பெரிய பாத்திரங்கள் எல்லாவற்றையும் போட்டு வைக்கலாம். மாதத்திற்கு ஒருமுறை போய்க் கூட்டி வழித்துச் சுத்தமாக வைத்துக்கொண்டால் போதும். தொண்டுப்பட்டிக் கொட்டாயிக்குச் சுவர் கிடையாது. கீழே பெருமளவு தாழ்ந்துதான் இருக்கும். உள்ளே கண்டதையும் போட்டு வைக்கவும் மட்டும் பயன்படுத்தினான் காளி. குடியிருப்பது என்றால் சுவர் வேண்டும்.

எல்லாவற்றையும் போட்டு வைக்க இன்னொரு சின்னக் கொட்டாய் இருந்தால் பரவாயில்லை. முத்து ஒருநாள் வந்திருந்தபோது அதைப் பற்றிப் பேசினாள். காளி போனபின் அன்றைக்குத்தான் அவனிடம் முதல் பேச்சு. கத்தரிக்குத் தண்ணீர் கட்டவும் ஆரியம் நடவு எப்போது செய்யலாம் என்று பார்க்கவும் அவன் வந்திருந்தான். அவன் கிளம்ப இருட்டுக் கட்டிவிட்டது. அம்மாவிடம் சொன்னாள் ‘அண்ணன இன்னைக்கு இங்கயே இருக்கச் சொல்லு. வேல இருக்குது. காத்தாலக்கிப் போவட்டும்.’ அவள் சொன்னது அம்மாவுக்கும் சந்தோசம், முத்துவுக்கும் சந்தோசம்.

மாடுகளை எல்லாம் பிடித்து வந்து கட்டினான். ராத்திரிக்குப் போடத் தட்டுப் போரிலிருந்து தீனி உருவி வைத்தான். கழிசல்களை அள்ளித் தனியாகக் குட்டானாகப் போட்டான். அவற்றைக்கூடக் காளி குப்பையில் போட மாட்டான். மாடு கழித்துப் போட்ட பச்சைப் புற்களை வெயிலில் உதறிப் போட்டுக் காய்ந்த பிறகு அள்ளிச் சின்னப் போராகப் போட்டு வைத்திருப்பான். வெயில்காலத்தில் அவற்றைப் போட்டால் மாடுகள் ஒவ்வொன்றாக எடுத்துக் கொறித்துவிடும். தொண்டுப்பட்டியில் ஒவ்வொரு வேலையாகச் செய்யும்போதும் காளியின் நினைவைத் தவிர்க்க இயலவில்லை அவனால். பொன்னா எப்படித் தாங்கிக்கொண்டிருக்கிறாளோ. அவர்கள் கட்டி வைத்திருந்த குருவிக்கூட்டில் கல்லெறிந்த பாவி

என்று தன்னை அவ்வப்போது அவன் திட்டிக்கொள்வான். வேலைகள் முடிந்து கட்டிலில் உட்கார்ந்து சாப்பிட்டான். பொன்னாவுக்குப் போட்ட அரிசியில் ஒருகை கூடுதலாகப் போட்டுச் சோறாக்கியிருந்தாள் வல்லாயி. கொள்ளுப் பருப்பு ஆட்டியிருந்தாள். அவனுக்குக் காரம் வேண்டும் என்பதால் ஒருமிளகாய் அதிகமாகவே போட்டிருந்தாள். சோறுண்ணும் போது மெச்சியோ திட்டியோ ஒருவார்த்தை சொல்லாமல் இருக்க மாட்டான். எதுவுமே சொல்லாமல் உண்டு முடித்தான். அதற்காகவே காத்திருந்தவள் போலப் பொன்னா கொட்டாயின் தலைவாசலில் வந்து நின்றாள். அசைவுகளைத் தவிர முகம் தெரியாத இருட்டு.

'இந்தக் கொட்டாயிக்குச் செவுரு வெக்கோணும். அப்பத்தான் இதுல குடியிருக்க முடியும். தொண்டுப்பட்டி மூலயில சின்னதா ஒரு கொட்டாயி போட்டாப் போதும். அதுல கலப்ப, மமுட்டி, கூட, கண்டது கழிசலு எல்லாம் போட்டுக்கலாம். ஆளுப் புடிச்சு அதச் செஞ்சு குடுத்தாப் பரவால்ல' என்று பொதுவாகச் சொன்னாள்.

'செஞ்சிரலாம். எதுக்குக் கஷ்டப்படோணும். கொழந்த பொறக்க இன்னம் ஆறேழு மாசமாவும். அப்பறம் ஒரு ஏழு இல்லீனா ஒம்போது மாசம் வெரைக்கும் ஊருல இருந்துட்டு மெதுவா வரலாம். காடு மாடு எல்லாம் நான் வந்து வந்து பாத்துக்கறன்' என்றான் அவனும் பொதுவாய்.

'எங்கயும் நான் வர்ல. ஆருக்கு வேண்ணாலும் மாமன் செத்துப் போய்ட்டவரா இருக்கலாம். எனக்கு அப்பிடி இல்ல. அவுரு இந்தத் தொண்டுப்பட்டிக்குள்ளயும் காட்டுக்குள்ளயுந்தான் இருக்கறாரு. நான் செய்யற எல்லாத்தயும் பாத்துக்கிட்டு எங்கூடவே இருக்கறாரு. இப்பக்கூட அந்தப் பூவரசுல உக்கோந்துக்கிட்டுக் குறுகுறுன்னு பாக்கறாரு. கண்ணு ரண்டும் மட்டும் எனக்கு வானத்து மீனாட்டம் ஜொலிச்சுக்கிட்டுத் தெரீது. என்னால முடியறதச் செய்யறன். முடியலீன்னா எதாச்சும் ஒரு வகையில அவுரு வருவாரு. இப்ப வெங்காயிய அனுப்பி வெச்சாப்பல. எனக்கு அவரோட இருக்கறது சந்தோசம். இந்த எடத்த உட்டுட்டு எங்க வந்தாலும் கஷ்டந்தான்' என்றாள்.

முத்து எதுவும் பேசவில்லை. மௌனமாகவே தலை குனிந்து உட்கார்ந்திருந்தான். பிறகு சொன்னான், 'ஓலகீது எல்லாம் கொண்டாந்து வெக்கறன். செவுரு வெக்கக் கல்லும் ஓடமண்ணும் வேணும். ஒன்னொன்னா வண்டீல கொண்டாந்து போடறன். அப்பறம் அடப்பு முடியட்டுமுன்னு கரட்டுக்குப் போயிட்டு வந்து செஞ்சிரலாம்' என்றான். அவள் அதற்கு

மேல் ஒன்றும் சொல்லவில்லை. கொட்டாயிக்குள் போய்ப் படுத்துக்கொண்டான். முத்துவுக்குத் தூக்கம் வரவில்லை. எந்நேரம் எழுந்து போனானோ யாருக்கும் தெரியவில்லை. அடுத்த நாள் தொண்டுப்பட்டிக்குள் பொன்னா கண்ணோட்டினாள். தட்டுப்போருக்கு வைத்திருந்த பெரிய கற்கள் போக அங்கும் இங்குமாகப் பத்திருபது கற்கள் கிடக்கக் கண்டாள். வேலி ஓரங்களில் சாய்ந்தும் கவிழ்ந்தும் கிடந்த அக்கற்களை எல்லாம் ஒவ்வொன்றாகத் தூக்கி வந்து கொட்டாயிக்குப் பின்புறம் இருந்த வெளியில் போடச் சொன்னாள். சின்னக் குட்டான் ஒன்று சேர்ந்துவிட்டது. இது மாதிரி இன்னும் மூன்று நான்கு பங்கு இருந்தால் போதும். கடைகாலுக்குக் கல் சேர்ந்துவிடும்.

கிணற்றைச் சுற்றிலும் கொஞ்சம் நல்ல கருங்கற்களாகவே நிறையச் சிதறிக் கிடந்தன. எந்தக் காலத்திலோ கிணறு வெட்டியபோது மேலே தூக்கிப் போட்ட கற்கள். சிலவற்றை மதகிலிருந்து நீர் வெளியேறிச் செல்லும் வாய்க்காலுக்கு அணை வைத்திருந்தான் காளி. அவற்றில் தூக்க முடிந்த கற்களை எல்லாம் கொண்டுவந்து போடச் செய்தாள். காட்டைச் சுற்றி வருகையில் அவள் கண்களில் கற்களாகவே பட்டன. கரையோரம் வேலியோரம் வாய்க்கால் வழிகள் என்று கற்கள் காட்சியாயின. இத்தனை நாட்களும் அவை இங்கேதான் கிடந்தன. என்றாலும் கண்ணுக்குத் தெரியவில்லை. ஒன்றை உணர்ந்து காணும்போது அது காட்சியாகிறது. அருகிலேயே இருந்தாலும் நாம் உணராத வரை அதன் இருப்புப் புலனாவதில்லை. கற்களில்தான் எத்தனை வடிவங்கள் என்றும் தோன்றியது. கருங்கற்களும் வெங்கற்களுமே நிறைந்திருந்தன. ஓங்கிப் போட்டால் சிதைந்துவிடும் ஓடக்கற்களும் சில கிடைத்தன.

காட்டை ஒட்டியிருந்த இட்டேரி மிகப் பெரிது. அது ஊரிலிருந்து தொடங்கி பல பேரின் காடுகளைக் கடந்து எங்கோ போகிறது. அடுத்த ஊர்களுக்கும் செல்லக்கூடும். அனேகமாக மாவூர் கரட்டில் சென்று சேரும். ஒருநாளைக்கு அதில் போய்ப் பார்க்க வேண்டும் என்று திடீரெனத் தோன்றிற்று. ‘இந்த இட்டேரி எங்க போவுது வெங்கா?’ என்று கேட்டாள்.

‘மலப் பாம்ப நீட்டி உட்டாப்பல கெடக்குது பொன்னு. நானும் இதுல வெகுதூரம் போய்ப் பாத்ததில்ல. எங்காச்சும் ஒரெடத்துல நின்னுதான ஆவும்’ என்றாள். ‘ஒருநாளைக்குப் போய்ப் பாக்கலாமா?’ எனச் சிறுபிள்ளை போலக் கேட்டாள் பொன்னா.

‘அதுக்கென்னங்க, ஒருநாளைக்குக் கட்டிச்சோறு கட்டிக் கிட்டுக் காத்தாலயே கௌம்பீரலாம். பொழுதா வரைக்கும்

போவம். அதுக்கு மேலயா இது இருந்திரப் போவுது. அப்பறம் அங்க எதுனா ஊரு இருந்துச்சுனா மொடக்கிக் கெடந்துட்டு மறுநாளைக்கு எந்திரிச்சு வந்துருவம்' என்றாள்.

அவள் மனதில் உருவாகியிருந்த திட்டம் நன்றாகவே இருந்தது. அப்படிப் போய்ப் பார்க்கப் பெரிதும் ஆசை கொண்டாள் பொன்னா. இட்டேரியின் மேல் வண்டி போகும் அளவுக்குத் தடம் இருந்தது. விதைப்புக் காலத்தில் வண்டிகள் ஓடும். அப்புறம் அறுப்புக் காலத்தில்தான். இருபுறமும் குறுமரங்களும் புதர்களும் அடர்ந்து கிடந்தன. அதன் நெடுகிலும் தேடி எடுத்தால் எவ்வளவோ கற்கும் சேரும் போலத் தெரிந்தது. வெங்காயியை ரொம்பவும் உள்ளே போக வேண்டாம் என்று சொல்லிவிட்டாள். அதே போலத் தூக்க முடிகிற அளவுக்கான கற்களை மட்டும் எடுக்கச் சொன்னாள்.

காட்டுக்குள் வேலையில்லாத பொழுதுகளில் இருவரும் இந்தப் பக்கமும் வருவார்கள். கண்ணுக்குப் படும் கற்களைப் புரட்டி எடுப்பார்கள். கல்லடியில் தேளோ பூரானோ இருக்கும். அதற்காக முதலில் கல்லைப் புரட்டித் திருப்பிப் போடுவார்கள். எதுவும் இல்லை என்றால் எடுத்துக்கொள்ளலாம். இருந்தால் அதை ஓடவிட்டு எடுப்பார்கள். ஒரு கல்லின் அடியில் இருந்த செந்தேள் கல்லைப் புரட்டுகையில் நசுங்கிவிட்டது. அதன் வயிற்றில் இருந்த குட்டிகள் வெளியேறி அங்கும் இங்கும் ஓடின. கிட்டத்தட்ட இருபது குட்டிகள் இருக்கக் கூடும். 'அடடா, தேள் செத்திருச்சு பொன்னு' என்றாள் வெங்காயி.

'குட்டிவ அதோட வவுறு வெடிச்சுத்தான் வெளிய வரும். ஒரு சிலது தன்னோட எனத்தப் பொறப்பிச்சிட்டா உயிர உட்ரும். இந்தத் தேளு அப்பிடித்தான். உடு. அதான் பத்திருபது குட்டிவ ஓடுதுவ பாரு. அதில அஞ்சாறாச்சும் தப்பிப் பொழச்சிரும்' என்றாள் பொன்னா. இருவரும் இட்டேரியில் இருக்கும் இலைதழைகள் செடிகொடிகள் எல்லாவற்றையும் பார்த்தபடி கற்களை எடுத்து வந்தார்கள். புதிதாகப் போடப் போகிற கொட்டாய்க்கும் கற்கள் சேர்ந்துவிடும் போலிருந்தது. அதற்கும் சுவர் எழுப்பிவிடும் எண்ணம் அவளுக்குத் தோன்றிற்று.

தன் இனத்தைப் பிறப்பித்துவிட்டு உயிரைப் போக்கிக்கொள்ளும் செந்தேள் போலத்தான் காளியும் என்று நினைவோடியது.

26

அடைப்பு நீங்கிய பிறகு பொன்னா இன்னும் சுறுசுறுப்பானாள். உடலின் ஒவ்வொரு மாற்றத்தையும் கவனித்தாள். இனி அது தன்வசம் வந்துவிடும் என்று நினைத்தாள். அடிவயிற்றை அவ்வப்போது தொட்டுப் பார்த்துக்கொள்வாள். லேசாக அழுத்திப் பார்ப்பாள். 'வலிக்கும்ல' என்று சொல்லிக் கையை எடுப்பாள். ஐந்து மாதம் முடிந்தால்தான் அதன் அசைவை உணர முடியுமாம். அந்தக் கணம் எப்போது வரும், எப்படி இருக்கும் அது என்றறிய ஆவலோடு இருந்தாள். இப்போது ஒவ்வொன்றும் அவளுக்குப் புதுமையாகவும் ஆச்சர்யமாகவும் தோன்றின. பெரும் உற்சாகத்தோடு அவள் இருப்பதைக் கண்டு வெங்காயிகூட 'என்ன இது' என்கிற மாதிரி பார்த்தாள். அடைப்பு நீங்கிய அன்றைக்கு அம்மாவும் மாமியாரும் வீடு சுத்தம் செய்து வழித்தார்கள். முத்துவும் அப்பனும் கரட்டுக்குப் போய் வந்தார்கள். பங்காளி வீட்டார் யாரையாவது கூப்பிடலாம் என்றால் பதினேழு வீட்டுக்கும் போக வேண்டும். அதனால் வேண்டாம் என்று பொன்னா சொல்லிவிட்டாள்.

இருவராகப் போகக் கூடாது என்று முத்துவின் பையனையும் கூட்டிப் போனார்கள். கரட்டூர் அடிவாரத்தில் கும்பிட்டுவிட்டு கரடேறி அங்கேயும் கும்பிட்டார்கள். ஊர்க் கோயிலுக்கு அபிசேகம் செய்யப் பூசாரியிடம் பணம் கொடுத்திருந்தார்கள். அதற்கு மட்டும் பெண்கள் மூவரும் போனார்கள். சர்க்கரைப் பொங்கல் வைத்துப் படைத்துத் தேங்காய் பழத்துடன் சாமியின் மனம் குளிரச் செய்தார்கள். 'மாமன் எங்கூடவே இருக்கட்டும். அவர எங்கயும் அனுப்பீராத. அவரு சந்தோசமா இருக்கோணும். நான் செய்யற ஒவ்வொன்னும் அவருக்குச் சந்தோசம் தரோணும். அவரக் கஷ்டப்பட மட்டும்

உட்ராதாயா' என்று வேண்டிக்கொண்டாள். அடுத்த நாளே தொண்டுப்பட்டிக் கொட்டாயிக்குச் சுவர் வைக்கும் வேலைக்கு ஆளைக் கூட்டி வந்துவிட்டான் முத்து. சுவர் வைக்க வந்த மண்காரன் 'சாமீ... ஊடே கட்டீரலாமாட்டம் இருக்குது. அவ்வளவு கல்லுக் கெடக்குது' என்றான்.

கல் நிறைய இருப்பதால் கல்லும் மண்ணும் கலந்து சுவர் வைக்கலாம் என்று முடிவாயிற்று. அத்துடன் புதிதாகப் போடவிருந்த கொட்டாய்க்கு முதலில் சுவரை வைத்துவிடலாம் என்றும் அதை வீடாக்கிக்கொள்ளலாம் என்றும் முத்து சொன்னான். அதற்குப் பொன்னா உடன்படவில்லை. இந்தக் கொட்டாய்தான் காளி புழங்கிய இடம். அதனால் இதில்தான் இருப்பேன் என்று சொன்னாள். தொண்டுப்பட்டி முழுக்கவும்தானே காளி புழங்கினான், அதனால் புதிதாகக் கட்டும் கொட்டாயில் குடியிருந்தால் என்ன என்று எல்லாரும் சொன்னபோதும் அவள் தீவிரமாக மறுத்தாள். அதற்கு மேல் முத்து ஒன்றும் வற்புறுத்தவில்லை. ஆனாலும் புதிய கொட்டாயைக் குடியிருப்புக்கு ஏற்ற மாதிரியே சுவர் வைத்து ஓலை வேயலாம் என்று திட்டம் போட்டான். அதற்கேற்ற வகையில் கொஞ்சம் பெரிய இடம் ஒதுக்கி உள்ளே இரண்டாகப் பிரித்து ஒருதடுப்புச் சுவரும் வைக்கச் சொன்னான். முதலில் புதியதைக் கட்டிவிட்டால் பொருள்களை அங்கே எடுத்துப் போட்டுக்கொள்ளலாம், வருகிற மாதங்கள் மழைக்காலம் என்றான். ஒவ்வொன்றும் பொன்னாவின் காதுக்குப் போய்த்தான் முடிவாயிற்று.

சீராயி ஏதாவது சொல்வாள். அப்புறம் பொன்னாவின் பிடிவாதத்தைப் பார்த்து 'இன்னமே எனக்கென்னாயா, உம்பொழப்பு உம்பொறுப்பு, உங்காடு உன்னூடு. உன்னோட நெனப்புப்படி செய்யாயா. எங்காலத்த எப்பிடியோ இனிக் கடத்தீருவன்' என்று ஒதுங்கிக்கொள்வாள். சுவர் வைக்கும் வேலை தொடங்கிய பின்னும் வெங்காயியோடு போய்க் கல் பொறுக்கும் வேலையைச் செய்துகொண்டுதானிருந்தாள். இட்டேரிக்குப் போவதில் ஒரு சந்தோசமும் இருந்தது. காட்டின் தெற்கு மூலையில் காளியின் சாம்பல் மேல் நட்டிருந்த கல் பக்கம் இரண்டு மூன்று நாட்களாகப் போய் நின்றுகொண்டிருந்தாள். அடுத்து ஒருநாள் அங்கே கொஞ்சம் கற்களைக் கொண்டு வந்து போடச் சொன்னாள். பாலக்கன்று கண்ணுக்குச் சட்டெனத் தெரிகிற மாதிரி வளர்ந்திருந்தது. அவ்விடத்தைச் சுத்தம் செய்தாள். சுற்றிலும் கற்களைப் பதித்து ஒரு பாத்தி அளவுக்குச் சுவர் போலக் கட்டினாள். சாமி கல்லின் முன்னால் ஒரு

பலகைக்கல்லைப் பதித்தாள். நடுவிலும் பலகைக்கற்களைப் பதித்து மண் போடச் செய்தாள்.

இரண்டு நாட்களாக என்னவோ வேலை நடக்கிறது என்று வந்து பார்த்த சீராயி அங்கே உட்கார்ந்துகொண்டு அழ ஆரம்பித்துவிட்டாள். 'கல்லு நடற பழக்கமெல்லாம் நம்ம எனத்துல கெடையாதுடி. புதுப் பழக்கத்தக் கொண்டாந்து குடும்பத்துக்கு அனத்தஞ் செய்யாதடி' என்று கத்தினாள்.

'இது கூளி கோயிலு அத்த' என்றாள். 'கூளிக்கெல்லாம் காட்டுல கோயிலு வெக்கக் கூடாதடி. அவ ஆங்காரமானவ, அழிச்சுப்புடுவா' என்றாள் சீராயி. 'இது கூளியப்பன் அத்த' என்றாள்.

'கூளிம்மான்னாலும் கூளிப்பன்னாலும் எல்லாம் அவளோட அம்சந்தாண்டி, சொன்னாக் கேளு வேண்டாம். காட்டுல கருஞ்சாமிதான் வெப்பாங்க. நம்ம காட்டுல அதும் இல்ல. எப்பவோ ஒரு காலத்துல இருந்துச்சாம். பங்கு பாகம் பிரிக்கறப்ப இன்னொரு பங்குக்கு அது போயிருச்சாம். பொங்க மட்டும் வெச்சிக்கிட்டு இருந்தாங்களாம். அப்பறம் அவியளோட என்னமோ சண்ட வந்து அதும் நின்னு போச்சாம். அதுல இருந்து எதும் கெடையாது, நீ எதுக்குப் புதுசா ஒன்னப் பண்ற?' என்று கேட்டாள்.

உடனே பொன்னா 'இது காட்டுக் கருஞ்சாமிதான் அத்த. எல்லாருத்து காட்டுலயும் இருக்குது. நம்புளுக்கும் ஒன்னு வேணுமின்னு மாமன் சொல்லிக்கிட்டு இருந்தாரு. அப்ப வெக்க முடியில, இப்ப வெக்கறன்' என்றாள்.

வெங்காயி 'செத்தவியளுக்குக் கல்லு நட்டு வெச்சு நாங்கெல்லாம் கும்புடுவம். வருசா வருசம் பொங்கலப்பக் கும்படறது அதுதான் பொன்னு. செத்தவிய சாமியோட ஒன்னுதான' என்று சொன்னாள்.

அதன்பின் அந்தக் கோயில் காட்டுக் கருஞ்சாமி என்றும் அவர் இருந்தால்தான் காட்டில் வெள்ளாமை நன்றாக வரும் என்றும் தினமும் விளக்குப் போட்டுக் கும்பிட்டு வருசாவருசம் தை நோம்பியின் போது பொங்கல் வைத்துச் சேவல் அறுக்க வேண்டும் என்றும் எல்லாரிடமும் சொன்னாள். சாமியே கனவில் வந்து 'எனக்குக் கோயில் இல்லீனா வெள்ளாமய எப்பிடிப் பாத்துக்குவன்? கோயில் கட்டித் தீபம் போடு' என்று சொல்லியதாகவும் சிலரிடம் சொன்னாள். பக்கத்துப் பங்கில் இருந்து பிரிந்த பின்னால் தனியாகக் கோயில்

வைக்காததுதான் எல்லாக் கஷ்டங்களுக்கும் காரணம் என்று சில சமயம் சொன்னாள். அப்படிப் பங்கு பிரித்தபோது தங்கள் காட்டில் தனியாகக் கருஞ்சாமி வைத்துக்கொண்டவர்கள் பொன்னா சொல்வது சரி என்றார்கள். அடப்பு முடிந்த பிறகு வல்லாயி ஊருக்குக் கிளம்பிவிட்டாள். இப்போது பெரும்பாலும் பொன்னாவே சோறாக்குகிறாள். சீராயியே ஒரு பகல் பொழுதில் ஆடுகளைப் பட்டியில் ஓட்டிவிட்டுப் போய்ச் சம்பந்தி வீட்டில் விஷயத்தைச் சொல்லிப் புலம்பினாள். ‘பொம்பள பன்னாட்டுன்னாலும் இப்பிடியா. ஒவ்வொரு நேரத்துக்கு நல்லாருக்கறா. ஒவ்வொரு நேரம் பாத்தாப் பேய் புடிச்சவளாட்டம் எதுனா பண்றா. எனக்கு என்ன பண்றதுன்னே தெரீல போங்க’ என்றாள். அடுத்த நாள் வல்லாயி சும்மா பார்க்க வந்தவள் போல வந்தாள்.

கோயிலைப் பார்த்துவிட்டு ‘என்ன பொன்னா இது’ என்று விசாரித்தாள். எல்லாருக்கும் சொல்வது போலவே ஒருகதையை அவளுக்கும் சொன்னாள். பத்து நாளுக்கு முன்னால்தான் ஆரியப்பயிரும் மிளகாய்ச் செடியும் நடவு போட்டிருந்தார்கள். ஆரியப்பயிர் எல்லாம் வெளுத்துப் போய் ஒன்றுகூடத் தழையாது என்றாகிவிட்டதாகவும் சாமியிடம் அவள் வேண்டுதல் வைத்ததாகவும் கனவில் அவர் வந்து ‘எனக்கு உங்காட்டுல என்னாயா எடங் குடுத்திருக்கற? கையவல மண்ணு ஒதுக்கிக் குடுக்க உனக்கு மனசு வர்ல. உம் பிரசன் இருக்குறப்ப இருந்து இந்தக் காட்டுல இருக்க இல்லெடம் கெடைக்காத காத்தா அலஞ்சி திரிஞ்சுக்கிட்டு இருக்கறன். எனக்கு ஒரு இல்லெடத்தக் காட்டிக் குடு. உன்னோட ஆரியப்பயிருல தங்கமுத்தாட்டம் கருது வெளைய வெக்கறன் பாரு’ என்று சொன்னதாகவும் விவரித்தாள். அதைக் கேட்ட வல்லாயி ஒரு பதிலும் சொல்லவில்லை.

கோயிலைப் பார்த்தபோது அவளுக்கு அது இருக்கட்டும் என்றே தோன்றியது. எல்லார் காட்டிலுமே கருஞ்சாமி இருக்கிறார். சரி, அவருக்கு ஒரு மூலையில் கொஞ்சம் இடம் கொடுப்பதால் என்னவாகிப் போய்விடும்? அதைக் காளியின் நினைவாக அவள் வைத்துக்கொண்டாலும் சரிதான். ‘உடு சீரா. சாமிதான் வெச்சிருக்கறா. அவ பிரசனச் சாமியா நெனைக்கறா. ஊரு ஒலகத்துல இப்பிடி ஆரு இருக்கறா சொல்லு. பிரசஞ் செத்தொடன அப்பிடி இப்பிடித் திரியறவளப் பாத்திருக்கறம். பிரசன சாமியாக் கும்படறாளே, நல்லதுதான் உடு. அவ போக்குலயே உடு. எப்பிடிக் கெடந்தா? இவுளுக்கும் இந்தப் பூவரசம் மரந்தானோன்னு இருந்தம். இப்ப இந்த அளவுக்கு வந்திருக்கறா. பொறுப்பாப் பண்ணயமே பாக்கறா. உம் வேலய

நீ செஞ்சுக்கிட்டு நிம்மதியா இரு' என்று சொல்லிவிட்டுப் போனாள்.

அண்ணனை விளக்குக்கூடு ஒன்று வாங்கிக் கொண்டுவரச் சொல்லி அம்மாவிடம் சொல்லியனுப்பினாள். ஆரியக் காட்டுக்கும் மிளகாய்க் காட்டுக்கும் தண்ணீர் கட்ட அடுத்த முறை அவன் வந்தபோது விளக்குக்கூடு ஒன்று வாங்கி வந்தான். கன்னூரில் பலவிதமான விளக்குக்கூடுகள் அந்தச் சமயத்தில் செய்து வைத்திருந்தார்கள். பெரும்பாலானவர்கள் ஐப்பசியில் கருஞ்சாமிக்குப் பொங்கல் வைப்பது வழக்கம். தூர்ந்து போன விளக்குக்கூடுகளை மாற்றிப் புதிதை வைப்பார்கள். இரண்டு படி கம்புக்கு ஒரு விளக்குக்கூடு. மேலே காவியடித்து வெண்ணிறத்தில் கோடுகள் போட்டிருந்தார்கள். உச்சியில் கூம்பு கட்டியிருந்த அதைப் பார்க்கவே அழகாக இருந்தது. அதைக் கொண்டுபோய்ச் சாமிக்குப் பக்கவாட்டில் வைத்தாள். முத்துவே கோயிலைப் பார்த்து அசந்து போய்விட்டான். கல்தளம் பாவிய கோயில். பாலமரம் வளர்ந்துவிட்டால் இதற்கு நிகர் இதுதான் என்று அவனுக்குத் தோன்றியது. சாமிக்கு முன்னால் நின்று 'அய்யா சாமீ அப்பா... நான் உனக்குச் செஞ்சதுல எதுனா கெடுதல் இருந்தா மன்னாப்புக் குடுத்திரு. அறியாம செஞ்சதுக்குத் தண்டன குடுத்தராத. இங்க வந்து குடியிருந்துக்கோ. பொன்னா பிள்ளப் பெத்து நல்லபடியா இருக்கோணும். அடுத்த வெருசம் உனக்குத் துலுக்கத் துலுக்கக் கெடா வெட்டீர்றன்' என்று வேண்டுதல் வைத்தான். அதைப் பொன்னாவுக்கும் தெரிவித்தான்.

அவளிடம் இன்னும் நேராக முகம் பார்த்துப் பேசவில்லை. சீராயிடம் சொல்வது போலத்தான் சொன்னான். அவளுக்குப் பெரிய அளவுக்குச் சந்தோசமாக இருந்தது. அன்றைக்கே சீராயி, அண்ணன், வெங்காயி எல்லாரையும் வரச் சொல்லிக் கூட்டிப் போய் விளக்கெண்ணெய் ஊற்றி மண் விளக்கேற்றி வைத்துக் கும்பிட்டாள். எல்லாரையும் கும்பிடச் சொன்னாள். சாமிக்கு முன்னால் பதித்த பலகைக்கல்லில் கற்பூரத்தையும் ஏற்றியிருந்தாள். கும்பிட்டுத் திரும்பியபோது எல்லாருக்கும் மனம் நிறைவாக இருந்தது.

எல்லாச் சந்தோசமும் திரும்பிவிட்ட மாதிரி உணர்ந்து பொன்னா உற்சாகமாக இருந்தாள்.

27

கத்தரி பெருகிப் பாத்தியை நிறைத்திருந்தது. பெரும் பெரும் காய்கள். ஒவ்வொன்றும் பூனைத்தலை போலத்தான் தோன்றியது. வீட்டில் மாற்றி மாற்றிக் கத்தரிக்காய் வைத்தாள் பொன்னா. ஒருநாள் தேங்காய் போட்டுக் கொஞ்சமாகத் தண்ணீர் விட்டு வதக்கினாள். நான்கு காய்கள். பச்சைப் பசேல் என்று நிறம் மாறாமல் இருந்தது. மூன்று வேளையும் வைத்துக்கொண்டார்கள். ஒருநாள் கத்தரியைத் தக்காளி போட்டுக் கடைந்தாள். நெய் மணத்தோடு உண்டார்கள். ஒருநாள் கத்தரிக்காயைச் சுட்டுச் சாறு காய்ச்சினாள். இன்னொரு நாள் சாந்தரைத்துப் புளிப் போட்டுக் காய்ச்சினாள். துவரம் பருப்பில் போட்டு ஒருமுறை வைத்தாள். தட்டப்பயிறும் கத்தரிக்காயும் ஒருநாள் வைத்தாள். தினம் கத்தரிதான். ஆனாலும் சலிக்காத வகையில் வைத்தாள். சீராயி இப்போதுதான் பொன்னாவின் கைப்பக்குவத்தை அறிந்தாள். காளி இவள் மடியில் பூனைக்குட்டி போலக் கிடந்ததற்கு இந்தச் சாற்று மகிமையும் காரணமாக இருக்கும் என்று நினைத்தாள்.

வெங்காயி தினமும் இரண்டு காய் பறித்துப் போனாள். ஊருக்கும் பொன்னா கொடுத்துவிட்டாள். மீதக் காய்களை எல்லாம் பறித்து வியாழச் சந்தை அன்றைக்குச் செலவுக்கூடையில் வைத்துக் கொண்டுபோய்க் கொடுத்துவிட்டுச் செலவு செய்து வந்தாள் சீராயி. தினமும் போய் ஒவ்வொரு செடிக்கருகிலும் நின்று பொன்னா பேசுவாள். அவற்றில் ஏதாவது வாடல் இலை தெரிந்தால் உடனே அதைக் கிள்ளியெடுத்து மண்ணில் புதைப்பாள். ஒரு பூச்சி புழு தெரிந்தால் அவற்றைக் கையாலேயே நசுக்கிவிடுவாள். இலைக்கு அடியில் அசுவினி மொய்க்கும். அதை எச்சரிக்கையாகப் பார்க்க

வேண்டும். அடுப்புச் சாம்பலைக் கொழித்துத் துணியில் முடிந்து வந்து இலைகளின் மேலே மட்டும் அல்லாமல் அடிப்பகுதியிலும் அடிப்பாள். இடையில் மழை பெய்த போதெல்லாம் பாத்தியில் நீர் நிறைந்து நின்றது.

மிளகாய்ச் செடிகள் பூவும் பிஞ்சுமாய்ச் செரவு முழுக்கச் செழித்து நின்றன. அங்கங்கே ஒன்றிரண்டு லேசாகப் பழுத்தும் தெரிந்தன. நன்றாகப் பழுத்துவிட்டவற்றைப் பறித்துக் காட்டுக்குள் இருந்த சிறுபாறையில் காயப் போட்டார்கள். மிளகாய் எப்படியும் இருபது வள்ளத்தைத் தாண்டும் என்று சீராயி கணக்குப் போட்டாள். காய வைத்து எடுத்து மொடாவுக்குள் போட்டு வைத்தால் சித்திரை வைகாசி மாதங்களில் சந்தையில் நல்ல விலைக்கு விற்கலாம். அந்தக் கணக்கில்தான் பொன்னாவும் இருந்தாள். பழுக்கும் ஒவ்வொரு மிளகாயும் அவள் கண்ணுக்கு உடனடியாகப் பட்டன. ஆரியம் அணப்பு நிறைந்திருந்தது. இன்னும் ஓரிரு வாரத்தில் பூட்டைகளைப் பொறுக்கலாம். ஒரு அணப்புத்தான் என்பதால் ஆள் விடாமலே வெங்காயி, சீராயி இரண்டு பேரையும் கொண்டே பொறுக்கிவிடலாம். மழைக்கு நனைந்துவிடாமல் பார்த்துக்கொள்ள வேண்டும். கார்த்திகையில் அடைமழை பிடிக்கும்.

கொட்டாய் இரண்டின் வேலைகளும் முடிந்துவிட்டன. அதனால் உள்ளேகூடக் கொண்டுபோய்ப் போட்டுக்கொள்ளலாம். ஆரியத்தாள்களையும் அறுத்துவிடலாம், காய வைத்தால்தான் போர் போட முடியும், அது பத்துப் பதினைந்து நாட்களுக்குக் காட்டில் அப்படியே நின்றாலும் பிரச்சினையில்லை. மார்கழி பிறந்து அறுக்கலாம். முதலிலேயே அறுத்தால் அந்த அணப்பில் ஒருபாத்தியைக் கொத்தி வெங்காயம் ஊன்றலாம். பூசணியும் வெள்ளரியும் அங்கொன்றும் இங்கொன்றுமாக ஊன்றிவிட்டால் தண்ணீர் விடாமலே பனிப் பதத்தில் வளர்ந்து அணப்பு முழுக்க ஓடிவிடும். மார்கழிக்குப் பிறகு சோளத்தட்டு அறுக்க வேண்டும். வேலைகளுக்கு எதற்கும் ஆட்களை விடாமலே செய்துவிடலாம் என்பதுதான் பொன்னாவின் திட்டம். ஒவ்வொன்றையும் சரியாகச் செய்துவிட்டால் தைக்குப் பிறகு ஒரு வேலையும் இல்லை. ஆடு மாடுகளைப் பார்த்துக்கொண்டிருக்கலாம்.

மார்கழி கடைசியில் அல்லது தை முதலில் குழந்தை பிறக்கும் என்று பொன்னா நினைத்திருந்தாள். இப்போதெல்லாம் குழந்தை தன் பிஞ்சுக் கால்களால் உதைப்பதை நன்றாகவே உணர்கிறாள். அந்தச் சமயத்தில் உடலைக் குறுக்கி வளைந்து நின்றுகொண்டால் இதமாக இருக்கும். இப்படி உதைக்கிறதே

ஆலவாயன் 163

பையனாகத்தான் இருக்குமோ என்று தோன்றும். காளி பையனாகத்தான் பிறப்பான். ஏன், பிள்ளையாக மாறிப் பிறக்கக் கூடாதா? அவளுக்கு ஏனோ பிள்ளைமீதுதான் வெகு பிரியமாக இருந்தது. இந்தக் குடும்பத்தில் பிள்ளையே பிறக்காது என்று சாபம் இருப்பதாகச் சீராயி சொல்லிக்கொண்டிருக்கிறாள். அதனால் பையன்தான் என்பது அவளுடைய முழு நம்பிக்கை. அந்தச் சாபத்தை மாற்றவாவது பிள்ளை பிறக்க வேண்டும் என்று பொன்னா வேண்டிக்கொண்டாள். பையன் பிறந்து அதுவும் குறைவயதில் செத்துப் போய்த்தான் இந்தப் பரம்பரையைக் காப்பாற்ற வேண்டுமா? பிள்ளை பிறந்து இந்தக் காட்டில் வேறொரு வம்சம் வந்து படரட்டும்.

கார்த்திகை மாதத்தின் காலை நேரத்திலேயே மாட்டு வண்டியில் பொன்னாவின் அம்மா வீடு வந்து இறங்கினார்கள். அவளிடம் முன்கூட்டிச் சொல்லவில்லை. இரண்டு நாட்களுக்கு முன் முத்து வந்து ஏற்றம் இறைத்துவிட்டுப் போனான். பெரும்பாலும் செங்கானை அனுப்புவதில்லை. அவனே வந்தால் பொன்னாவைப் பார்த்துப் போக வாய்ப்பாக இருக்கும் என்பதால் வருகிறான். பூவரச மரத்தைப் பார்த்தோ சீராயைப் பார்த்தோ உடம்பு நன்றாக இருக்கிறதா என்று கேட்பான். பொன்னாவுக்கு மனதில் சிரிப்பாக இருக்கும். என்றாலும் பேச மாட்டாள். சீராயிதான் பதில் சொல்வாள். பிரியமான அண்ணனாக இருந்ததால்தான் இப்படி ஒரு இக்கட்டில் மாட்டிக்கொண்டான். கொஞ்சநேரம் கருஞ்சாமி கோயிலில் போய் இருந்துவிட்டு வருவான். கும்பிடுவான். உட்கார்ந்திருப்பான். காளியைப் பார்த்துப் பேசும் வாய்ப்பாக அதைக் கொண்டான். கொட்டாய்கள் இரண்டுக்கும் சுவர் வைக்கும் வேலை முடிந்துவிட்டது. கொட்டாய்களுக்கு ஓலை வேய்ந்து அதற்கும் மேலே கம்மந்தட்டுக்களை அடம்பாகப் போட்டு மின்னக் குச்சிகளை வைத்துக் கட்டும்படி செய்தான். பத்து வருசத்திற்குப் பிரச்சினை இருக்காது.

காளி பெரிய கம்மந்தட்டுப் போர் ஒன்றை வைத்திருந்தான். அந்தத் தட்டை மாடுகள் விரும்பித் தின்னாது. ஊரிலும் ஒருபோர் இருந்தது. இரண்டையும் கொட்டாய்களுக்குப் போடவும் கையோடு போட்டு வேய்வதை விடவும் நன்றாக அமைந்துவிட்டது. புதிய கொட்டாய் ரொம்பவும் பெரியது. சீராயி அதற்குள் அதிகமாகப் புழங்கிக்கொண்டாள். இரண்டுக்கும் கதவு வைத்துவிட்டார்கள். என்றாலும் சீராயி ராத்திரியில் படுப்பது பொன்னா இருக்கும் கொட்டாய்க்கு முன்னால்தான். ஒருவார்த்தை சீராயிடம்கூட இப்படி வருவதாகச் சொல்லவில்லை. வண்டியில் எல்லாப்

பொருள்களும் வந்திறங்கின. இது ஒன்பதாவது மாதம். காளி இருந்திருந்தால் ஊரையே அழைத்துக் கட்டுச்சோற்று விருந்து நடத்திப் பொன்னாவை ஊருக்குக் கூட்டிப் போயிருப்பார்கள். இப்போது அதற்கு வாய்ப்பில்லை. என்றாலும் தாங்களாவது வந்து ஆக்கிப்போட வேண்டும் என்று பொன்னாவிடம் கேட்டால் மறுத்துவிடுவாள் என்பதால் சொல்லாமல் வந்தார்கள். சீராயிக்குப் பெருத்த சந்தோசம். அவளுக்கு மனதுக்குள் இருந்தது. ஆனால் எப்படி வாய் விட்டுச் சொல்வது என்று தெரியவில்லை. பொன்னா தொண்டுப்பட்டியும் காடும் தவிர எங்கும் செல்வதில்லை. அவளுடைய வெளியுலகத் தொடர்பு வெங்காயி, சீராயி மூலமாகத்தான். ஊரிலிருந்து யாராவது வரும்போது பேசுவாள். இருந்தாலும் தொரட்டுப் பாட்டியும் நோனிக்கிழவியும் வாரம் ஒருமுறையாவது வந்து எட்டிப் பார்த்துப் போவார்கள். அவர்கள் பேசுவதை ஆர்வமாகக் கேட்பாள் பொன்னா. இருந்தும் அதிகம் பேச மாட்டாள்.

அவளுக்கு என்னென்ன சாப்பிடலாம் என்று சொல்வார்கள். ஏதாவது சந்தேகம் இருந்தால் கேட்டுக்கொள்வாள். சீராயிடம் மட்டும் 'பையன் இருந்திருந்தா இந்நேரம் தாயூட்டுல இருந்து கட்டுச்சோறு கட்ட ஆளு வந்திருக்கும். அதுக்குத்தான் குடுத்து வெக்கல போ' என்பார்கள். சீராயி என்ன சொல்வாள்? பொன்னாவுக்கும் அதைப் பற்றி எண்ணம் இருந்தது. ஆனால் விருப்பமில்லை. அவ்வப்போது வந்து இருந்து பார்த்துவிட்டுப் போகிறார்கள் என்பதே போதும். முத்து எல்லாரிடமும் 'பொன்னு பண்ணயம் பண்ற அழவப் பாக்கோணுமே. ஒரு ஆம்பளகூட அப்பிடிச் செய்ய முடியாது' என்று சொல்வதாக அவள் காதுக்குச் சேதி வந்தது. அதுவே திருப்தியாக இருந்தது. எல்லாரும் வந்து இறங்கியதும் அவளால் எதுவும் சொல்ல முடியவில்லை. நங்கையிடம் மட்டும் 'எதுக்கு நங்க இது? என்னமோ சந்தோசமா இருந்து பிள்ளப் பெத்துக்கறாப்பல எல்லாத்தயும் கொண்டாந்து எறக்கியிருக்கறீங்க?' என்று மெதுவாகக் கேட்டாள். 'எப்பிடி இருந்தாலும் பிள்ளப் பெத்துக்கறது சந்தோசந்தான் பொன்னா' என்று சொல்லிவிட்டு அவளிடம் அதிகம் பேச்சுக் கொடுக்காமல் வேலைகளைப் பார்க்கப் போய்விட்டாள்.

முத்துவும் அப்பனும் காட்டுப்பக்கம் போனார்கள். வெங்காயி வாய்க்காலில் இருந்த புற்களைப் பிடுங்கிக்கொண்டிருந்தாள். 'என்ன உங்க பண்ணாடிச்சிக்கும் உனக்கும் கல்லுப் பொறுக்கற வேல முடிஞ்சிருச்சா?' என்று சிரித்தபடி கேட்டான். அவளும் சிரித்தாள். 'இல்லீங்க சாமீ. இன்னம் பொறுக்கியாந்து சேத்துக்கிட்டுத்தான் இருக்கறம். காட்டச் சுத்திக் கல்லுக்கட்டுக்

கட்டிக் கோட்டயாட்டம் ஆக்கி உள்ளயே இருந்துக்கோணும்னு சொல்றாங்க' என்றாள். 'செஞ்சாலும் செய்வீங்க' என்றார் அவள் அப்பன். காட்டைச் சுற்றி வந்ததில் திருப்தியாக இருந்தது. திரும்பி வந்ததும் சூடாகக் காரவடை அவர்களுக்குத் தட்டத்தில் வைத்துக் கொடுத்தார்கள். காரவடை, கச்சாயம், மூன்று கட்டுச்சோறு என்று திட்டம் போட்டுச் செய்தார்கள். புளிச்சோறு, தக்காளிச் சோறு, தயிர்ச்சோறு. தொண்டுப்பட்டியில் பாத்திரம் கழுவும் இடத்தில் வாழை மரம் வைத்திருந்தாள் பொன்னா. அதில் இலை அறுத்தார்கள்.

பொன்னாவின் முகம் வெளுத்திருந்தது. கால்களில் லேசாகச் சுரவை தெரிந்தது. 'ஒடம்ப இன்னம் நல்லா வெச்சிருக்கோணும் பொன்னு. இப்பிடி இருந்தா நாளைக்குப் பெக்கறப்ப முக்கறதுக்குச் சத்தில்லாத போயிருமாயா. பேசாத வந்திரு. வேணுங்கறத செஞ்சு போடறம். நல்லபடியாப் பெத்துக்கிட்டு வந்து சேருவ' என்று அம்மா அழைத்தாள். நங்கையும் அதையே சொன்னாள். பொன்னா சிரிப்பிலேயே அதை மறுத்துவிட்டாள். பூவரசில் அவள் கண்கள் பதிந்தன. அறுபட்ட வாது கறுத்துப்போய் அதில் மரக்காளான்களும் பூத்திருந்தன. இதையெல்லாம் தின்று ருசி பார்க்க நீ இல்லாமல் போய்விட்டாயே என்று மனதுக்குள் சொல்லிக்கொண்டாள். ஒவ்வொன்றிலும் ஒவ்வொன்றையும் எடுத்துக் கொண்டுபோய் கொட்டாய்க்குப் பின்னாலிருந்த வேலிக் கிழுவையில் வைத்தாள். அதன்மேல் ஓடு ஒன்றை வைத்திருந்தாள். எதுவென்றாலும் அதில் ஒருகை போடுவாள். சில காக்காய்கள் வழக்கமாக வந்து எடுத்துக்கொள்ளும். அன்றைக்கும் காக்காய்கள் வந்தன. அவற்றின் சத்தம் அவள் காதுகளில் விழுந்த பிறகுதான் எடுத்துச் சாப்பிட்டாள்.

'செரி, நாந்தான் இங்க வந்து இருக்கட்டுமா? இன்னமே ராத்திரியில எதுனா உங்க மாமியா ஒருத்தியும் என்ன பண்ணுவா?' என்று வல்லாயி கேட்டாள். 'மார்கழி பொறந்து நீ வந்தீனாப் போதும்மா. மத்தியானத்துல வெங்காயி இருக்கறா. ராத்திரிக்கு ஆராச்சும் இந்தக் கெழவீங்க வந்துருவாங்க. வந்தா வெடிய வெடியப் பேசிக்கிட்டுக் கெடக்குங்க. ஒன்னும் பயமில்ல. பண்டிதகாரிச்சியும் அப்பப்ப வருவா. ஊருக்கு எங்கயும் போயராதீன்னு சொல்லியும் வெச்சிருக்கறம். வவுறு எறக்கம் தெரிஞ்சா எத்தன நாள்ல பொறக்கும்னு சொல்லீரலாங்கறா. பாக்கலாம் புடி' என்று பொன்னா சொன்னாள். அன்றைக்குப் பொழுதிறங்கும் நேரத்தில்தான் எல்லாரும் கிளம்பிப் போனார்கள். வெங்காயிக்கு எல்லாவற்றிலும் எடுத்து வைத்துக் கொடுத்த

பொன்னா 'உம் பிள்ளைவளுக்குக் கொண்டோயிக் குடு. செரி, நீ மூனு பெத்தவதான, மறைக்காத சொல்லு. கொழந்த பொறக்கும்போது ரொம்பக் கஷ்டமா இருக்குமா வெங்கா?' என்று கேட்டாள். 'கஷ்டமாத்தான் இருக்கும். ரொம்பக் கஷ்டமா இருக்காது பொன்னு' என்று சிரித்தாள் அவள்.

கஷ்டத்திற்கும் ரொம்பக் கஷ்டத்திற்கும் எவ்வளவு இடவெளி?

O

28

மார்கழி பிறந்ததிலிருந்து பொன்னா காட்டுப் பக்கம் போவதில்லை. தொண்டுப்பட்டிக்கு உள்ளேயே உலாத்துவாள். அங்கிருந்தே காட்டைப் பார்ப்பாள். பார்க்க ஒன்றும் இல்லை. பளாரெனத் திறந்த கதவைப் போல எல்லாம் தெரியும். கத்தரியில் இலைகள் பழுத்திருக்கின்றன. மிளகாய்ச் செடிகள் கோல்களாக நிற்கின்றன. எல்லா அறுவடைகளும் வீடு வந்து சேர்ந்துவிட்டன. 'கடைசி நீதான்' என்று தன் வயிற்றின் மேல் கை வைத்து அடிக்கடி சொல்கிறாள். கொஞ்சநேரம் நடந்தாலே மூச்சிரைக்கிறது. சும்மா உட்கார்ந்திருக்கவும் முடியவில்லை. ஏதாவது வேலை வைத்துக்கொண்டால் பரவாயில்லை. எப்படியும் சோறாக்கும் வேலையை அவள் விடுவதில்லை.

சீராயி இப்போதும் சும்மா இல்லை. கட்டுத்தரை வேலைகள் முடிந்து மாடுகளைக் காட்டில் கட்டுகிறாள். அப்படியே கிளம்பிப் போனால் யாருடைய காட்டிலாவது கொட்டச் சருகு பொறுக்கி ஒரு கத்தை கொண்டுவந்து விடுகிறாள். கொட்டச்செடிகளில் இருந்து பழுத்துக் காய்ந்து விழும் இலைச்சருகுகள் அங்கங்கே கிடக்கும். அவற்றை ஆடுகள் விரும்பித் தின்னும். கொண்டுவந்து சிறுபோராக்கிவிட்டாள். பங்குனி, சித்திரை மாதங்களில் காடுகளில் வெயில் எரித்துப் புல் பூண்டுகள் அற்றுப் போகும் சமயத்தில் கொட்டச் சருகுகளைப் போட்டால் ஆடுகள் அமுதம் கிடைத்த மாதிரி துளி விடாமல் தின்னும். தொண்டுப்பட்டியில் இருந்து பார்க்கக் கோயில் நன்றாகத் தெரிந்தது. பொன்னா சொன்னபடி கற்களைக் கொண்டுவந்து கோயிலைச் சுற்றிலும் அடுக்குகிறாள் வெங்காயி. கிழக்குப் பக்கம் இடுப்புயரம் கல்சுவர் எழும்பிவிட்டது. மூன்று பக்கம் அதே மாதிரி அடுக்கிச் சுவர் எழுப்பிய பிறகு முன்பக்கம் உள்ளே போகத் தலைவாசல் விட்டு அடுக்க வேண்டும் என்று சொல்லியிருந்தாள்.

பாலமரம் ஆளுயரம் வளர்ந்துவிட்டது. வேம்பு ஒன்றும் அதற்குப் பக்கத்திலேயே முளைத்து வருகிறது. அதையும் விடச் சொல்லியிருக்கிறாள். இரண்டும் வந்தால் கோயில் முழுக்கவும் நிழலாகிவிடும். தை மாதத்தில் பொங்கல் வைக்கவில்லை. குழந்தை பிறந்த பிறகு அடுத்த வருசத்தில் இருந்து வைத்துக்கொள்ளலாம் என்று எல்லாரும் சொன்னதைப் பொன்னா ஏற்றுக்கொண்டாள். தினந்தோறும் பொழுதிருக்கவே போய் விளக்கு ஏற்றி வைப்பதை ஒருநாளும் விடவில்லை. பொழுது மறைந்து வெயிலும் போய் வெளிச்சம் மட்டும் நிழலாய் இருக்கும் நேரத்தில் எண்ணெய்க் கிண்ணத்தை ஏந்திக்கொண்டு பொன்னா போவாள். சீராயி 'தெனமும் வெளக்குப் போட்டா கொடங்கொடமா எண்ணெ இருந்தாலும் பத்தாதே. இது நம்மூட்டுக்கு ஆவுமா? எதோ ஒரு வெள்ளிக்கெழம, நல்ல நாளு அப்பிடீன்னு வெளக்குப் போட வேண்டீதுதான். கருஞ்சாமிக்குத் தெனமும் வெளக்குப் போடறத எங்காயா கண்டிருக்கறம்? அவுங்கங்க பொங்கலன்னிக்குப் போயிச் சாமியப் பில்லுக்குள்ளயும் கல்லுக்குள்ளயும் தேடறாங்க. இங்க என்னடான்னா கோயக் கட்டி வெச்சிக்கிட்டு இருக்கறா' என்று வெங்காயிடம் புலம்புவாள். பொன்னாவிடம் இதைப் பற்றி ஏதும் பேசுவதில்லை.

வயிற்றைத் தொட்டுப் பார்த்துவிட்டு இன்னும் பதினைந்து நாளில் பிறந்துவிடும் என்றும் வயிறு பெருத்தும் மூச்சு வாங்கக் கஷ்டப்படுத்தியும் கொண்டிருப்பதால் பிள்ளையாகத் தான் இருக்கும் என்றும் பண்டிதகாரிச்சி சொன்னாள். 'மழப்பேறும் பிள்ளப்பேறும் அந்த மாதேவனுக்குக்கூடத் தெரியாதாம். என்னமோ நாம அப்படியும் இப்படியும் இருக்கறத வெச்சுச் சொல்றதுதான்' என்று தன் அனுமானத்தின்மேல் சந்தேகத்தையும் போட்டுப் போயிருந்தாள். அதைப் பற்றியே நினைத்தபடி இந்த வருசம் விளைந்த ஆரியத்தை அரைத்து அந்த மாவில் கருப்பட்டி போட்டுத் தோசை சுட்டாள் பொன்னா. மாமியாருக்கு இரண்டு தோசை போட்டுக் கொடுத்துவிட்டுத் தனக்கும் இரண்டு சுட்டுக்கொண்டாள். வெளிக் கல்லில் உட்கார்ந்து தின்றுகொண்டிருக்கும்போது நல்லையனின் குரல் கேட்டது. இன்னொன்று பெண்குரலாக இருந்தது. சீராயிக்குத் திக்கென்றது. யாராவது பொம்பளையைக் கூட்டிக்கொண்டு இங்கே வருகிறாரோ என்று பயந்து போனாள். கூட்டி வந்தது பொம்பளைதான். ஆனால் தொரட்டுப் பாட்டி.

'கொஞ்சம் நேரமே வந்திருக்கலாமுல்ல ஆயா. இப்பிடி இருட்டுல வர்ற. எங்காச்சும் உழுந்து கிழுந்து தொலஞ்சிட்ட யின்னா உம் பேரனுவளுக்கு ஆராயா பதிலுச் சொல்லறது?' என்றாள் சீராயி. 'உழுந்தாப் போயிச் சேர வேண்டியதுதான்.

ஆலவாயன் 169

காலந்தான் வர மாட்டீங்குதே' என்று பாட்டி வந்து கட்டிலில் உட்கார்ந்தார். 'உழுந்து ஒரேயடியாப் போய்ச் சேந்துட்டாப் பிரச்சின இல்ல. கை காலு முறிஞ்சு கட்டில்ல கெடையாக் கெடந்தீன்னா ஆராயா பீ மல்லு அள்ளறது?' என்றாள் சீராயி. 'அதுஞ் செரிதான்' என்ற பாட்டியிடம் 'மாமன எங்க புடிச்சீங்க பாட்டி. ஆளுப் பரதேசம் போனவரு அப்பிடியே போயிச் சேந்துட்டாருன்னு நெனச்சனே' என்று பேச்சை நல்லையனை நோக்கித் திருப்பினாள் பொன்னா.

'ஆமாங் கொழுந்தனாரே, ஆறு மாசமாட்டம் ஆளயே காணாத, தம்பிக்காரன் சொன்னாப்பல அடிச்சு ஆரியக்காட்டுல தான் பொதச்சிட்டானோன்னு நெனப்பு ஓடிச்சு. எங்காச்சும் வழியில அவனப் பாக்கறப்பக் கேப்பன். அந்தத் தாயோலி எங்காச்சும் கௌப்புக்கட கண்டபக்கம் எச்சக்கல எடுத்துக்கிட்டு இருப்பான்னு எகத்தாளமாச் சொல்லுவான். அதுக்கு மேல எப்பிடிக் கேக்கறது?' என்றாள் சீராயி.

'தம்பி பொண்டாட்டியப் பத்தி எப்பக் கேட்டாலும் ஊருல இருக்கறான்னுதான் சொல்றாங்க. அவளையும் கூட்டிக்கிட்டு வெளியூருக்கு ஓடிப் போயிட்டயோன்னு நெனச்சன். இப்பத்தான் எனம் மாறிக் கூட்டிக்கிட்டு எங்கயோ பெரிய பெரிய பட்டணத்துல போயி அல்லெடுத்துப் பொழச்சுக்கறாங்களாமே' என்று தொரட்டுப் பாட்டி தன் சந்தேகத்தைச் சொன்னாள்.

நல்லையன் சிரித்தார். 'கெழவீங்க இங்க வரப் பட்டிக்காட்டுல, காக்கா குருவீகளப் பாத்துக்கிட்டுக் கெடக்கறீங்க. ஆனாலும் என்னென்னவோ தெரிஞ்சு வெச்சிருக்கறீங்களே. ஒருத்தன் பொண்டாட்டியும் இன்னொருத்தி புரசனும் சேந்துக்கிட்டா இங்க ஊர்ல பொழைக்கவா உடறாங்க. கூட்டிக்கிட்டுக் கப்பலேறியே போயிருவாங்க பாத்துக்க. செக்குக்குங் கொழவிக்கும் ஒத்துப் போயிருச்சுன்னா உட்ரோணும். எனக்கென்ன வயசு முறுக்கத்திலயா இருக்கறன்? ஒருத்தியக் கூட்டிக்கிட்டுப் போயி வெச்சுப் பொழைக்கறதுக்கு. முறுக்கமா இருந்தபோதே இந்த ஒடம்பு வேலைக்கின்னா வளையாது. ஒருத்திக்குச் சோறு போடறதெல்லாம் என்னால முடியாதாயா' என்று தொடங்கினார் நல்லையன்.

வீட்டில் இருக்கவே பயமாகிவிட்டதாம். சரக்கென்று ஓடக்கான் ஓடுகிற சத்தம் கேட்டால்கூடத் தம்பியும் பையன்களும் வந்துவிட்டான்களோ என்று திடுக்கிட்டுக் கதவுச் சந்தில் கண் பொருத்திப் பார்ப்பாராம். எந்தெந்த ஊரிலோ போய் யார்யார் கூடவோ இருந்தபோதெல்லாம் வராத பயம் இந்த நாய்களால் வந்துவிட்டதே என்று மருவினார். பயத்தோடு

எத்தனை நாளைக்குத்தான் வாழ்வது? மறுநாளே ஏவாரியை வரச் சொல்லி ஆடு மாடுகள் எல்லாவற்றையும் விற்றுவிட்டார். ஆள்காரப் பையனிடம் கொஞ்சம் காசைக் கொடுத்துப் போகச் சொல்லிவிட்டார். வீட்டை விட்டுப் போனவர் ஆறு மாதத்திற்குப் பிறகு இப்போதுதான் வந்தார்.

'காட்டுல சோளம் வெதச்சு உட்டுட்டுப் போயிருந்தன். உட்டு மேச்சே அழிச்சுப்புட்டாங்களோ அறுத்துப் போரு வெச்சுக்கிட்டாங்களோ தெரீல. ஒரு துண்டுத் தட்டுகூடக் காட்டுல இல்ல. கரயெல்லாம் ஒடச்சுக் காட்டச் சுடுகாடாட்டம் ஆக்கி வெச்சிருக்கறானுங்க. என்னதான் இன்னொருத்தன் காடா இருந்தாலும் இவனுங்களும் குடியானவங்கதான. வெள்ளாமக் காட்ட இப்பிடிப் பண்ணலாமான்னு நெனப்பு வர வேண்டாம். ஆளப் புடிக்கலீன்னா மண்ணு என்ன பண்ணும்?' என்றார்.

'ஆளிருந்து பாத்துக்கிட்டு இருந்தாலே முடிய மாட்டீங்குது. நீ அப்பிடியே போட்டது போட்டாப்பல ஓடிப் போயிருவ. இருக்கறவங்க பாத்துக் களமாட்டம் வெச்சிருப்பாங்களா? அதெல்லாம் ஒருத்தரக் கொற சொல்லக்கூடாது. இருந்து பண்ணயம் பாக்கறதுக்கு உனக்குப் பொச்சு வளையல. அப்பிடி எங்கதாம் போயிச் சுத்தன ஆறு மாசமா' என்றார் பாட்டி.

இந்த முறை நல்லையனுக்கு எங்கே போவதென்று தெரியவில்லை. மங்கூர் போகிற வழியில் இருக்கிற சத்திரத்தில் ஒருநாள் இரவு போய்த் தங்கினார். அங்கே ஒரு பரதேசிக் கூட்டமும் தங்கியிருந்தது. அவர்களிடம் பேச்சுக் கொடுத்தபோது நூற்றியெட்டுக் கோயில்களுக்குப் போகிற திட்டத்தோடு கிளம்பிப் போய்க்கொண்டிருக்கிறார்கள் என்பது தெரிந்தது. அவர்களோடு சேர்ந்துகொண்டார். தினந்தோறும் வெகுதூரம் நடப்பது, முடியாவிட்டால் எங்காவது சத்திரம் சாவடி கண்ட இடத்தில் படுத்துக்கொள்வது. கையில் இருக்கும் திருவோட்டில் விழுகிற சோற்றைப் பங்கித் தின்னுவார்கள். கிடைக்கிற கம்பு, ஆரியத்தைச் சந்தையில் விற்றுவிடுவார்கள். கோயிலுக்குப் போய்விட்டால் அங்கே எப்படியும் ஒருவேளை சோறு கிடைத்துவிடும். கிடைக்கிற அரிசியை மட்டும் விற்பதில்லை. சோறு வாங்க முடியாத நாளுக்கு அதைப் பொங்கித் தின்பார்கள்.

அவர் சொன்னார்: 'ஒன்னும் வேண்டியதில்ல. ஒரு காவி வேட்டியும் துண்டும் போதும். கையில ஒரு திருவோடு. அவ்வளவுதான். நீட்டுனாப் போதும் இல்லீங்காத எதுனாப் போட்டிருவாங்க. ஒவ்வொருத்தரு கால்லயும் உழுந்து கும்பிடுவாங்கனாப் பாத்துக்கவேன். ஆறு மாசமா இதுதான் பொழப்பு. அடேங்கப்பா, எத்தன கோயிலு, எத்தன கொளம்.

நாம இந்தக் கரட்டூருக் கோயிலப் பாத்துட்டு இதுதான் பெருசுன்னு நெனைக்கறம். அதெல்லாம் சோழ தேசத்துல போயிப் பாக்கோணுமே. கோயிலு ஒன்னொன்னயும் ஏக்கராக் கணக்குல கட்டி வெச்சிருக்கறான். அந்த ராசா கட்டுனது, இந்த ராசா கட்டுனதுன்னு ஒன்னொன்னுக்கும் சொல்றாங்க. அந்தப் பக்கமெல்லாம் போயிட்டா இந்தக் கம்மஞ்சோறு, ஆரியக்களி, சாமச்சோறுன்னு நாத்தம் புடிச்ச கருமாந்தரமெல்லாம் கெடையாது. அப்பிடியே நகநகன்னு மின்னறாப்பல நெல்லஞ்சோறுதான். கூலிக்குப் போறவங்ககூட நெல்லஞ்சோறு திங்கறாங்கன்னாப் பாரேன். ஆறு மாசத்துல புதுசா ஒருதொழிலக் கத்துக்கிட்டன். திருவோட்ட நீட்டுனாப் போதும் வவுறு நெறஞ்சிரும்.'

'ஏண்டா குடியானவனுக்குப் பொறந்திட்டுப் பிச்சயெடுத்துத் திங்கலாமாடா. இத ஒரு தொழிலுன்னு சொல்லிக்கிட்டுத் திரியறயே. வவுத்துல ஈரத்துணியக் கட்டிக்கிட்டுக் கெடந்தாலும் கெடப்பமே தவர பாடுபடாத ஆசுவம் வாங்கித் திங்கறது நம்ம எனத்துலயே கெடையாதேடா நல்லான். உங்கொம்மா உன்னயக் குடியானவனுக்குத்தான் பெத்தாளா?' என்று பாட்டி ஆங்காரமாகக் கேட்டார். பொன்னாவுக்குச் சங்கடமாக இருந்தது. மெல்ல எழுந்து கொட்டாய்க்குள் போய்ப் படுத்துக்கொண்டாள். அவர்கள் பேச்சு காதில் விழுந்தது.

'எங்கம்மா எவனுக்குப் பெத்தான்னு எனக்கெப்படித் தெரியும். அது அவளுக்கே தெரீமொ என்னமோ. ஒரு பொம்பள பத்துப் பேருகூட படுக்கறான்னு வெச்சுக்க. உருவாகற கொழந்த எவனுதுன்னு அவளாலதான் சொல்ல முடீமா பாட்டி? குடியானவனாப் பொறந்துட்ட ஒவ்வொருத்தனும் நீ சொல்றாப்பலதான் பொழைக்கறானா? பொண்டாட்டிய இன்னொருத்தங்கிட்ட அனுப்பறவனும் இருக்கறானே' என்றவர் மேலும் சொன்னார்.

'கையில திருவோடு ஏந்தறது சும்மா இல்ல. பிச்சயெடுக்க இன்னொருத்தங்கிட்டக் கை ஏந்தி நிக்கோணும். போன ஒடன நின்னற முடியுமா? நீ குடியானவன், காடு தோட்டம் இருக்கறவன், ஒழுக்கமாப் பரம்பரயில அப்பிடியே வந்தவன், பெரிய புடுங்கி அப்பிடி இப்பிடின்னு நெனப்பிருந்தாக் கையேந்த முடியாது. எல்லாத்தயும் தூக்கிப் போட்ரோணும். நான் ஒன்னுமில்ல, இந்த மசுருக்குக்கூடச் சமானமில்லன்னு நெனச்சுக்கோணும். மானம் ரோசம் வெக்கம் மதிப்பு மருவாத கெவுருதி எனம்சனம் சொத்துசொகம் இன்னம் என்னென்ன இருக்குது சொல்லு. எல்லாத்தயும் உதுத்துட்டு நிக்கோணும்.

அதுதான நெசம். சனமெல்லாம் ஒன்னுதான். ஆருகிட்ட வேண்ணாலும் கையேந்தலாம். ஆரு குடுக்கறதயும் திங்கலாம். நீ ஆரு? இந்த ஒலகத்துல பொறந்து என்னத்தக் கிழிச்சிட்ட? இதா மண்ணக் கொத்திக் கொத்திக் காலமே ஓடிருச்சு. மண்ணுத்தான் திங்கப் போவுது. காளிப்பன் செத்துப் போயிப் பத்து மாசம் ஆவப் போவுது. அவனோட எலும்புகூட இன்னைக்கு இல்ல. உனக்கு என்னாயா வெத்துப் பெரும. எல்லாத்தயும் உதுக்க முடியுமா உன்னால? உதுத்துப்புட்டாப் பெரிசு. அவந்தான் மனசன். எல்லாத்தயும் உதுக்கப் பாத்தன், என்னால முழுசும் முடியில பாத்துக்க. இன்னம் எந்தலக்குள்ளயும் மனசுக்குள்ளயும் என்னென்னமோ கருமாந்தரமெல்லாம் கெடக்குது. எல்லாக் குப்பையையும் என்னைக்குக் கூட்டி அள்ளிக் கொட்டித் தொலைப்பனோ?' என்று ஆவேசமாய்ப் பேசி நிறுத்தினார்.

'இவன் என்ன திருவாத்தானாட்டம் என்னென்னெமோ பேசறான்?' என்றாள் சீராயி.

29

நல்லையனின் தம்பி பெண்டாட்டியை அவளது மூத்த மகள் தன் வீட்டிற்குக் கூட்டிப் போய்விட்டாள். ஆட்டூரிலிருந்து பத்துக் கல் தொலைவில் இருந்த ஊக்கூர் அவளது ஊர். அங்கே வாய்க்கால் பாசனமும் உண்டு. அதனால் வேலைகள் அதிகம். மகள் வீட்டிலிருந்தாலும் சொல்லாமல் கொள்ளாமல் ஊருக்கு இரண்டு மூன்று முறை ஓடி வந்தாள். நல்லையனின் வீடும் கட்டுத்தரையும் புழுதியும் குப்பையும் படிந்து ஆள் நடமாட்டம் இல்லாமல் கிடப்பதைப் பார்த்து அழுதாள். விசாரிப்பதற்கு ஆள்காரப் பையனும் இல்லை. அவள் புருசனும் பையன்களும் வந்து விரட்டினார்கள். மீண்டும் நடந்தே ஊக்கூருக்கே வந்துவிட்டாள். நல்லையன் வந்து வீட்டில் தங்குவார் என்றால் அவள் திரும்பவும் ஓடி வந்துவிடவும் வாய்ப்புண்டு. இப்போது அவளைப் பற்றிய எண்ணம் அவ்வளவாக இல்லாதவர் போலக் காணப்பட்டார். அவர் சொன்னார்:

'இந்தச் சொத்த எதுக்கு வாங்கிக்கிட்டன்னு இருக்குது. இது ஒன்னுதான் இப்ப என்னயப் புடிச்சு வெச்சிருக்குது. இத உட்டுத் தொலைக்கவும் முடியில. வெச்சுப் பொழைக்கவும் முடியில. என்ன செய்யிறதுன்னு ஓசிச்சுக் கொழம்பிக் கெடக்குறன். வித்துப்புட்டுப் போயர்லான்னாலும் முடியில. மூனே காலு ஏக்கரா இருக்குது. மொத்தத்துல ஒரு ஏழ்நூறு வரும். அந்தப் பணத்த எங்க கொண்டோயி வெக்கறது? மடியில கட்டிக்கிட்டு ஊரெல்லாம் சுத்த முடியுமா? நான் தெருவுலயும் படுத்திருப்பன், சத்திரத்திலயும் படுத்திருப்பன். ஒருநாளைக்குப் புளியமரத்தடியிலகூடக் கெடப்பன். பணத்த வெச்சிருந்தாத் தூக்கந்தான் வருமா? அப்பறம் அதுல ஒவ்வொரு ருவாய எடுத்துச் செலவு பண்ணுனா எத்தன நாளைக்கு வரும்? வெச்சுச் செலவு பண்ணிப் பழகிட்டா அப்பறம்

அத உட முடியாது. செரி, காச ஒருத்தங்கிட்டக் குடுத்து வட்டி வாங்கித் திங்கலாமுன்னாலும் ஆருகிட்டக் குடுக்கறது. எல்லா நாயும் காசுன்னா வாயப் பொளக்குது. நாளைக்கு நீ குடுக்கவே இல்லீன்னு சொன்னாலும் சொல்லீரும். என்னதான் செய்யறது சொல்லு நங்க. இந்த நாய்வளுக்கே எழுதி வெச்சிட்டுப் போயரலாமின்னும் இருக்குது. போற போக்குல காருக்கீரு அடிச்சுச் செத்துப் போயிட்டா அனதாப் பொணமா ஆரோ எடுத்துப் போட்டுட்டுப் போயிருவாங்க. இல்ல, கெடையாக் கெடந்து சாவறாப்பல இருந்தா ரண்டு காசு இருந்தாத்தான் எந்த நாயும் பக்கத்துல வரும். எனக்கு என்ன பண்றதுன்னே தெரீல போ.'

தொரட்டுப் பாட்டி 'அதுக்குத்தாண்டா பயா, குடும்பமுன்னு ஒன்னு இருக்கோணும். அது இருக்கறவனுக்கு இந்தக் கொழப்பமேது சொல்லு. எனக்குப் பிள்ள குட்டி எதும் இல்ல. சொத்து பத்து ஒன்னுங் கெடையாது. பிரசன் செத்துப் போயிப் பொறந்தவன் ஊட்டுலதான் வந்து இருந்தன். சீவனத்துக்குன்னு அப்ப அம்பது ருவா குடுத்து அனுப்புனாங்க. அதயும் எங்கிட்டத்தான் வெச்சுக்கிட்டன். என்னமோ என்னால ஆன வேலயச் செஞ்சுக்கிட்டு இன்னைக்கு வரைக்கும் கெடக்கறன். பொறந்தவன் பையன் வந்து இப்பப் பேரன் கையில சோறு வாங்கித் திங்கறேன். வேல எதோ என்னால ஆனத இன்னைக்கு வரைக்கும் செஞ்சுக் கிட்டுத்தான் இருக்கறேன். குடும்பத்துக்குள்ள இருக்கலீன்னா எம் பொழப்பு ஓடிருக்குமா சொல்லுடா நல்லான்' என்றார்.

'பாட்டி ஆயரக் கணக்குல அந்தச் சுருக்குப் பையில போட்டு வெச்சிருக்குது. நீ ஆம்பள. உன்னால ஒரு ஏழ்நூறு ரூவாக் காச வெச்சிருக்க முடியாதுன்னு அழுவற' என்றாள் சீராயி. 'எங்கிட்ட எந்தக் காசிருக்குது. என்னமோ எனக்குன்னு வந்த அந்த அம்பது ருவாய அங்க இங்க குடுத்து ஒரு அஞ்சும் பத்தும் சேத்து வெச்சிருக்கறன். நாளைக்கு நம்பள அடக்கம் பண்றப்ப இந்தக் கெழவி என்னத்த வெச்சிருந்தான்னு ஒருத்தரும் ஒன்னுஞ் சொல்லக்கூடாது பாத்துக்க' என்றார் பாட்டி.

'குடும்பம் எல்லாம் நம்மளுக்கு ஒத்து வராது ஆயா. நான் தங்குண்டி. அப்பிடிப் போற எடத்துல எர பொறுக்கிக்கிட்டு கெடச்ச எடத்துல தண்ணி குடிச்சிக்கிட்டு இருக்கற புத்தி எனக்கு. ஒன்னும் முடியலீன்னா காளியாட்டமே போயர வேண்டீதுதான். தம்பீவ ரண்டு பேரையும் நேத்துக் கூப்புட்டுச் சொல்லீட்டன். நான் திருவோடு ஏந்தறது ஏந்தறதுதான். உள்ளூர்லயேகூட ஏந்திருவேன். எனக்கு வெக்கங்கிக்கம் ஒன்னும் கெடையாது. உங்களுக்காவத்தான் பாக்கறன். காட்டக் குத்தவக்கு ஓட்டிக்க ஆளுங்க கேக்கறாங்க. மூனு நாளைக்கு ஒரு தண்ணி மொற.

எப்பிடியும் நாலு செரவு பாயும். செம்மண்ணுப் பூமி. எது போட்டாலும் வெளையும். ஊடும் கட்டுத்தரயும் இருக்குது. ஒரு குடும்பமே வந்து குடியிருந்துக்கலாம். என்ன சொல்றீங்கன்னு கேட்டன். குத்தவக்கு நீங்களே ஆளுக்குப் பாதியா ஓட்டிக்கங்க. எனக்குத் தவசமெல்லாம் வேண்டாம். காசாக் குடுத்திருங்க. அங்க உட்டன் இங்க உட்டன்னு பொல்லாப்பு வேண்டாம். ஆனா வருச மொதல்லயே காசக் குடுத்திருங்க. எனக்கப்பறம் உங்களுக்குன்னு எழுதி வெச்சிர்றன்னு சொன்னன். என்னமோ ஓசிச்சுச் சொல்றங்கறாங்க. சின்னவனுக்கு முழுசா அவனுக்கே உட்டா ஓட்டிக்கலாமுன்னு பாக்கறான். பொண்டாட்டிய அனுப்புனவனாச்சே. ஆனா அவங்கிட்டக் கொஞ்சம் பயமாத் தான் இருக்குது. ஊருல நாலு பேர வெச்சுத்தான் பேசோனும். என்ன, ஊர்க்காரனுவ இப்பத்தான் எங்களக் கண்ணுத் தெரீதாம்பாங்க' என்று பேசினார் அவர்.

பொன்னாவின் மனசுக்குச் சங்கடமாக இருந்தது. ஒருபோதும் நல்லையன் மாமா இப்படிப் பேசியவரல்ல. அவர் பேச்செல்லாம் உற்சாகம் கொப்பளிக்கும். ஒரே மாதிரி பொழப்பு ஒருவருக்கும் அமைவதில்லை. ஏதேதோ வந்து சேர்ந்து நம் பாதையை மாற்றி விடுகிறது. இப்படியே போகலாம் என்று தீர்மானித்து நடப்பது நம் கையில் இல்லை. அவர் பேச்சில் அடிக்கடி சோற்றைப் பற்றிப் பேசியதால் பொன்னாவுக்குக் கொஞ்சம் சந்தேகம் வந்து 'மாமா, சோறு தின்னீங்களா? எதுனா வேணுமா?' என்று கேட்டாள்.

'அட மருமவளே, ஒன்னுந் திங்கல. இங்க வந்துதான் எதுனாத் திங்கலான்னு பாத்தன். செரியா நான் வர்றப்ப மாமியாளும் மருமவளும் தின்னுபுட்டுக் கையக் கழுவறீங்க. நெறமாசமா இருக்கற பிள்ளய இன்னொருக்கா வேல வாங்க வேண்டான்னுதான் கம்முனு இருந்துக்கிட்டன். நாம இருந்தாலும் இந்தப் பிச்சக்கார வவுறு நகத்த நீட்டிச் சொரண்டிச் சொரண்டிக் கேக்குது. அத எப்பிடியோ கண்டுபிடிச்சிட்டயே. கரச்சோறுகீது இருந்தா ஊத்து. இந்தக் கருமாந்தரத்தக் கொஞ்சம் அடக்கி வெக்கலாம்' என்றார்.

'அட நிய்யொருத்தன். சொல்லிருந்தா நாங்கூட எதுனாக் கொண்டாந்து குடுத்திருப்பனே' என்றாள் சீராயி. பொன்னா சிரித்தபடி வெளியே வந்து 'எங்கூட்டுலயே கேட்டு வாங்கிச் சாப்பட முடியிலியே உங்களுக்கு. வெளிய போயி எப்பிடிக் கையேந்துவிங்க' என்றாள். 'தெரியாத எடத்துல கேக்கக் கஷ்டங் கெடையாது மருமவளே' என்று அவரும் சிரித்தார்.

பொன்னா கொஞ்சம் ஆரிய மாவையே போட்டுக் கரைத்து இரண்டு வெங்காயமும் மிளகாயும் சேர்த்துக் காரத்தோசை ஊற்றினாள். அவளுக்கு அதில் ஒன்றும் கஷ்டம் இல்லை. பாட்டிக்கும் ஒன்று கொடுத்தாள். 'உனக்கு எங்கிருந்துதான் இந்தக் கைப்பக்குவம் வந்து சேருதோ தெரீல. கத்திரி வெச்சா அப்பிடியே மணக்குது. காரத்தோச இத்தன ருசியாச் செஞ்சிருக்கறயே பொன்னா. உங்கைக்குக் காப்புத்தான் பண்ணிப் போடோணும்' என்றார் பாட்டி.

'கைக்குக் காப்பும் போட முடியாது, கழுத்துக்குச் சங்கிலியும் போட முடியாது, ஏன் காதுக்குக் கொப்பும் போட முடியாது. மூளிக்கு நீ சொன்னதே போதுமாயா' என்றாள் பொன்னா. பாட்டிக்கு நாக்குத் தவறிச் சொல்லிவிட்ட வருத்தம் வந்தது. 'போடாட்டிப் போவுது உடு. போட்டுக்கிட்டு ஆட்டுனவளும் கடசீல கழட்டிப் போட்டுட்டு முண்டக்கட்டயாத்தான் போறாளுவ' என்று சமாளித்தார் பாட்டி.

நல்லையன் விரும்பிச் சாப்பிட்டார். 'ஆரியத்துக்கும் தோசைக்கும் அப்பிடிப் பொருத்தம். களியில என்ன இருக்குது' என்றார். தங்களுக்குச் சுட்டுவிட்டு மீதமிருந்த கருப்பட்டி மாவை ஊற்றி ஒரு தோசை சுட்டு அதையும் போட்டாள். திருப்தியாக இருந்தது. வயிறு நிரம்பியதும் மனமும் குளிர்ந்துவிட்டது போல. சந்தோசமாக இருந்தார். அதைப் பேச்சில் வெளிப்படுத்தினார். 'இப்பிடித் தொண்டுப்பட்டியில வந்து கெடந்துக்கிட்டு எதுனாப் போடறதத் தின்னுக்கறன். எஞ்சொத்த மருமவ பேருல எழுதி வெச்சிர்றன். என்ன சொல்ற நங்க' என்றார் அவர். 'அப்பிடியாச்சும் செஞ்சிரு. உனக்கும் ஒரு இல்லெடம் கெடச்சிரும்' என்றார் பாட்டி. சீராயி 'அதெல்லாம் ஒத்துவருமா. செரிப்படாது நல்லான்' என்றாள். அவள் குரலில் சின்ன ஆசை ஒன்று வெளிப்பட்ட மாதிரி பொன்னாவுக்குத் தெரிந்தது. உடனே வெளியே போய்க் கல்லில் உட்கார்ந்துகொண்டு நிதானமாகச் சொன்னாள்.

'மாமா, எங்களுக்கு எந்தச் சொத்தும் வேண்டாம். இருக்கற இந்தக் காட்டுல ஒழுங்காப் பாடுபட்டா இன்னம் ரண்டு குடும்பம் சோறு திங்கலாம். இப்பவே ஊரு என்னென்னவோ பேசுது. உங்க சொத்த நாங்க வாங்கிக்கிட்டமுன்னா கொஞ்சப் பேச்சா பேசும்? நீங்க என்னய வெச்சிருந்தீங்கன்னும் அதான் என்னூட்டக்காரன் செத்துப் போயிட்டான்னும் சாதாரணமாச் சொல்லும். உங்களுக்கு எம்புருசன் மேல பாசமின்னு எனக்குத் தெரியும். ஊருக்குத் தெரியுமா? நாங்க ஊரோட சேந்துதான்

வாழோணும். ஊரு கேட்டுதுன்னா எம் புரசனுக்குத்தான் கொழந்த பெத்துக்கிட்டன்னு பத்துப் பேருக்கு மின்னால வந்து நின்னு சொல்லித்தான் ஆவோணும். இத உட்டுட்டு நாங்க எங்க போவ முடியும்? அப்பறம், நாங்க பொம்பளைங்க, உங்க தம்பிங்க கிட்ட எங்களால சண்ட போட்டு நிக்க முடியுமா? நீங்களே பயந்துக்கிட்டு அங்கயும் இங்கயும் ஒளிஞ்சு திரியறீங்க. எங்கள வெட்ட வந்தா நாங்க திருப்பி வெட்டவா முடியும்? சொத்த வெச்சிக்கிட்டு நிம்மதி இல்லாத எங்களால காலத்துக்கும் பொழைக்க முடியுமா சொல்லுங்க. எப்பவாச்சும் இப்பிடி வாங்க, எங்களால முடிஞ்சதப் போடறம். இருந்துட்டுப் போங்க. சொத்துப் பேச்சே வேண்டாம். பிரசனத் தின்னூட்டு நான் கெடக்கறன் நொம்பலப்பட்டுக்கிட்டு. இதுல இன்னொன்னு என்னத்துக்கு மாமா.'

பூவரசில் மோதும் காற்றும் சத்தம் அடங்கியது.

○

30

தை மாதத்தின் முதல் வியாழக்கிழமை அன்று பொன்னாவுக்குப் பையன் பிறந்தான். பொழுது கிளம்பும் நேரம். காளிதான் வந்து பிறந்திருக்கிறான் என்பதில் யாருக்கும் சந்தேக மில்லை. சொந்தக்காரர்கள் ஒவ்வொருவரும் வந்து பார்க்கிறார்கள். காளியின் ஜாடை என்றும் சொல்கிறார்கள். ஆனால் குழந்தை பிறந்து ஒருமாதமாகவே பொன்னா நினைத்து நினைத்து அழுகிறாள். பையனாகப் பிறந்தமைக்காகவா இவனுக்கும் ஆயுள் குறைவுதானோ என்னும் பயத்தின் காரணமாகவா எதற்காகத் தனக்கு இப்படி அழுகை வருகிறது என்று அவளுக்கே தெரியவில்லை. உடல் இன்னும் முழுதாகத் தேறவில்லை. பொழுதிருக்கவே கொட்டாய்க்குள் போய்ப் படுத்துக்கொள்ளச் சொல்லிவிடுகிறாள் சீராயி. குழந்தையை எடுப்பதும் குளிப்பாட்டுவதும் எண்ணெய் வைப்பதும் என எல்லா வேலைகளையும் அம்மாவும் மாமியாருமே பார்க்கிறார்கள். அவளுக்குத் தெம்பு கூட என்னென்னவோ செய்து தருகிறார்கள்.

பேற்றின்போது ரொம்பவே கஷ்டப்பட்டுப் போய்விட்டாள் பொன்னா. வெங்காயி 'கொஞ்சம் கஷ்டமாத்தான் இருக்கும்' என்று சொன்னாள். அப்படியல்ல, பெருங்கஷ்டம். முதல் நாள் காலையிலிருந்தே லேசாக வலி தெரிந்தது. அது பேற்றுவலியென அவள் உணரவில்லை. சில நாள் காலை நேரத்தில் இடுப்பும் அடிவயிறும் சுரீர் என்று வலிக்கும். அது நேரம் ஆக ஆகக் குறைந்துவிடும். அப்படித்தான் நினைத்தாள். ஆனால் இது அதிகமாகிக்கொண்டே போயிற்று. உச்சி நேரத்திற்கு மேல் பொறுக்க முடியாத மாதிரி இருந்ததும் வல்லாயிடம் சொன்னாள். எப்படி இருக்கிறது என்று விசாரித்த அவள் இது அந்த

வலிதான் என்று தீர்மானமாகச் சொன்னாள். வலி மிகமிகக் கொஞ்சம் பயமாக இருந்தது. வெங்காயியை அனுப்பிப் பண்டிதகாரிச்சியைக் கூட்டி வரச் சொன்னாள். சீராயி பக்கத்துக் காட்டு ஆள்காரப் பையனைப் பிடித்து அடையூர் வரைக்கும் போய்வரச் சொன்னாள். பண்டிதகாரிச்சி தங்காயி எல்லா ஏற்பாடுகளையும் செய்துகொண்டு வரப் பொழுதிறங்கி நேரமாகி விட்டது. அவள் எப்போது வருவாள் என்று அடிக்கடி கேட்டு நச்சரித்துக்கொண்டே இருந்தாள் பொன்னா. அவள் வந்ததும் வலி முழுவதையும் வாங்கிக்கொள்வாள் என்று நம்பினாள் போல.

சாவகாசமாக வந்த அவள் பொன்னாவை வயிற்றைத் தொட்டுப் பார்த்துவிட்டுக் காலைக்குள் குழந்தை பிறந்துவிடும் என்றாள். பொன்னாவுக்குப் பொக்கென்று போயிற்று. தங்காயி வந்ததும் குழந்தை பிறந்துவிடும் என்றிருந்தாள். இந்த வலியை இரவு முழுவதும் பொறுத்துக்கொள்ள வேண்டுமா? வெங்காயி வீட்டுக்குப் போய்விட்டு வருவதாகச் சொல்லிப் போனாள். சீராயி ஆடுமாடுகளைக் கட்டப் போனாள். தங்காயி 'பொன்னு ஒன்னும் பயப்படாத. மொதக் கொழந்தயின்னா கொஞ்சம் வலி எச்சாத்தான் இருக்கும். பொறுத்துக்கோ. எத்தனையோ மனக்கஷ்டத்தயெல்லாம் பொறுத்துக்கிட்டவ நீ. இந்த வலி என்ன பண்ணீருது. இது நல்லதுக்கு வலிக்கறதுதான' என்றாள். இனிமேல் சோறு எதுவும் சாப்பிட வேண்டாம் என்று சொல்லிவிட்டாள். இப்போதே ஒருமுறை வெளிக்கிப் போய்விட்டு வந்துவிடும்படியும் சொன்னாள்.

கருப்பட்டிக் காப்பி குடிக்கச் சொன்னாள். ஒரு பெட்டியில் என்னென்னவோ கொண்டு வந்திருந்தாள். அவற்றில் எதையும் எடுக்கவில்லை. வீட்டுக்குப் போய்விட்டு வருகிறேன் என்று அவளும் கிளம்பினாள். கடைசியில் பொன்னாவும் வல்லாயும் மட்டும்தான் இருந்தனர். என்னவோ எல்லாரும் தன்னைக் கைவிட்டுப் போனது போலப் பொன்னாவுக்கு உணர்வு வந்தது. வெளிக்காட்டுக்குப் போவதற்கு முன்னால் கருஞ்சாமி கோயிலுக்குப் போய்க் கும்பிட்டுக்கொண்டாள். நிதானமாக நின்று கும்பிட முடியவில்லை. இடுப்பைப் பிடித்தபடி 'நல்லபடியாப் பண்ணி உடு' என்று மட்டும் கேட்டாள். வேறு வார்த்தை ஒன்றும் வரவில்லை.

கருப்பட்டிக் காப்பியைக் குடித்துவிட்டுக் கட்டிலில் படுத்தாள். ஒரு நொடிகூடப் படுத்திருக்க இயலவில்லை. எழுந்து உட்கார்ந்து மறுபக்கம் ஒருக்களித்துப் படுத்தாள். அதனால் பலன் ஒன்றும் இல்லை. வெளியே வந்துவிட்டாள். கல்லில்

உட்கார்ந்தவளுக்கு அழுகை வந்தது. அதைப் பார்த்த வல்லாயி 'அழுதாலும் பிள்ளை நீதான் பெக்கோணும்' என்று சிரித்தாள். 'எனக்கு அழுவாச்சு. உனக்குச் சிரிப்பா?' என்று கோபத்தோடு கேட்டாள். 'இந்த வலியே பொறுக்க முடியலீன்னா எப்பிடி? கொழந்த பொறக்கறதுக்கு இன்னம் முக்குவலி வரோணும். அது வந்தாக் கொஞ்ச நேரத்துல பொறந்திரும். அது இடுப்பே ஒடிஞ்சு உழுந்தர்றாப்பல இருக்கும். பொறுத்துக்கோணும்' என்றாள். ஒவ்வொருவராகப் பலபேர் வந்து சேர்ந்தார்கள். தொண்டுப்பட்டி கொள்ளாத கூட்டம். பண்டிதகாரிச்சியும் வந்து சேர்ந்தாள். கஷாயம் ஒன்றைக் காய்ச்சி ஒரு சொப்பில் கொடுத்து முழுக்கவும் குடிக்கச் சொன்னாள். கசப்பும் துவர்ப்புமாய் இருந்த கஷாயத்தைக் குடித்தால் வலி குறையும் அல்லது அதிகமாகிச் சீக்கிரம் கஷ்டம் தீர்ந்துவிடும் என்று நினைத்தாள். வைத்த வாயை எடுக்காமல் முழுக்கவும் குடித்து முடித்தாள். ஒன்றும் நடக்கவில்லை. வந்தவர்கள் ஒவ்வொருவராகக் கலைந்து போனார்கள். 'எப்பிடியும் காத்தாலக்கித்தான் பொறக்கும்' என்று பேசிக்கொண்டார்கள். இருந்தவர்கள் சந்தோசமாகப் பேசிச் சிரித்துக்கொண்டிருந்தார்கள். சிலர் அங்கங்கே படுத்துத் தூங்கினார்கள். பொன்னாவுக்கு எரிச்சலாக இருந்தது. பண்டிதகாரிச்சி அவ்வப்போது வந்து வலி எப்படி இருக்கிறது என்று விசாரித்தாள். அவளும் படுத்துத் தூங்கினாள்.

எந்த நேரம் என்று தெரியவில்லை. பொன்னாவுக்கும் லேசாகக் கண் அசந்த மாதிரி இருந்தது. எவ்வளவு நேரம் தூங்கியிருப்பாள் என்று சொல்ல முடியவில்லை. தூங்கிய மாதிரியும் தோன்றியது. தூங்காத மாதிரியும் இருந்தது. விடிகாலையில் இன்னொரு முறை கஷாயம் கொடுத்தாள் தங்காயி. விடியக் கருக்கலில் பனைமரத்துக் கரிக்குருவிகள் கத்தத் தொடங்கியபோது வலி மிகுந்தது. தாங்க முடியாமல் 'அய்யோ அய்யோ' என்று கத்தினாள். பண்டிதகாரிச்சி 'அப்பிடிச் சொல்லாத. சாமி சாமின்னு சொல்லாயா' என்றாள். முக்குவலி வந்து பனிக்குடம் உடைந்ததும் படுக்க வைத்து முக்கச் சொன்னாள். மூச்சைப் பிடித்துக் கொண்டு முக்கினாள் பொன்னா. வயிற்றை அழுத்தித் தடவினாள் தங்காயி. இருந்தாலும் அது போதவில்லை. உடனே வடக்கயிற்றைக் கொண்டு வரச் சொல்லிக் கொட்டாயின் நடுவிட்டத்தில் கட்டித் தொங்கவிடச் சொன்னாள். முத்து வந்து கட்டிவிட்டு அவள் பக்கம் திரும்பாமலே வெளியே போய்விட்டான். பொன்னாவை இரண்டு மூன்று பெண்கள் கட்டிலிலிருந்து மெல்லப் பிடித்துத் தூக்கித் தொங்கும் கயிற்றுக்கு முன்னால் கொண்டுவந்து அதைப் பிடித்துக்கொள்ளும்படி சொன்னார்கள். பொன்னா இரண்டு கால்களையும் அகட்டி

மண்டியிட்டுக் கொண்டு கயிற்றைப் பற்றினாள். பூவரச மரத்திலிருந்து கயிறு தொங்குவது போலிருந்தது.

கண்களை மூடிக்கொண்டு கயிற்றைக் குஞ்சியபடி முக்கினாள். ஒரே முக்கு. மூச்சு நின்று வயிறு இளகுவதை உணர்ந்தாள். வெளித் தள்ளிவிடும் வேகத்தில் 'பையந்தான்' என்னும் குரலைக் கேட்டும் கேட்காமலே மயங்கிப் போனாள். பின் அவள் விழித்தபோது எல்லாரும் சிரித்தபடி உலவுவதைக் கண்டாள். 'பையன் அப்பிடியே கருகருன்னு அவங்கப்பன உரிச்சு வெச்சுப் பொறந்திருக்கறான் பொன்னா' என்னும் நங்கையின் குரல் கேட்டது. ஓங்கி அழச் சக்தியின்றி விசும்பினாள். குழந்தையை அவள் காட்டினாள். பொன்னா சரியாகப் பார்க்கவில்லை. பின்னரும் அவள் குழந்தையைச் சரியாகப் பார்க்கவேயில்லை. ஒருமாதமாக அம்மாவும் மாமியாரும் குழந்தையைச் சீராட்டிக்கொண்டிருந்தார்கள். பொன்னா கொஞ்சம் கொஞ்சமாக ஒவ்வொன்றையும் சாப்பிடத் தொடங்கினாள். ஆள் துணை இல்லாமலே வெளியே போய்வர முடிந்தது. குழந்தை பிறந்து ஒருமாதம் ஆகிவிட்டது என்று சொன்ன அம்மா, 'இன்னைக்கு வெளக்கு மொவத்தக் கொழந்தக்குக் காட்டோணும்' என்று சொல்லி ஏதேதோ செய்துகொண்டிருந்தாள். கொட்டமுத்தைக் கொண்டுபோய்ப் புதிதாக ஆட்டி எடுத்து வந்த விளக்கெண்ணெயைப் பெரிய மண் விளக்கு ஒன்றில் ஊற்றினாள். தடியான திரியைப் போட்டு விளக்குக் கட்டையின்மேல் அதை வைத்தாள். மாமியாரும் உள்ளே வந்தாள். பொன்னா கடைக்கட்டிலில் உட்கார்ந்திருந்தாள்.

கட்டிலின் தலைமாட்டில் குழந்தைக்குத் தெரிகிற மாதிரி விளக்குக் கட்டையைத் தள்ளி வைத்து ஏற்றினாள் வல்லாயி. திரி கொஞ்சம் கொஞ்சமாகப் பற்றிக்கொள்ளக் கொட்டாயின் உள் முழுக்க மஞ்சள் ஒளி பரவிற்று. கண்களை மூடிக் கொண்டிருந்த குழந்தையின் கன்னத்தைத் தட்டி 'இங்க பாருடா ராசா' என்று சீராயி சொன்னாள். குழந்தை சிணுங்கிக்கொண்டே விழித்தது. ஒளியைக் கண்டு கூசிய கண்களை மெல்லத் திறந்து திறந்து மூடியது. பின் அசையும் சுடரை ஆச்சர்யத்துடன் கண்டது. குழந்தை முதன்முதலாக இந்த உலகில் கண்ட ஆச்சர்யம் அந்தச் சுடர். இருவரும் குழந்தையைக் கொஞ்சிவிட்டுக் கண்ணேறு கழிக்க ஏதோ எடுத்துவர வெளியே போனார்கள்.

சுடர் அசைவதும் குழந்தையின் கண்கள் அசைவதும் பொன்னாவுக்குத் தெரிந்தன. குழந்தையை முழுவதுமாகப் பார்க்க அந்தக் கணத்தில் அவளுக்கு ஆசை தோன்றியது. அருகில் சென்றாள். குழந்தையின் பார்வை அவள் முகத்தில் பதிவதும்

பின் சுடர் அசைவுக்குச் செல்வதுமாக இருந்தது. கோப்பாளித் தலையும் கருகரு உடம்புமாக அதைச் சந்தோசமாகத் தடவினாள். இதுவரைக்கும் குழந்தையின் மேல் தோன்றாத வாஞ்சையும் பிரியமும் கூடின. அதன் கால்களை நீவிப் பார்த்தாள். கை விரல்களைப் பிரித்துக் கன்னத்தில் வைத்துக்கொண்டாள். மாணியைப் பார்த்தாள். இன்னொரு விரல் போல இருந்தது. 'சின்னக் குஞ்சான்' என்று கொஞ்சியபடி அதைத் தொட்ட விரல்களைக் குவித்தெடுத்து முத்தம் கொடுத்தாள். கால்களை அசைத்தபடி ஏதோ சத்தம் கொடுத்தது. அவளை அறியாமல் குழந்தையைக் கொஞ்சத் தொடங்கினாள். 'மொட்டுக்குட்டி' என்று வயிற்றை லேசாகத் தொட்டாள். 'சின்னமுத்து' என்று முகத்தைக் குழந்தையின் முகத்தருகே கொண்டு போனாள்.

அவள் முகம் சுடர் பட்டுப் பெரிதாவதையும் பின்னால் போகையில் சிறிதாவதையும் ஆச்சரியமாகக் கண்களை விரித்துப் பார்த்தது. தொடர்ந்து அவள் நான்கைந்து முறை அப்படிச் செய்ததும் குழந்தைக்குச் சிரிப்பு வந்துவிட்டது. வாயை விரித்துக் குழந்தை சிரித்தது. அது சிரிக்கச் சிரிக்கப் பொன்னாவுக்கு ஆசையாக இருந்தது. அந்தப் பூவாய்க்குக் கைகளைக் கொண்டு போகையில் சட்டென 'இது ஆலவாயா பாத்துச் சொல்லு' என்னும் குரல் வந்தது. குழந்தையா பேசியது? குழந்தையின் முகத்தை நோக்கிய பொன்னாவுக்கு இப்போது அந்த வாயும் குரலும் நினைவில் வந்து சேர்ந்தன. பெருநோம்பியில் சந்தித்த அந்த முகம். 'எனக்கு ஆலவாயா' என்று கேட்ட முகம்.

பொன்னாவின் மனதின் ஆழத்தில் பதிந்திருந்த அந்த முகம்.

○

31

பெருங்கூட்டத்திற்குள் தனியாக நின்றிருந்த பொன்னாவை அவன் கண்டுகொண்டான். பின் அவனை அவளும் கண்டுகொண்டாள். அவளுக்கு அவனாகவே ‘செல்வி’ என்று பெயர் வைத்தான். அவளுக்கு அவனைப் பெயர் சொல்லிக் கூப்பிட வேண்டியிருக்கவில்லை. பெருநோம்பியில் எங்கும் கூட்டம். தெருக்களில் ஏராளமான கலை நிகழ்ச்சிகள். அவனையும் அவளையும் பார்த்துப் பல பேர் சீழ்க்கை அடித்தார்கள். ‘ஓய்’ என்று கத்தினார்கள். பொன்னா தலைகுனிந்து நடந்தாள். அவள் கையைப் பற்றி வெகு உரிமையோடு அவன் வெகுசீக்கிரத்தில் கூட்டத்தைக் கடந்து அழைத்து வந்துவிட்டான். கரட்டைச் சுற்றிலும் இருளை விரட்டிப் பொலிந்த நிலவொளியில் இருவரும் நடந்தார்கள். இப்போது அவள் இடையில் கை கொடுத்துச் சேர்த்தணைத்திருந்தான். அவளின் பயத்தைப் போக்கும் வகையில் அந்த அணைப்பு என்று அவளுக்குப் பட்டது. வாகாக ஒண்டிக் கொண்டாள்.

கிட்டத்தட்டக் காளியின் உருவமும் உடம்பும் போலவே அவனுக்கு இருந்தன. இடுப்பில் இரட்டை மடிப்பு வேட்டி ஒன்றைக் கட்டியிருந்தான். வெறும் மேலில் துண்டை இருபக்கமுமாகப் போட்டிருந்தான். தலையில் பெரிய உருமால் ஒன்றைக் கட்டியிருந்தான். தன் அடையாளத்தை மறைத்துக்கொள்ள அவன் அப்படிச் செய்திருக்கக்கூடும் என்று நினைத்தாள். காளியும் எங்காவது போவதென்றால் இரட்டை மடிப்பு வேட்டியைக் கட்டுவான். துண்டைத் தோளில் போட்டிருப்பான். சிலசமயம் அதை எடுத்துத் தலையில் கட்டிக்கொள்வான். அவன் உடலும் உரசும்போது இப்படித்தான் கெட்டிப்பட்டுக் கருங்கல்லைப் போலிருக்கும். அவள் தலையை உதறிக் காளியைத் தவிர்க்க முயன்றாள். இவன்

காளியல்ல. மனதுக்குள் இருக்கும் காளியைத் தூக்கி ஏன் இவனில் பொருத்த வேண்டும்? இவன் வேறானவன். எங்கோ அழைத்துச் செல்ல வந்திருக்கும் சாமி இவன். அவன் இடுப்பில் தன் கையையும் தயக்கத்தோடு வைத்தாள். கையைப் பற்றி இழுத்து நன்றாகப் பதித்துக்கொண்டான். எங்கே அழைத்துச் செல்கிறான்? அது எந்தச் சாலை என்று அவளுக்குத் தெரியவில்லை. சில பேர் வந்துகொண்டிருந்தார்கள். மற்றபடி பெரும்பாலும் ஆளரவமற்று நிலவொளி மட்டும் பரந்து கிடந்தது.

திடுமென கரட்டுக்குள் நுழைந்தான். அவளுக்கு அப்படித்தான் தோன்றியது. அங்கே வழியிருக்கும் என்று அவள் நினைக்கவில்லை. வெறும் பாறைதான். அதற்குள் அவளையும் கொண்டு போனான். பாறையில் ஒரு வெள்ளாட்டைப் போல அவன் ஏறினான். அவளைச் சிலசமயம் நடத்தியும் சில இடங்களில் கால்கள் பாறையில் படாமல் லேசாகத் தூக்கியபடியும் அழைத்துப் போனான். கிட்டத்தட்டக் கால் பகுதி ஏறிய மாதிரி இருந்தது. அங்கே பெரும்பாறை ஒன்று நின்றிருந்தது. அதன் பின்பக்கம் பாறை தரை போல விரிந்திருந்தது. நிலாவைத் தவிர கண்ணுக்கு எவரும் படாத இடம். யாரும் அத்தனை சீக்கிரம் கண்டறிய முடியாத இடம். அவன் தலையில் கட்டியிருந்த உருமாலை அவிழ்த்தான். அது துண்டுமல்ல, வேட்டியுமல்ல. துப்பட்டி. அதை விரித்துப் போட்டான். அவன் உட்கார்ந்துகொண்டு அவளையும் உட்கார அழைத்தான். உட்கார்ந்தாள். மார்பில் சாய்த்துக்கொண்டான். முதுகோடு சேர்த்து அவனைத் தழுவிக்கொள்ள ஆசையாய் இருந்தது.

அவள் கைகளைப் பற்றி முதுகில் படர விட்டான். நிலவு உலகுக்கெல்லாம் இன்பத்தைப் பரப்பி ஊர்ந்துகொண்டிருந்தது. துளி மேகம்கூட இல்லை. நிலா தடங்கலற்று வானின் விரிந்த வெளியெங்கும் தன்னையும் தன் கதிர்களையும் விரித்தது. அதன் அமுதத் தாரைகளைப் பருகிய நிலம் கண் சொருகிக் கிடந்தது. பெருமயக்க வெளி. பின் அவன் கேட்டான்.

'கொழந்த வேணுமின்னு வந்தயா?'

அவள் ஒன்றும் சொல்லாமல் அவன் மார்பில் முகத்தை வைத்துக்கொண்டாள். 'கெடச்சிரும்' என்றான். அவள் இதழ்களைத் தடவினான். 'பேச மாட்டயா?' அவள் கைகளே பேசின.

'கொழந்தைக்கு எம்பேரு வெப்பியா?' அவள் மெல்ல அவன் காதில் 'ம்' என்றாள். 'பையன் பொறந்தாலும் பிள்ள பொறந்தாலும் வெக்கோணும். ம்' என்று அவள் ஆமோதிப்பை

ஆலவாயன்

எதிர்பார்த்துக் கேட்டான். அவள் தலையசைத்தது அவன் மார்புக்குத் தெரிந்தது. 'எம் பேரு . . .' என்றான். 'எங்க எம்பேரச் சொல்லு' என்றான். அவள் முன் போலவே காதோரமாய் '. . .' என்று கிசுகிசுத்தாள். 'அந்த நெலா காதுக்குள்ள பாயறாப்பல இருக்குது' என்றான்.

அவள் முகத்தைத் தன் முகத்துக்கு நேராகத் தூக்கி நிமிர்த்தி 'எனக்கு இன்னொரு பேரும் இருக்குது' என்று சிரித்தான். 'பாரு, சிரிக்கறப்ப எம்வாயி பெரிசாத் தெரீதா? நான் ஆலவாயனா பாத்துச் சொல்லு.' வாயைத் திறந்து அகட்டிக் காட்டினான். பெரிய வாய்தான். எப்படிச் சொல்வது? அவள் லேசாகச் சிரித்ததை அவன் அறிந்தான்.

'பெரிய வாய்தான. அதனாலதான் எனக்கு ஊர்ல பட்டப் பேரு ஆலவாயன். எனக்கு ஆலவாயா? எங்க நீ சொல்லு. நான் ஆலவாயனா? பையனாப் பொறந்தா ஆலவாயன்னு வெய்யி, பிள்ளயாப் பொறந்தா ஆலவாய்ச்சி. என்ன செரியா?'

அவளுக்கு அந்தப் பெயரைக் கேட்டு உண்மையாகவே சிரிப்பு வந்தது. 'சிரிக்கறயா. ஆலவாயி என்னென்ன செய்யும் தெரீமா?' என்றபடி அவள் முகத்தைக் கீழே இழுத்தான். அவள் நிலவொளியில் மீண்டும் குளிர்ந்தாள். 'என்னூரு உனக்குத் தெரீமா?' என்றான். அவன் வாயைப் பொத்தி வேண்டாம் என்றாள். 'இந்தக் கரடுதான். ஒன்னும் பயப்படாத' என்றான்.

'அடுத்த வருசமும் வரோணும். கொழந்தய எடுத்துக்கிட்டு வரோணும். உன்னய எதிர்பாத்துக்கிட்டு நிப்பன். செரியா. வருவ நீ. எனக்குத் தெரியும். என்னய மறக்க மாட்ட. நீ மறந்தாலும் என்னால மறக்க முடியாது. என்னோட வர்றயா சொல்லு, இப்பிடியே கூட்டிக்கிட்டுப் போயிர்றன். உன்னய எனக்கு ரொம்பப் புடிச்சிருக்குது. வந்துரேன்' என்று அவன் சொற்கள் இடைவிடாமல் பெருகிக்கொண்டே இருந்தன.

பொன்னாவுக்கு எல்லாம் வெற்றோசையாய்க் காதில் விழுந்தன.

32

குழந்தையின் வாயைத் திரும்பத் திரும்பப் பார்த்தாள். பெரிய வாய்தான். ஆலவாய். அதே ஜாடை. குழந்தை இப்போது வாயை மூடிக்கொண்டு சுடரைப் பார்த்தது. பின் அவளைப் பார்த்தது. மௌனத்தில் பேசும் இது காளியின் முகம். அம்மாவும் மாமியாரும் உள்ளே வந்து திருஷ்டி சுற்றினார்கள். 'குனுப்பமா வெளக்கப் பாக்குது பாரேன். அதுல என்ன தெரீதுடா கண்ணு' என்று திரி சுற்றிப்போட்டாள் சீராயி. 'அப்பிடியே அப்பன் மூஞ்சி' என்றாள் வல்லாயி. இவன் பிறந்த இந்த ஒருமாதத்தில் இதை எத்தனை முறை சொல்லியிருப்பார்கள். வருவோர் போவோர் எல்லாரும் அப்படித்தான் சொல்கிறார்கள். அவளுக்கு மட்டும் அதில் இன்னொரு மூஞ்சியும் தெரிகிறது. அது 'என்னயப் பாக்க வரோணும்' என்கிறது. போய் அந்த முகத்தைப் பார்க்கலாமா?

கட்டாயம் அது காத்திருக்கும். செல்வி வருவாள் என்று நம்பியிருக்கும். வெள்ளைப் புடவையை அடையாளம் கண்டுகொள்ளுமா? கொள்ளும். செல்வியின் கைப் பற்றும். ஆனால் காளிக்கு என்ன பதில் சொல்வது? அது மாயமுகம்தானே. மாயம் என்றாலும் அத்தனை உயிர்த்துடிப்போடு அவளுக்கு முன்னால் அது பொலிந்து நிற்கிறது. அச்சத்தோடும் அன்போடும் அதற்கு அன்றாடம் பதில் சொல்லிக்கொண்டுதான் இருக்கிறாள். இரண்டு முகங்களும் மாறிமாறி அவள் முன்னால் தோன்றிச் சிரித்தன. அவளுக்கு வெகுநேரம் தூக்கம் வரவில்லை. அதன்பின் குழந்தை அழூததுகூடத் தெரியாமல் தூங்கிப்போனாள். அழுகைச் சத்தம் கேட்டு அம்மா வந்து எழுப்பிய பிறகுதான் உணர்வு வந்தது. 'கைக்கொழந்தக்காரி இப்பிடியா தூங்கறது?' என்று என்னவோ சொன்னாள். காதில் விழுந்தும் விழாமலே அனிச்சையாகக் குழந்தைக்கு முலை கொடுத்தாள்.

காம்பில் குழந்தை வாய் வைத்ததும் கண்களை மூடிக் கொண்டாள். இது எந்த வாய்? காளிக்குச் சொப்புவாய். அவனுக்கு ஆலவாய். இது எது? ஆலவாயை வைத்துச் சொப்புவாய் உறிஞ்சுவதைப் போல இருக்கிறது. காளியின் பசி வேகத்தில் தெரிகிறது. முலையை மாற்றினாள். வயிறு நிறைந்துவிட்டது போல. உதடுகளால் காம்பை நிமிண்டி விளையாடுகிறது. இது அவன் விளையாட்டு. வாய்க்குள் முலை இருக்க இருக்கவே குழந்தை தூங்கிவிட்டது. மெல்ல எடுத்துக் கட்டிலில் போட்டாள். பால் துளி படிந்திருந்த உதடுகளை மெதுவாக விரலால் தொட்டுத் துடைத்தாள். குழந்தை வாயை மூடிக்கொண்டது. இது எந்த உதடு? எழுந்து வெளியே வந்தாள்.

விடிந்து வெகுநேரம் ஆகிவிட்டிருந்தது. இது என்ன இப்படி ஒரு குழப்பம். பூவரச மரம் கண்ணில் பட்டது. அதன் பிரம்மாண்டமான வடிவத்தைக் கண் உயர்த்திப் பார்த்தாள். பெருங்குடையென விரிந்து தொண்டுப்பட்டி முழுவதையும் ஆக்கிரமித்திருந்தது. இது துளி இடத்தையும் விடாது. எல்லாப் பக்கமும் தன் வாதுகளை விரித்துப் படர்ந்து கொண்டேதான் இருக்கும். தன் ஒரு வாதை இழந்தபின் இதன் வேகம் பெருகிவிட்டது. இந்தப் பத்து மாதத்தில் இலைகளும் தழைகளும் வாதுகளும் கொப்புகளுமாய் இது எங்கும் நீண்டு செல்கிறது. இந்த மரத்தை அடியோடு வெட்டிவிட்டால் அந்த இடம் எப்படி இருக்கும் என்று முதல்முறையாகக் கற்பனை செய்து பார்த்தாள். வெட்ட வெளியானால் இன்னொரு கொம்பை நடலாம். ஒன்றுமே இல்லாமல்கூட பளிச்சென்று வெயில் உலவும் இடமாக்கலாம். ஆனால் வெட்டிய பின்னும் மரம் நின்றது. தூக்கி வீசி எறிந்துவிட முடிந்தவரை தன் ஆற்றலை எல்லாம் பயன்படுத்தினாள். அசையாமல் நிற்கிறது. மரம் அவ்விடத்தில் அல்ல, மனதில் இருக்கிறது. எந்தக் கோடாரியாலும் ரம்பத்தாலும் காலி செய்துவிட முடியாத இடம்.

அம்மாவிடம் குழந்தையைப் பார்த்துக்கொள்ளச் சொல்லி விட்டு வெளிக்காட்டுக்குப் போனாள். பொழுதின் தூய ஒளி பட்டுக் கோயில் கற்கள் துலங்கின. போய்ப் பார்த்தாள். கல் வேரூன்றிவிட்டது. நட்டு வைத்து ரத்தம் கொடுத்து வளர்த்துவிட்டாள். இனிப் பிடுங்க முடியாது. விளக்கும் பூசையும் பொங்கலும் என்று தொடரும். அவ்வப்போது பலியும் கேட்கும். 'என்னயக் கஷ்டமில்லாத வெச்சிருக்க மாட்டயா நீ?' என்றாள். வேறொன்றும் கேட்கத் தோன்றவில்லை. தொண்டுப்பட்டிக்குத் திரும்பினாள். அவளுக்குப் பின்னால் நிழலாக ஏதோ தொடர்வது போலிருந்தது. ஒன்றையும் காணவில்லை. 'ஆமா, இப்பிடியே

என்னய ஏமாத்து' என்றாள். குழந்தை இன்னும் தூங்கிக் கொண்டிருந்தான். கல்லில் உட்கார்ந்து அம்மா கொடுத்த சுக்குக் காப்பியைக் குடித்தாள். குழந்தைக்குச் சளிப் பிடிக்கக் கூடாதெனக் காலையில் அம்மா தினமும் வைத்துக் கொடுத்து விடுகிறாள்.

'பொன்னா, கணக்குக்கு மூனு மாசமாவுது. ஊருக்குப் போயி ஒருநா ரண்டு நா இருந்துட்டு வந்தர்லாம். அப்பிடியே கொழந்தைக்குப் பேரு வெச்சிரலாமுன்னு உங்கத்த சொல்றா. என்ன பேரு வெக்கலாமின்னு சொல்லு' என்றாள்.

சீராயி கட்டுத்தரைப் பக்கமிருந்து 'இது சாமிபிள்ள. மாச்சாமின்னுதான் வெக்கோணும். அந்தப் பேர வெச்சிட்டமுன்னா ஊருக்கே தெரிஞ்சிரும். கேக்கற ஒவ்வொருத்தருக்கும் நம்பளால பதில் சொல்லி மாளாது. அந்தப் பேர வெச்சிருவம். ஆனாக் கூப்பிட வேற எதுனா வெச்சிக்குவம். இன்னம் இரவது வருசம் கழிச்சுக் கலியாணம் காச்சின்னு வர்றப்பச் சொல்லிக்கலாம். அப்ப எந்தச் சனம் வந்து கேக்கப் போவுது. உள்ள ஒன்னு வெளிய ஒன்னுன்னு இருந்தாத் தப்பில்ல. சாமிக்கே ஆயரம் பேரு வெச்சுக் கும்படறம். மனசனுக்கு என்ன?' என்றாள்.

குழந்தை உள்ளிருந்து சத்தமிட்டது. ஓடிப் பார்த்தாள். விழித்துக்கொண்டு கைகால்களை ஆட்டியபடி அவளைப் பார்த்துச் சிரித்தது. தன் மொழியில் குழறி ஏதோ சத்தமிட்டது. 'என்ன உம்பேரு? செரி, உன்னய கன்னுன்னு கூப்பிடுவனாம். கன்னுக்குட்டி, கன்னுச்செல்லம்...' குழந்தை வாயை அகட்டி நீளமாகச் சிரித்தது. 'இங்க பாரு உனக்கு இன்னொரு பேரு வெக்கறன். ஆருகிட்டயும் சொல்லக் கூடாது. என்ன... ஆலவாயா... டேய் ஆலவாயா' என்று ரகசியக் குரலில் கூப்பிட்டுக் குழந்தையை ஒட்டிப் படுத்து நெஞ்சோடு அணைத்துக்கொண்டாள்.

அந்த அணைப்பு பெரும் இன்பமாக இருந்தது பொன்னாவுக்கு.

ஆசிரியரின் பிற நாவல்கள்

மாதொருபாகன்
ரூ. 240

அர்த்தநாரி
ரூ. 240

கூளமாதாரி
ரூ. 375

பூக்குழி
ரூ. 200

கங்கணம்
ரூ. 430

ஆளண்டாப் பட்சி
ரூ. 300

பூனாச்சி
அல்லது
ஒரு வெள்ளாட்டின் கதை
ரூ. 180

கழிமுகம்
விலையடக்கப் பதிப்பு:
ரூ. 175

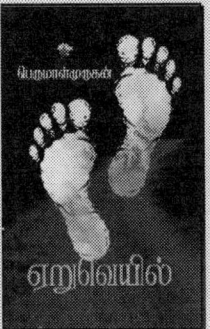

ஏறுவெயில்
ரூ. 280

நிழல்முற்றம்
ரூ. 175

நெடுநேரம்
ரூ. 390